I0578079

NGÔN NGỮ
TẠP CHÍ VĂN HỌC NGHỆ THUẬT
HAI THÁNG MỘT KỲ
SỐ RA MẮT THÁNG 5-2019

*

NHÓM CHỦ TRƯƠNG

Luân Hoán - Song Thao - Nguyễn Vy Khanh - Hồ Đình Nghiêm - Lê Hân

CỘNG TÁC:

trần thị nguyệt mai - uyên nguyên - nguyễn thành - vy thượng ngã - tạ quốc quang - bắc phong - châu yến loan - cao thoại châu - cung tích biền - chu vương miện - đặng hiền - đặng tường vy - đỗ duy ngọc - đỗ kh - đỗ trường - đức phổ - hạ đình thao - hạ quốc huy - hoàng chính - hoàng lộc - hoàng nga - hoàng quân - hoàng xuân sơn - hồ đình nghiêm - hồ xoa - huy tưởng - hư vô (úc) - lê vĩnh thọ - lê vĩnh tài - lê văn trung - lữ quỳnh - lt cao nguyên - lưu nguyễn - mang viên long - nguyễn dạ quỳnh - nguyễn hàn chung - nguyễn lệ uyên - nguyễn minh nữu - nguyễn hữu hồng minh - nguyễn thị khánh minh - nguyễn thị minh ngọc - nguyễn trọng khôi - nguyễn văn gia - nguyễn vũ sinh - phạm cao hoàng - phạm hiền mây - như không - phan huyền thư - phan ni tấn - phan trang hy - phan việt thủy - quan dương - sỹ liêm - thành tôn - thái tú hạp - thiên hà - thiếu khanh - tiểu nguyệt - trang châu - trần dzạ lữ - trần doãn nho - trần mộng tú - trần vạn giã - trần vấn lệ - trần yên hòa - võ kỳ điền -

THƯ VÀ BÀI MỜI GỞI VỀ
- Luân Hoán: lebao_hoang@yahoo.com
- Song Thao: tatrungson@hotmail.com

TÒA SOẠN, TRỊ SỰ:

Lê Hân
375 DESTINO Circle
SAN JOSE, CA 95133 USA
tel: 408-722-5626
email: han.le3359@gmail.com

Mục lục

THƯ TÒA SOẠN

Theo quyết định của nhóm chủ trương, Ngôn Ngữ khởi hành vào đầu tháng 5-2019. Bìa số thứ nhất với tranh của họa sĩ Nguyễn Trọng Khôi do Trần Triết trình bày. Trên bìa có huy hiệu của tạp chí do Hồ Đình Nghiêm thực hiện.

Phần nội dung, chúng tôi hoan hỉ đón nhận khá đông cây bút thành danh góp tay, với đầy đủ bộ môn Thơ, Truyện, Nhận định, Biên khảo...

Việc mới cũ của bài viết là một vấn đề chúng tôi thận trọng quyết định. Chúng tôi không kêu gọi những sáng tác phải hoàn toàn mới, chưa phổ biến bao giờ. Nhưng chúng tôi cũng mong quí bạn chọn gởi cho những bài mới nhất, hoặc vừa viết riêng cho Ngôn Ngữ càng quí.

Riêng với Thơ, chúng tôi xin phép chỉ nhận những sáng tác chưa phổ biến trên bất cứ sân chơi nào. Điều thiếu tế nhị này chỉ là giải pháp dành chỗ cho các bài thơ mới có mặt. Dĩ nhiên trong tương lai, rất có thể trên Ngôn Ngữ xuất hiện những bài thơ cũ do chúng tôi xin phép giới thiệu lại.

Chúng tôi xin lỗi các tác giả đã gửi bài nhưng chúng tôi không kịp lên bài trong số ra mắt này. Lý do đơn giản, sự yêu thương một tờ báo giấy tiếng Việt hãy còn rất đậm đà trong lòng nhiều người; với đông đảo nhiệt tình góp tay, chúng tôi phải vịn vào việc nhận sớm hay muộn để đưa đường trong số trang đã dự định. Các bài đến sau xin phép lần lượt giới thiệu trong các số tới.

Chúng tôi không dám hứa hẹn những ngoạn mục, nhưng quyết tâm sẽ làm được những gì nên làm thật tốt đẹp.

Cám ơn các bạn.

Ngôn Ngữ

CAO THOẠI CHÂU

Ngôn ngữ xưng hô của người Việt:
xưng sao hô vậy, hô thế nào nghe xưng liền thế ấy!

Để xưng hô với nhau, dù quan hệ giữa ngôi thứ nhất (xưng) với ngôi thứ hai (hô) như thế nào (cha/ con; vợ/ chồng; anh/ em v.v...) thì tiếng Anh hoặc tiếng Pháp - hai ngôn ngữ thông dụng nhất thế giới - cũng chỉ có I- you; je- tu (hoặc vous nếu là số nhiều hoặc cách lịch sự với người trên) mà dịch thật sát nghĩa như vẫn thường dịch có thể là… mày- tao!

Ngôn ngữ xưng hô là mảng phong phú nhất mà cũng phức tạp nhất trong tiếng Việt. Khi xưng hô, phải tùy theo mối quan hệ giữa ngôi thứ nhất và ngôi thứ hai mà chọn từ thích hợp. Con xưng hô với cha mà "Bố, cho ta (tao, tớ, mình, tiểu đệ v.v...) cái này" thì… hơi bị mất dạy!

Nghe người Tây nói với nhau khó phân biệt ngôi thứ của họ, nhưng khi nghe người Việt nói: "Anh vào cho mẹ bảo" thì hiểu liền ai đang nói với ai, tiếng Việt có cái thú vị như thế. Không chỉ phải đảm bảo ngôi thứ mà còn phải biết tuổi tác già/ trẻ khi xưng hô, với người dưng khác họ nhưng cao tuổi hơn thì xưng hô là chú - cháu; cụ - con; mệ - con; cô - cháu v.v...

Tiếng Việt có cả một container cho xưng hô giữa vợ chồng. Mới biết nhau nhiều khi xưng hô chị - tôi hay anh - em, tôi - cô nhưng khi đã nhá đèn và được nhá lại thì qua điện thoại đã có thể một nửa, "hào phóng" một tí đã có ba phần tư (của anh hay của em). Nhớ ngày còn đi học Trung học, trong các lớp hỗn hợp nam nữ, học sinh thường ít dám gọi đích danh nhau. Gọi bằng anh, chị thì ngại chê già, khách sáo; gọi tên lại có vẻ cầu thân. Tiến thối lưỡng nan đành... nói trổng "Làm ơn tránh qua giùm một chút đi. Cám ơn". Hoặc "Nói có vậy mà cũng giận, khó quá". Muốn gợi chuyện làm quen cũng thường ấp úng hay "lửng lơ con cá vàng": "Hôm qua thấy... đi chợ, muốn chào mà thấy... như muốn làm lơ nên thôi". Ăn tiền ở những cái lửng lơ đó đó!

Ở nông thôn, vợ chồng người Việt xưng hô với nhau mới thật là tuyệt nhất thế giới, mới thật là một nửa của nhau: Mình - tôi, nhà - tôi. Không tuyệt sao được khi mình chính là cái thân cha mẹ cho tôi? Đúng là mình với ta tuy hai mà một, ngôi thứ nhất như hoá thân nhập vào ngôi thứ hai. Thời tam đại đồng đường ở nông thôn, vui thì có vui nhưng… khổ cho những cặp vợ chồng thuộc thế hệ thứ ba (hoặc tư). Sống chung nhà với ông bà (chưa già bao nhiêu), cha mẹ (còn có thể sinh thằng út), căn nhà lại chỉ rộng hơn căn hộ tập thể thời bao cấp, những cặp vợ chồng thế hệ thứ ba đã quen xưng hô theo gia phong (nghiêm cũng không thua quốc pháp), chẳng dám anh - em hoặc khi con đanh đá, một nửa, cục cưng, cho nên bao nhiêu tình tứ đành cứ "ém" trong lòng. Một bữa anh chồng ra ruộng cày, trưa cô vợ mang cơm ra, đứng trên bờ gọi ngọt như mía lùi tạo thành mẫu đối thoại sau: Ai ơi ai lên mà ăn, trưa rồi/ Ai ơi, ai gọi ai đấy?/ Gọi ai chứ còn gọi ai nữa, nỡm!/ Cơm ai nấu ngon lắm hử?/ Ai nấu làm sao ngon bằng ai được".

Mấy anh Tây biết nhiều ngoại ngữ đã tròn xoe đôi mắt chào thua ngôn ngữ của người Việt! Họ còn chưa biết, với người Việt, xưng hô còn tùy thuộc tâm trạng, những khi cơm lành canh ngọt thì lời cũng ngọt theo. Nhưng lúc gia đình xào xáo thì tùy nguyên nhân (cờ bạc lén vợ cầm nhà; lăng nhăng tình ái…) và cũng tùy trình độ văn hóa của hai người mà hàng xóm phải nghe hoặc "ông - tôi" hoặc… Thằng trời đánh thánh vật; cái đồ... Mới ngày nào ngọt sớt mà nay bỗng nghe những âm thanh chát chúa ấy cùng với tiếng bát đĩa, đồ đạc bay lẻng xẻng thì biết là họ tan tành tới nơi!

Xưng hô trong quan hệ thầy trò còn độc đáo hơn nữa mà hiếm thứ tiếng nào có nổi. Ngày xưa thì thầy - con, ngày nay thầy - em. Xưng em với thầy dù khoảng cách tuổi tác tương đương ông ngoại với cháu, nhưng đã không hề thất lễ lại còn đầy tình nghĩa vừa tôn kính vừa thương yêu vừa gần gũi. Có một phụ nữ dẫn con đến trường, khi gặp thầy của con mình, mẹ "Thưa thầy còn nhớ em không" thì cậu con lớp 12 cũng "Té ra thầy cũng dạy má em nữa". Hai mẹ con cùng xưng hô một kiểu tiếng nói đặc dụng của môi trường sư phạm, mới đáng phục cho tiếng Việt!

Vô cơ quan, xí nghiệp… cô thư ký nói chuyện công vụ với

trưởng phòng mà cứ thưa chú, xưng cháu, lễ phép thì có nhưng rất nhà quê và không nói lên được tính công vụ mà hai người đang có và phải tuân thủ… Coi phim Hàn Quốc thử, người ta trong giờ làm việc xưng hô theo chức vụ, có vẻ đâu ra đó hơn. Trưởng phòng dù ít tuổi nhưng là cấp chỉ huy mà xưng cháu, em với cấp dưới, có phải đã làm cho cơ quan thành ra một mái nhà, kỷ cương công vụ không còn nữa?

Xưng Hô là một giao thông tinh thần giữa người với người nhằm chuyển vận những thông tin, tình cảm, tâm trạng, thái độ chứa trong lòng từ mình đến người khác. Chở hàng còn phải tùy hàng loại gì, đường ra sao, địa chỉ nhận nằm ở đâu để mà chọn phương tiện phù hợp, tránh tình trạng dùng xe container chở hàng vào hẻm!

Xưng & Hô còn cho thấy nền tảng văn hóa của từng người và cho thấy ngay sau phút xưng hô, người ta ôm chầm lấy nhau hay đứng xa ra nhìn nhau trân trân thủ thế. Cách xưng hô định đoạt một phần sự thành bại ở đời! Xin mách nước (mách nhỏ thôi) cho đàn bà con gái Việt Nam: những bông hồng biết khóc ngày đầu, sau bao nhiêu năm nếu lỡ có lần sóng gió nổi giữa Thái Bình Dương thì chớ nên "vượt biên" bằng ghe thuyền mỏng manh dễ đắm lắm, mà hãy sang bên kia bờ bằng thứ ngôn ngữ trời cho có tính hiệu quả hết sức cao là… nước mắt!

Cao Thoại Châu

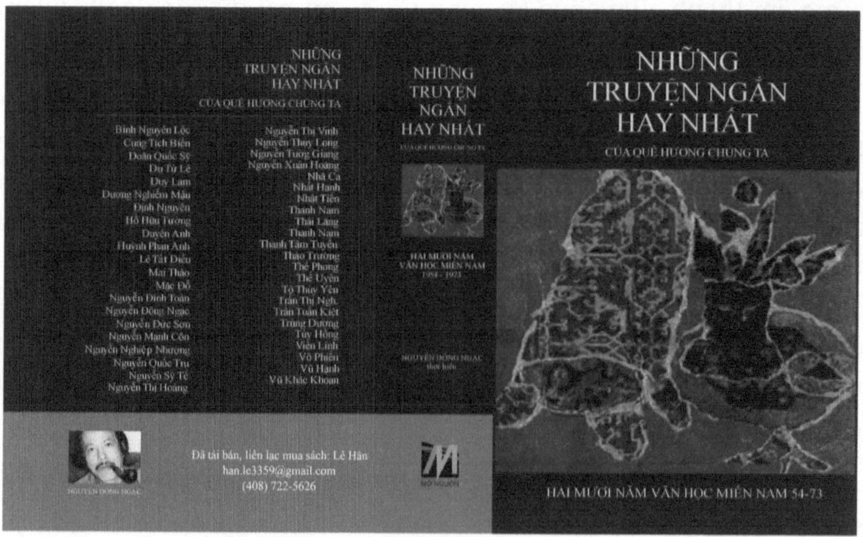

NGUYỄN VY KHANH

Hiện-tượng hồi-ký hải-ngoại

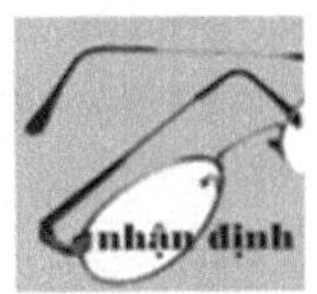

Văn-học Việt-Nam hải-ngoại có một bộ phận chúng tôi gọi là "Người cũ, Việc xưa" thường gồm các bút ký và hồi ký mà trong hoàn cảnh chung của người Việt phải rời khỏi nước thường có tính cách chính trị. *Hồi ký* là tác-phẩm của một người trong một khung cảnh lịch sử với những sự kiện, biến cố trội bật, và phân tích của tác giả quan trọng vì người này có liên hệ đến những biến cố đó. *Bút ký* khi tác giả viết về đời mình hay chuyện xưa mà tác giả là nhân chứng - nhưng cái riêng mạnh hơn cái khách quan. Các tác phẩm này nói chung giúp nhiều cho sử gia nhưng người đọc cùng thời với tác giả dễ có những phản ứng có khi đưa đến tranh luận hay gây thành chiến dịch phản công. Nói chung, với văn-học hải-ngoại, tính hồi ức và tự sự đã dàn trải trong đa số các tác phẩm xuất bản và trên các tạp chí, nhưng khi cái Tôi mở ra không thể kiểm chứng hay đối chứng sẽ dễ trở nên nguy hiểm và tỉ lệ hồi ký có khi rất thấp!

44 năm văn-học hải-ngoại cho thấy đã có một số khuynh hướng sáng tác và diễn biến tư duy của các tác giả Việt-Nam nói riêng và người Việt-Nam nói chung ở ngoài nước, về những vấn đề chính trị, xã hội liên quan đến họ, và nhất là những hậu quả của chiến tranh 1957-1975. Phần này chúng tôi thu gọn trong phạm vi văn học, nghị luận và hiện tượng hồi-ký. Các câu hỏi thường được đặt ra cho các tác-giả khi đặt bút viết hồi ký: viết tiểu-thuyết lịch-sử hoặc hồi-ký, bút ký? Và để cái Tôi chễm chệ nằm trên trang giấy hay sử-dụng nhân-vật văn-chương? Viết ở ngôi thứ nhất hay thứ ba? Viết khách quan, tham khảo hay chủ quan, sống thực?

Văn-chương không thể tách rời cuộc sống, nguồn gốc và quê-hương. Với nhiều người thuộc thế hệ di dân thứ nhất, nói đến quê-hương là nói đến quá khứ, và thường là quá khứ của riêng họ. Trong 44 năm qua, đã có hàng trăm hồi ký đã được đăng báo và xuất bản, tuyệt đại đa số viết bằng tiếng Việt, một phần rất nhỏ tác giả viết bằng hai ngoại ngữ chính là Anh, Pháp. Một phần viết chung với người ngoại quốc (Bùi Diễm, Nguyễn Cao Kỳ, Le Ly Hayslip, Nguyễn Thị Thu-Lâm,...) và phần nhỏ khác được người dịch chuyển ra ngoại ngữ (Trương Như Tảng, Bùi Tín,...). Mặt khác rất ít hồi ký do các tác giả phụ nữ viết, có thể kể Le Ly Hayslip, Nguyễn Thi Thu-Lâm, Đoan, Phạm Thị Quang Ninh (*Cùng Nhau Trôi Nổi,* 1999), Phạm Vân Bằng (*Hồi Ký Tình Yêu,* 2011),... Các ông thường viết về đời sống hoạt động công khai và hồi ký chính trị, khoe khoang quyền lực, thành tích trong khi đó các bà viết hồi ký có khuynh hướng viết hồi tưởng cá nhân và tiểu thuyết hóa, cho người đọc thấy những đau khổ và dằn vặt giữa đời sống công và tư riêng của họ. Trường hợp Yung Krall (Đặng Mỹ Dung) tác-giả *A Thousand Tears Falling* (Longstreet Press, 1995) là một ngoại lệ (được chính tác-giả dịch ra tiếng Việt: *Nghìn Giọt Lệ Rơi*).

Những năm gần đây, một số cơ quan báo-chí truyền thông của người Việt hải ngoại đã tổ chức những cuộc thi viết hồi ký và bút ký: giải Forum Viết Về Nước Mỹ (Writing on America) của *Việt Báo* ở Nam California sau in thành sách, 3 quyển, 2000-2002; Hành Trình Biển Đông của Foundation cùng tên, xuất-bản thành *Chuyện Kể Hành Trình Biển Đông* (Westminster CA, 2003), nhật báo *Viễn Đông* với *Chuyện Người Tù Cải Tạo* (2 tập, 2007), *Chuyện Người Vợ Tù Cải Tạo* (3 tập, 2004-5), *Chuyện Làng Báo Việt* (2003), v.v. bên cạnh những cuộc thi truyện và thơ các báo, nhóm, hoặc các giải biên khảo và văn học của Hội Quốc Tế Y Sĩ VN Tự Do cho một số tác-phẩm sáng-tác và biên-khảo, v.v.

*

Về thể-loại hồi ký, bút ký thì trước 1975, ở miền Nam ít có hồi ký. Sau 1975, hồi ký và bút ký là thể loại chiếm một phần quan trọng từ 1980 đến khoảng năm 2000, sau đó thì thưa thớt hơn. Ở đây xin nhắc đến vài cuốn hồi-ký đã xuất hiện qua các giai đoạn khác nhau của văn-học hải-ngoại và chúng tôi nói đến những tác-phẩm có tính văn-chương. Đây là nhân chứng của tấn bi kịch chung trong đó có cuốn có giá trị văn-học đặc biệt.

<h1 style="text-align:center">Quá-khứ chung và biến cố 30-4-1975</h1>

Nguyễn Tường Bách ngay sau 1975 đã có hồi-ký *Việt-Nam Những Ngày Lịch-Sử* (Montréal: Tủ sách Nghiên Cứu Sử Địa, 1981) lúc ông còn di trú ở Trung Quốc, và sau này khi sang Mỹ định cư có thêm hồi-ký *Việt-Nam Một Thế Kỷ Qua* (2 tập, 1998-2001, Thạch Ngữ) và tập tiểu thuyết *Trên Sông Hồng Cuồn Cuộn* (Tân Văn, 1995) tất cả viết về giai đoạn Tự Lực Văn Đoàn và những con người cách mạng dân-tộc sau đó.

Nguyễn Khắc Ngữ lập nhà xuất bản Nghiên Cứu Sử Địa ở Montréal (Canada) lúc đầu in đóng theo lối thủ công, và đánh dấu tay, đã có công ghi lại *Những Ngày Cuối Cùng Của Việt-Nam Cộng-Hòa* (1979), trong đó ông đã tỏ phẫn nộ của con người trí thức dù khách quan của sử-gia vẫn là chính.

Cao Xuân Huy với *Tháng Ba Gãy Súng* (1986) chuyện mất nước với kinh qua của chính tác giả khi Huế rơi vào tay cộng sản Hà Nội vào tháng 3-1975. Anh trung úy Thủy Quân Lục Chiến không có ý làm người hùng, đi lính vì phải đi, như mọi người; đi lính vì tuổi trẻ và chống cộng vì mọi người chống cộng. Nhưng đánh giặc tận tình và sống vì danh dự , hết mình với đồng đội.

LM Vũ Đình Trác xuất-bản hồi-ký *Rồng Xanh Ngục Đỏ: "hồi-ký của Người tị nạn Cộng-sản thứ một triệu lẻ một"* (Garden Grove CA: Hội Hữu, 1986) từ sau biến cố 30-4-1975 cho đến năm 1980 vượt biển thành công.

Duyên Anh ngay sau khi vượt biên thành công đã viết hai cuốn hồi ký *Nhìn Lại Những Bến Bờ* và *Sài Gòn Ngày Dài Nhất* (cả 2 đều do NXB Xuân Thu, 1988) cuốn trước về cuộc-đời tác-giả và cuốn sau về cái chết của thủ đô miền Nam khi bị Cộng-sản Bắc Việt cưỡng chiếm.

Nguyên Sa có tập *Hồi Ký* (Đời, 1998) về đời-sống và sinh hoạt văn-hóa của ông trong khung cảnh xã-hội, chính-trị ở miền Nam. Trước đó, ông đã cùng Lê Bá Chư cũng đã tập trung các chứng giám của một số người trong cuộc (chiến-tranh Việt-Nam) trong tuyển tập *Lịch Sử Ngàn Người Viết* (Đời, 1995) - tiếc là chỉ xuất-bản tập 1 rồi thôi.

Nhà văn, nhà báo, phóng viên chiến trường Phạm Huấn cũng đã viết một số tác phẩm về chiến-tranh Việt-Nam: *Cuộc Triệt Thoái (Khỏi) Cao Nguyên 1975* (TGXB, 1987), *Những Uất Hận Trong Trận Chiến Mất Nước 1975* (TGXB 1988), *Điện Biên Phủ 1954, Ban Mê Thuột 1975: Tướng Phạm Văn Phú và những trận đánh* (PC Art, 1988), *Trận Hạ Lào, 1971* (San Jose, CA: Minh Ha & Huan Pham, c1990). Với vai trò sĩ quan trực tiếp làm việc cho các tướng lãnh và sĩ quan tư lệnh, ông ghi lại tài năng cũng như sở đoản và cả vô trách nhiệm của những người chỉ huy quân sự và đất nước trong việc mất miền Nam năm 1975, đồng thời ông vinh danh những người lính anh hùng, dũng cảm, những người lính mang cấp bực thấp nhất cũng như các vị sĩ quan can trường như đại tá Bùi Quyền, ...

Lê Xuân Khoa. *Việt Nam (1945-1995): chiến tranh, tị nạn, và bài học lịch sử*. Tập 1. Bethesda MD: Tiên Rồng, 2004; khi tái bản lần thứ ba - do Người Việt Books 2006, đổi tựa là *Việt Nam 1945-1990, Bốn cuộc chiến tranh và Bài học lịch sử*). Tác-giả viết vì muốn đáp ứng nhu cầu phải học bài học lịch-sử và đi tìm sự thực về những biến cố đã xảy ra trên đất nước từ năm 1945 (và ông mong muốn viết tiếp phần về lịch sử tị nạn và cộng đồng từ 1975 đến 2015).

Hà Thúc Ký có "hồi-ký chính-trị" *Sống Với Dân Tộc* (Phương Nghi, 2009) về cuộc đời làm chính-trị từ trong ra ngoài nước. Giáo sư Vũ Quốc Thúc có hồi-ký *Thời Đại Của Tôi* (Người Việt, 2010) gồm 2 tập: 1- Nhìn lại 100 năm lịch-sử và 2- Đời tôi trải qua thời biến.

Võ Long Triều viết loạt hồi-ký đăng nhật báo *Người Việt* (California) sau xuất-bản thành 2 tập *Hồi-Ký* (Người Việt Books, tập 1: 2009; tập 2: 2011). Hồi-ký của ông lúc đăng báo đã có những phản ứng của người trong cuộc, ở trong và ngoài nước. Ông đã cố gắng làm vai-trò nhân chứng trung thực, không kiêng dè – dĩ nhiên với mục-đích nói lên sự thật được chừng nào hay chừng đó và ở trong tư cách người Việt lưu vong từng có một số trách nhiệm thời chiến-tranh!

Tù "cải tạo"

Tất cả các tác-phẩm hồi-ký về lao tù, "cải tạo" hoặc thời sống sau tháng Tư 1975 nói chung tố cáo chế độ Cộng-sản qua những điều mắt thấy tai nghe, qua những mưu đồ, hành động cướp phá miền Nam - con người cũng như vật chất, tinh thần.

Trần Huỳnh Châu là người đầu tiên xuất bản "hồi ký cải tạo" với *Những Năm Cải Tạo Ở Bắc Việt* (1981) kể chuyện bị "tù đày, cải tạo" sau ngày 30-4-1975. Phạm Quốc Bảo viết *Cùm Đỏ* (Người Việt, 1983; tái-bản 2018) vẽ lại bức tranh toàn cảnh của lao tù cộng sản dành cho những con người phục vụ cho nền cộng hòa Việt-Nam trước 1975.

Nhà văn đánh mốc cho thể-loại này vào giai đoạn tiếp nối của văn-học hải-ngoại là Hà Thúc Sinh với *Đại Học Máu* (1985) với hơn 820 trang cáo trạng đanh thép chống chế độ lao tù với mỹ từ "học tập cải tạo". Trong lời Tựa mở đầu, tác giả cho biết đây là *"bản phúc trình của người lính Việt Nam Cộng Hòa bị bỏ rơi, bị ở tù cộng sản, rồi thoát được ra ngoài, ngồi viết lại để kính gửi tới những ai còn thương yêu và còn quan tâm đến nước Việt Nam và con người Việt Nam còn ở lại"*. Chuyện người lính tên Vĩnh nhập cuộc chiến, thua những kẻ không đáng thắng, anh bị khổ nhục nhưng vẫn tự tin và bất khuất. Sau sửng sốt của *Đại Học Máu* là hồi ký lao tù của những sĩ quan tâm lý chiến như Phạm Quang Giai với *Trại Cải Tạo* ("hồi-ký lao tù cộng-sản", Houston TX: TGXB, 1986), Tạ Ty với *Đáy Địa Ngục* (tác-giả viết trong trại tị nạn Sungei Besi Mã Lai, từ tháng 9 đến 12-1982; San Jose CA: Thằng Mõ, 1985) vẽ lại chốn địa ngục trần gian ông đã trải qua nơi các trại cải tạo từ Nam ra Bắc, v.v.

Đặng Chí Bình là một trường hợp đặc-biệt, bộ hồi-ký *Thép Đen* của ông được người đọc ở hải-ngoại đón nhận, được tái-bản và mong đợi tập sau; gồm 4 tập gần 2000 trang, viết trong thời-gian gần 20 năm (1985-2002) và do NXB Đông Tiến (San Jose CA) xuất-bản từ 1987 đến 2005. Đặng Chí Bình là bút hiệu của một điệp viên VNCH được lệnh đột nhập miền Bắc, móc nối các tổ chức chống cộng, nhưng chẳng may bị lọt vào tay kẻ thù cộng-sản, và bị lao tù gần 20 năm. Đó là một trong những chiến sĩ anh hùng âm thầm, cô đơn kiên trì chống chủ nghĩa cộng sản ngay trong lòng đất địch. Ra tù, ông vượt biên tìm tự do và tiếp tục chiến đấu trong sứ mạng chống lại chủ nghĩa cộng sản bất nhân và cực kỳ độc ác.

Duyên Anh viết hồi-ký *Trại Tập Trung* (Xuân Thu, 1988) kể chuyện ông bị Cộng-sản bắt đi tù "cải tạo" và đời-sống trong tù.

Nguyễn Vạn Hùng xuất-bản *Vùng Đất Ngục Tù* "hồi-ký tù cải tạo" (Los Angeles: NXB Thời Luận, 1988), mà theo tác-giả, tập hồi-ký này là "*biểu tượng của cuộc đấu tranh thầm lặng ở những tù nhân, nó không chỉ xảy ra trong một trại tù mà là tất cả mọi trại tù*".

Hoàng Liên (Nguyễn Văn Đãi) với *Ánh Sáng và Bóng Tối* (1990) là hồi ký của 14 năm tù của một đại biểu chính phủ bị Việt cộng bắt vào dịp tổng tấn công Tết Mậu Thân ở Huế và giam giữ suốt 12 năm. Cuộc sống trong tù với những đối đầu kẻ thù thường xuyên khiến tác giả có nhiều suy nghĩ về chính trị và thân phận con người mong manh.

Nguyễn Chí Thiệp có *Trại Kiên Giam* (Sông Thu, 1992) đặc-biệt kể chuyện lao tù Cộng-sản dành cho những công chức hành chánh và chính-trị cao cấp của miền Nam. Phạm Bá Hoa có hồi-ký *Ký Sự Trong Tù* (Houston TX: Ngày Nay, 2008). Nguyễn Thanh Ty viết lại *Trong Lao-Tù Cộng-Sản* và *Trại Đá Bàn & A.30* (2005).

Tạ Chí Đại Trường lúc còn trong nước đã gửi ra xuất bản *Một Khoảnh Việt Nam Cộng Hòa Nối Dài* (viết 1982, xuất-bản 1993) suy nghiệm về thân phận nhục nhằn của những người trí thức thua trận, những người tù cải tạo bị đày đọa. Kẻ thắng hành hạ họ, đời sống khốn cùng của cả xã hội đày đọa gia đình vợ con họ, và cả bản năng con vật biết suy nghĩ là họ cũng có lúc đẩy họ xuống cái tầm thường, nhỏ hèn. Cũng có những bất thường của người canh tù, những cảnh anh hùng của người bó thân. Cái kiếp sống khó hèn đó vẫn tiếp tục khi người tù học tập được thả.

Năm 2003 có hồi ký *Tôi Phải Sống* của linh-mục Nguyễn Hữu Lễ thuộc một giáo xứ ở Tân-Tây-Lan nhưng xuất-bản tại Hoa-Kỳ và được tái-bản nhiều lần sau đó. Cuốn hồi-ký này được viết ra để tố cáo chế độ tù cải tạo của cộng-sản Hà-Nội đồng thời vạch mặt những kẻ cũng tù nhưng hai lòng, làm tay sai và đàn áp với đủ thứ bạo lực bất nhân tàn bạo đến gây nên cái chết của nhiều đồng tù. Được viết bằng chính mạng sống, chính kinh nghiệm khốn khổ của tác-giả, và với tác-phẩm này, tác-giả đã kể lại con đường tìm ra lẽ sống của ông.

Thế Uyên với các tác-phẩm ở hải-ngoại đều do nhà Xuân Thu xuất-bản như *Sài Gòn Sau 12 Năm* (1989), *Con Đường Qua Mùa Đông* (1990), *Nghĩ Trong Mùa Xuân* (1992),... là những bút ký về những năm tù "cải tạo", về quãng đời khó khăn ở Việt Nam, về những con người và cuộc sống đổi thay cũng như đời-sống nơi quê-hương mới.

Nhã Ca với *Hoa Phượng Đừng Đỏ Nữa* (1989) là tác phẩm đầu sau khi ra khỏi nước nhờ vận động của Văn Bút Thụy-Điển. Cũng như *Sài Gòn Cười Một Mình* (Thương Yêu, 1990) và *Chớp Mắt Một Thời* (1992) sau đó, là những hoài niệm về một miền Nam trước Tháng Tư Đen và chân dung xã hội mới với nhiều ấm ức khôn nguôi và cảnh đời ngang trái. *Hồi Ký Một Người Mất Ngày Tháng* (1990) của bà là những trang văn chương về một quãng đời kinh hoàng đầy bất hạnh. Nạn nhân là mọi người nhưng được thu gọn lại trong thế giới gia đình và bạn bè thân hữu văn chương. Những cái chết bi thảm, những cuộc sống vô định và những tình người chân thành, cả khi ở đáy ngục tối hoặc không còn gì!

*

Một đề tài khác đặc-biệt riêng của văn-học hải-ngoại là hồi-ký và bút ký về những **thuyền nhân** (và bộ nhân) **tị nạn**. Nhiều tác phẩm đã thành công nói lên những hậu quả tàn bạo của chiến tranh:

Lê Đại Lãng (Hồ Đắc Túc) với *Nước Mắt Trong Tim* ("bút ký Hồng Kông", Tác-giả xuất-bản, 1990) về thuyền nhân miền Nam và *Đường Phía Bắc* (Đồng Dao, 1993; Trẻ, tái-bản, 2012) về thuyền nhân đi từ miền Bắc.

Võ Kỳ Điền (Võ Tấn Phước, 30-10-1941-) với *Pulau Bidong, Miền Đất Lạ* (1992), về chuyến vượt biển và đời-sống cùng chân dung "con người"

Chuyện vượt biển và những bi kịch khác cũng được nhiều người khác ghi lại, như *Vàng, Máu và Nước Mắt* (Phạm Hữu Trác chủ biên, HQTYSVNTD) khổ nạn của giới y sĩ, *Hải Tặc trong Vịnh Thái Lan* (Dương Phục, Vũ Thanh Thủy và Nhật Tiến, 1981) trình bày những thảm cảnh vượt biển và tị nạn.

Trang Châu ghi lại biến cố "thuyền nhân" với những cuộc giải cứu đồng bào của chính ông trên biển trong *Về Biển Đông* (1995). Mai Kim Ngọc (Vũ Đình Minh) thì có *Thuyền Nhân* (Văn Nghệ, 1990). Nhà báo Nguyễn Ang Ca có tập hồi-ký *Giá Tự Do* (Đại Nam, 1991).

Gần đây nhất, Huỳnh Công Ánh xuất-bản *Hồi-Ký Vượt Tù Vượt Biển* (2017, 370 tr.) in chung phần Anh-ngữ "Escape To Freedom from Prison Break Perilous Sea".

*

Một khuynh hướng khác viết về chiến tranh như **quá khứ nhìn lại và với cái nhìn suy tư của kẻ chín muồi đời**, trong số có Đỗ Thúc Vịnh với *Hoàng Hôn Tùy Bút* (1991), *Nỗi Ám Ảnh Của Quê Hương* ('tuyển tập đoản văn'; Westminster CA: Đỗ Đỗ, 1996). Vũ Ký có *Truyện Và Ký* (1994). An Khê có tập *Từ Khám Lớn... Tới Côn Đảo* (Toronto: Làng Văn, 1992). Chủ báo Đinh Văn Ngọc có *Hai Mươi Năm Thăng Trầm* (1993). Sơn Điền Nguyễn Viết Khánh có tập bút ký *Những Mùa Xuân Trở Lại* (Westminster CA: Việt Báo, 1999, tb 2007) tuyển những bài viết về con người, khoa học và sinh hoạt báo-chí, kỷ niệm báo tiếng Việt 130 tuổi và kỷ niệm 50 năm ông làm báo.

LM. Cao Văn Luận cập nhật phần đã xuất-bản trước 1975 và thêm phần cho đến ngày mất nước 30-4-1975, với *Bên Giòng Lịch Sử 1940-1975* (Sacramento CA: Tan Tu Research, 1983).

Lê Văn Phúc viết *Tôi Làm Tôi Mất Nước* (1984) để tự trách và phúng thích những kẻ có trách nhiệm mà không hành xử cái trách nhiệm của mình; nạn nhân và thủ phạm là mỗi người! Thấy ai cũng viết sách đổ lỗi cho người khác, ông kể tội mình đã làm những việc góp phần làm mất nước.

Doãn Quốc Sỹ viết *Người Vái Tứ Phương* (Văn Nghệ, 1995) viết năm 1982 về đời sống ở miền Nam sau 1975, *Mình Lại Soi Mình* (Văn Nghệ 1995) chuyện va chạm sống chung sau 1975 và cuộc vượt thoát của nhân vật Phượng, *Cờ Đùm* ('truyện dài', 1996) gồm những chiêm nghiệm về chiến tranh vừa qua, về những biến cố lịch sử khác, v.v.

Khuynh hướng xét lại chính mình, bản thân cũng như tập thể này cần phải kể đến Nguyễn Gia Kiểng với *Tổ-Quốc Ăn-Năn* (Paris: Thông Luận, 2000): tác giả nêu và đặt một số vấn đề lịch sử, nhân văn và văn hóa liên hệ đến đất nước và con người Việt Nam, đã gây bất ngờ, phẫn nộ vì dám đặt lại một số vấn đề kiến thức và biến cố, sự kiện lịch sử, về văn hóa và con người Việt Nam - trong khi mục-đích tác-giả cốt gây suy nghĩ và tự xét trí thức!

*

Ngoài ra, một số nhà văn cũng viết hồi-ký. Phan Lạc Tiếp viết *Nỗi Nhớ* (1995) bút ký 20 năm chinh chiến của một sĩ quan hải quân, kế tiếp là *Quê Nhà Bốn Mươi Năm Trở Lại* (1995) bút ký về người và cảnh quê nhà trùng phùng.

Phan Lạc Phúc (ký-giả Lô Răng), cả đời viết báo, ở trong và ngoài nước, sau này mới tuyển chọn xuất-bản: *Bạn Bè Gần Xa* (Văn Nghệ, California, USA, 2000) và *Tuyển Tập Tạp Ghi* (2002).

Nhà văn Xuân Tước có *Hồi Ký 60 Năm Cầm Bút* (Houston TX: Văn Hóa, 2000). Nguyễn Thạch Kiên có *Búp Xuân Đầu* (Phượng Hoàng, 2004), "hồi ức tình cảm xã-hội" dưới hình-thức tiểu-thuyết, các nhân-vật thuộc giới văn-học và chính-trị và trải dài từ thập niên 1940 ở Hà-Nội đến thời-gian ở hải-ngoại.

Diệu Tần có tập *Hồi Ký* do Làng Văn Toronto xuất-bản làm 2 tập năm 2004. Luân Hoán có tập hồi ký *Quá Khứ Trước Mặt* (Nhân Ảnh, 2006) đặc-biệt về giới làm văn-học nghệ-thuật. Nguyễn Ngọc Ngạn có "bút ký văn-nghệ" *Nhìn Lại Một Thập Niên* (Làng Văn, 1995) vừa xuất-bản xong thì một số tranh tụng khiến cho nội-dung vô tình mất tính trung thực.

Các hồi-ký vừa kể có tính cá nhân nhưng thường chung mẫu số với nhiều người trong cùng hoàn cảnh, do đó mang thêm tính tập thể, cộng-đồng!

*

Cộng-đồng Việt-Nam hải-ngoại ban đầu gồm đa số người rời khỏi nước gốc từ miền Nam Việt-Nam Cộng-Hòa, về sau thêm thành viên bộ nhân, thuyền nhân và tị nạn chính-trị đi từ miền Bắc Cộng-sản. Nhà báo Bùi Tín, cựu đảng viên cộng sản, khi ra khỏi nước đã lần lượt vạch trần những tội lỗi, sai lầm của chế độ cộng sản trong hai tập hồi-ký *Hoa Xuyên Tuyết* (Irwin CA: Nhân Quyền, 1991) và *Mặt Thật* (Saigon Press, 1993). Một người khác, Trần Nhu, cũng ra đi từ miền Bắc, trong *Địa Ngục Sình Lầy* (Wichita, KS: Trịnh Thị Phương, 1990), đã ghi lại những kinh nghiệm sống trong một chế độ không có chỗ đứng cho con người. Nguyễn Anh Tuấn trong *Cái Chum Vỡ* (1996) ghi lại "cuộc đời thanh xuân đã cống hiến cho cách mạng" nhưng bị vùi dập đến phải bỏ nước ra đi tị nạn.

Vũ Thư Hiên, một nạn nhân khác của chế độ Hà Nội đã phải viết *Đêm Giữa Ban Ngày* (Văn Nghệ, 1997) để nói lên những uẩn ức của nạn nhân bị tình nghi "xét lại". Cuốn "hồi ký chính trị của một người không làm chính trị" nói như tiểu tựa của chính tác giả, là cuốn sách được người đọc chiếu cố nhất trong năm, tái bản không lâu sau lần xuất bản. Một đời người xuyên qua những bắt bớ, tù đày không lý do chính thức. Về vụ án xét lại, về sự thô bạo của Big Brother độc tài chuyên chính vô sản, sự thao túng, dâm bạo, quỷ độc của một thiểu số trong tập đoàn đảng trị nắm vận mạng đa số. Tác phẩm nói đến nhiều tai mắt nhưng hình như vẫn chưa đủ sâu phác họa, và cũng như Bùi Tín, tác giả hãy còn bị quá khứ ám ảnh nên nhiều khi mâu thuẫn trong phê phán công tội. Dĩ nhiên quá khứ oai hùng và huy chương vẫn được tác giả coi như đã thủ đắc.

Nguyễn Minh Cần, một cựu đảng viên nạn nhân khác, "cư trú chính trị" tại Liên Xô từ năm 1964, Mỹ du ra mắt tập *Chân Lý Đòi Hỏi*. Đây không phải là hồi ký mà là một tập hợp những bài viết về một số biến cố chính trị và nhân vật của đảng cộng sản Việt Nam mà tác giả từng biết và nhân chứng, chủ yếu là vụ Nhân Văn giai phẩm và vụ án xét lại. Nguyễn Chí Thiện có *Hỏa Lò*, Fournaise (Nouvelles, 2000) là một tập truyện ngắn và bút ký.

Trần Đĩnh có hồi-ký *Đèn Cù* (Người Việt Books, 2014) với tiểu đề "Số Phận Việt Nam Dưới Chế Độ Cộng Sản - Tự Truyện Của Người Từng Viết Tiểu Sử Hồ Chí Minh".

Sự thành công của *Đêm Giữa Ban Ngày* và vài tựa khác vừa kể, chứng tỏ người Việt hải ngoại có một nhu cầu tài liệu lịch sử nhất là từ phía cộng sản. Họ chống giao lưu văn hóa mà họ nghi ngờ một chiều của cộng sản nhưng đồng thời lại thích đọc những tài liệu của những người chống đối nhà nước và Đảng cộng sản trong nước. Đó là một nhu cầu tự nhiên muốn biết những chuyện chưa biết. Vả lại, đó cũng là một nhu cầu chính trị: tìm đồng minh chống cộng sản, kẻ thù của kẻ thù là bạn, đóng góp hoặc thúc đẩy sự chống đối cường quyền trong nước. Tuy nhiên người đọc trong nhiều trường hợp thiếu thông tin không thể hiểu hết tại sao có những tác phẩm như vậy, có thể có một mục đích hiện chưa lộ rõ. Đã từng có những hiện tượng đáng suy nghĩ như vụ Nguyễn Hộ có chống tập đoàn Đảng trị trong nước nhưng ông không muốn đứng chung dù với một số người ở ngoài nước chống chế độ chuyên chính, vụ Hà Sĩ Phu viết *Chia Tay Ý Thức Hệ* là để nói với người cộng sản, góp ý xây dựng đảng. Rồi những tài liệu tự dán nhãn là "phản kháng" và "chui" được người ngoài nước tiếp tay xuất bản như nhiều văn bản từ cơ quan Tin Nhà ở Paris (tài liệu đi chui qua ngả nhân sự chính thức). Có người chỉ lên tiếng vì lương tâm công dân hoặc phản kháng đã phải ở tù, trong khi có người chống đối vẫn ở biệt thự hoặc nếu có ra ngoài gia đình họ vẫn không hề hấn gì! Ly khai, bất mãn, thoát ly, đối lập, đối kháng, phản kháng, v.v. là những thuật ngữ chủ quan dễ tương cận mà cũng dễ có những cách biệt thực tế khách quan. Lại nữa, trong một chế độ chuyên chính, cá nhân làm nhưng tập thể hưởng công; đến khi có chuyện cơm không lành canh không ngọt, thì tập thể vẫn đẹp tốt, chỉ có vài cá nhân là xấu - đó là chuyện muôn đời hiện tượng và thực chất. Bẫy có thể không có nhưng rõ là diễn đàn bị giành và có tập thể mất phần chủ động! Mặt khác, sự thành công của các tác giả ly khai hay đối kháng này cho thấy có một tập thể có thể dung hòa hai thái cực chính trị: những người Việt ở Đông Âu.

Dĩ nhiên bên cạnh là những hồi-ký không nhắm mục-đích văn-hóa hoặc không thiết yếu phải là văn-học. Đó là hồi-ký của cựu Hoàng

Bảo Đại, của các chính-trị gia, các tướng tá quân đội, các công chức, giáo-sư, v.v. Chúng tôi sẽ nói đến các hồi-ký này ở một biên-khảo khác.

Ngoài ra, khi một nền văn-học như ở hải-ngoại lâm vào tình cảnh "lão hóa", bớt hoặc mất những uy thế văn-hóa, dễ xuất hiện những "tạp chủng" trong các ngành văn-học nghệ-thuật, kể cả mảng hồi-ký: đã có những ấn-phẩm (in và đăng báo) được người đứng tên tác-giả gọi là "hồi-ký" thật ra chỉ là những bài báo cắt dán ý tưởng và văn bản của người khác. Hiện-tượng này đã và đang xảy ra, nhờ các trang mạng và người đọc dễ dãi hoặc… đồng lứa!

*

Các hồi ký chính trị và các nhân-vật cộng đồng, gọi là "hồi ký" vì người viết đã khởi đi từ chuyện cá nhân và tập thể nhỏ, nhưng thường lây lan ra thành chuyện lịch-sử (liên quan đến lịch-sử một giai đoạn, một biến cố, một vùng đất, v.v.). Có một ngộ nhận lớn dù tâm có thể lớn của những người viết hồi ký. Họ viết hồi ký mà xưng là viết sử, soi sáng lịch-sử, trả sự thực cho lịch-sử, v.v. Rồi nào "cố gắng trung thực, khách quan", v.v. Đã viết hồi ký thì không phải viết sử mà đã viết sử thì phải gạt chuyện hồi ký, cá nhân ra ngoài! Tham vọng nữa là khi viết hồi-ký đáng ra chỉ nên ngừng ở kinh nghiệm hành-xử chính-trị của cá nhân, nhiều vị lại đi xa hơn muốn để lại bài học và nhắm tất cả "đồng bào" ("lưu lại cho hậu thế những bài học lịch-sử cay đắng, chua chát...", v.v.) hoặc muốn dạy đời: Bùi Diễm, Phạm Văn Liễu, Lê Trọng Quát, Nguyễn Bá Cẩn, Hà Thúc Ký, v.v. Hồi-ký của họ thường gây thêm nghi vấn hơn là trả lời... thỏa đáng!

*

15, 25, 30, 44 năm sau, vẫn là chuyện quên và nhớ: nói chung các chính khách và nhân vật cộng đồng qua hồi ký cũng như hội thảo, tranh luận thường hay quên tập thể, đất nước dù đó vẫn là những chữ trên đầu môi, còn quá khứ dù đẹp (anh hùng, người tù dũng liệt, v.v.) đáng cho vào văn-khố và... lịch-sử, thì lại thường được liên tục đánh bóng hoặc dùng để hù dọa! Trong nước thì cũng vậy, sau khi xóa quá khứ miền Nam Cộng-hòa khỏi quá khứ tập thể cả nước nay thống nhất biên giới (lừa đưa quân cán miền Nam vào các trại "cải tạo", tiêu hủy các sách báo, xóa trong các sách lịch sử và giáo khoa, phá nghĩa địa quân đội và tượng Tiếc Thương, v.v.), quá khứ đó đã trở lại ám ảnh, phiền hà chuyện hôm nay (lãnh đạo trốn tránh sự thật lịch sử nên qua tới cựu thù đế quốc Hoa-Kỳ mà họ đã... thắng lớn (để buôn bán, ca hát để thu tiền), thì bị quá khứ làm đổ mồ hôi hột, đi cửa sau, vì cửa trước là rừng cờ vàng và có vùng còn chính thức cấm cản (như Vùng Phi Cộng-Sản/no communist ở vùng Quận Cam) – cũng vì các Nghị quyết Cờ Vàng của người Việt hải-ngoại như một thất bại chính-trị quá lớn khiến Cộng-sản Hà-Nội phải dốc "tài" để làm áp lực, triệt tiêu hoặc xâm nhập các tổ chức, cơ quan truyền thông, báo-chí và nghệ-thuật! Toàn những "tưởng chừng" phi lý mà có thực (tội nghiệp lý luận ông Hegel "tout ce qui est réel est rationel" - có những sự thực không thể chối cãi). "Thường dân" Tưởng Năng Tiến năm nào đó viết Sổ tay "Mùa Xuân (chợt) nhớ chuyện mai sau" (ngà ngà lời ra) bàn chuyện hồi ký, dĩ vãng đã (lớn tiếng) kết "Nếu cả nước - từ trong ra ngoài - chỉ quay đầu nhìn về dĩ vãng (để nuối tiếc hay hậm hực)... thì hiểm họa đang đe dọa dòng sinh mệnh của cả dân-tộc Việt"!

Nhân chứng lịch-sử và quá-khứ nếu vẫn còn có trở ngại, nghi vấn, sẽ khiến làm giảm giá trị của những chứng-giám này. Ngôn-ngữ văn-chương, rồi cái nhìn, tầm nhìn của người trong cuộc khiến lời chứng mất hoặc bớt đi tính xác thực. Người chứng thật sự dĩ nhiên phải trải qua những kinh qua thật khó khăn, không bình thường, sống những tình huống vượt tưởng-tượng, hoặc không nhân tính, nhân bản; vả lại ngôn-ngữ không tả được, không nên lời, lỗ hổng ký ức,... khiến sự việc gì cũng "trở thành" khó-tin-mà-đã-xảy-ra, từ đó khiến giá trị hiện thực hay khoa học phải đặt lại. Dĩ nhiên phải có nhân chứng, phải có lời chứng, tập hợp chúng lại mới có được chất liệu làm nên một phần lịch-sử về một thời đại, biến cố, v.v. Và có trường hợp lời chứng phủ định … lịch-sử.

Như vậy, đâu là biên giới giữa lịch-sử xã-hội và văn-chương? Quá-khứ tưởng chừng đơn giản mà phức thể!

Hiện tượng hồi ký tạp và loạn thể loại có thể làm mất lòng tin tưởng nơi người trẻ, và các thế hệ sau muốn hiểu và viết lại lịch sử cận đại sẽ tha hồ bối rối giả chân. Nói chung, người viết hồi ký có thể là những nhân-vật quan trọng mà cũng có thể là bất cứ ai từng có liên hệ và kinh nghiệm xa gần với những biến cố lịch sử hoặc bên cạnh, cả nạn nhân của những biến cố đó! Nhưng thường là những thiên phóng sự về những việc đã xảy ra trong quá-khứ, nhiều giả tưởng, hoặc là "hồi ký" về người khác thay vì về mình. Dần dà sự kiện càng ít đi, nhường chỗ cho lý luận, cảm tưởng hoặc nhung nhớ dông dài, có khi trở thành những bản án, cáo trạng, chụp mũ. Đặc biệt trong các hồi-ký của giai đoạn hải-ngoại, là đều cho người đọc biết quan điểm hoặc khuynh hướng chính trị của tác giả cũng như cái nhìn liên hệ đến các biến cố lịch sử hoặc chính trị đã vừa qua. Nói chung hầu như tất cả các hồi-ký và bút ký hải-ngoại quá cá nhân hoặc cục bộ. Có thể nói người viết cả hai bên quốc-cộng đều chưa đụng đến căn cơ cuộc chiến – nếu không muốn nói là còn nhiều kiêng kỵ, tránh sự kiện lịch-sử, chưa phê phán rành rọt về các lý-thuyết chủ-trì cũng như các chiến lược!

*

Như vậy là sau 1975, ngoài thứ văn học của chính quyền và tập đoàn chủ trì chiến tranh, đã có những tác giả trong cũng như ngoài nước để tâm hồn nhìn lại cuộc chiến đó. Người đọc bớt phải tìm thấy thắng thua trong bộ phận văn học mới này. Các nhà văn thơ sau này thường nói đến những cay đắng thua thiệt của con người vì chiến tranh. Cái thắng thua nếu có là tình người, là tình yêu không biên giới quốc cộng, là sự sống còn, là nguyện vọng sống bình an, thanh thản và trên hết là con người với tất cả giá trị tự tại!

Thời gian đã giữ lại được gì của văn học chiến tranh và ... hòa bình từ nhiều thập niên qua, nếu không là những tâm tình, đời sống của "con người" luôn bị những lý thuyết và ý thức hệ to lớn và có khi xa lạ bủa vây chi phối. Những anh lính cộng hòa hay bộ đội, du kích "anh hùng" dần mất dạng trên diễn đàn văn nghệ, nhường chỗ cho những thanh niên thiếu nữ, những người trẻ và những người lính nay tuổi xế chiều âm thầm ôn chuyện cũ. Mảng văn học mới về chiến tranh ở trong nước chinh phục người đọc trong cũng như ngoài nước. Nhiều tác phẩm văn học xuất bản ở hải ngoại viết về chiến tranh và quê hương cũng được người trong nước tìm đọc dù khó khăn. Một mẫu số chung mà thời gian đã đem lại, khởi đầu với một số người. Tiếng nói của tình người dễ lọt vào tâm. Phản kháng của một người cũng là phản kháng của đa số thầm lặng, oan ức của một người cũng là oan khiên của đa số người dân.

Hồi ký đã là một hiện-tượng trội bật và đáng kể trong sinh hoạt văn-hóa và "căn cước" của cộng đồng người Việt ở ngoài nước. Thể-loại này đã giúp nhận định, nhìn lại của các tác-giả đã có quá khứ Việt Nam cũng như các thế hệ thứ hai thứ ba sau có nguồn gốc, quê hương và *nguyên quán* vẫn là Việt Nam. Những tác-giả trẻ với những tác-phẩm văn-chương viết bằng ngoại ngữ, dù ít nhiều vẫn dùng làm nền cái quá-khứ tị nạn, thuyền nhân của thế hệ trước, nhưng điều đáng mừng là chính các người trẻ tuổi có hay không có cùng quá-khứ này, chính họ đang làm chuyện lịch-sử và chắc chắn sẽ thay thế các vị đã và đang viết "hồi ký"! Nhưng đồng thời điều đáng buồn cho sinh hoạt văn-học Việt-Nam hải-ngoại là các tác-phẩm này sẽ ngày càng bớt hoặc không còn sử-dụng tiếng Việt – một hiện-tượng tự nhiên của việc hội-nhập và sống-còn của các cộng-đồng di dân ở bên ngoài nước gốc!

*

Tuy nhiên, ký-ức còn đi vào và để lại nhiều *tác-phẩm văn-chương* cho văn-học hải-ngoại. Người cũ việc xưa đấy có thể là người thật chuyện thật, cũng có thể chỉ là một phần "thật" nhỏ nhoi, nhưng đã được các nhà văn nhà thơ văn-chương hóa, thi-vị hóa và nhiều tác-phẩm đã được đông đảo độc-giả cùng hoàn cảnh đón nhận, với những Võ Phiến, Lê Tất Điều, Trần Vũ, Hồ Minh Dũng, Phùng Nguyễn, Ngự Thuyết, v.v. Quá Khứ là đề tài thường thấy nhất ở văn-học hải-ngoại! Người lưu đày có những nhu cầu, hy vọng và những âu lo riêng. Trong tình cảnh đó, quá khứ trở thành tổ ấm, ngọn lửa. Thời gian đã qua khiến dĩ-vãng trở thành một thực tại thường trực, bất biến! Quê hương của người lưu đày như đối với người Việt sau tháng Tư 1975 là một quê hương đã mất nhưng đồng thời quê hương đó cũng trở nên không chắc chắn, mơ hồ vì cái mất mát ở đây không thể đo lường, thống kê như khi người ta đánh mất vật dụng hay tài sản! Quê nhà, không gian ấy, Sài gòn hay Nha Trang, Hội An, Hà Nội,... sống động trong những trang viết hay trong điệu nhạc, đối với người viết, như một hạnh phúc được sống lại, như đang sống, hạnh phúc còn có thể tìm thấy trong văn chương, nhờ đó mà còn có thể qua văn chương đi thăm lại những con đường khu phố xưa, càng xưa càng thấm, càng nhớ! Những trang chữ gộp lại có thể chỉ là bước đầu của một hành trình về lại quê nhà. Dù rằng ta không thể nào đặt chân hai lần vào cùng "một" dòng sông, nói như nhà hiền triết Hy-Lạp Heraclitus, quá khứ chỉ còn là những lắng đọng, cái còn lại của thời gian, cái còn lại sau khi đã mất tất cả! Đây là lý do tại sao văn chương "miệt vườn" nở rộ suốt gần hai thập niên đầu! Lần đầu tập thể người miền Nam lục-tỉnh xa quê, tâm tình lưu đày đặc biệt, nông nỗi, mãnh liệt, … với những Hồ Trường An, Võ Kỳ Điền, Kiệt Tấn, Phùng Nhân, … và được tiếp nối với những Võ Phước Hiếu, Tiểu Tử, v.v.

Mặt khác, ký-ức còn được sống lại với hiện-tượng *tiểu-thuyết lịch-sử*. Hiện-tượng này chứng tỏ một điều rằng người Việt Nam ý thức sống động cái biến thiên của quá-khứ, hiện tại, lịch-sử trong liên hệ với thời gian. Sự biến thiên này ảnh hưởng đến hiện tại vì dấu vết của kinh nghiệm gần nhất thường hãy còn hiện diện. Viết tiểu-thuyết lịch-sử ở những Hoàng Khởi Phong, Nguyễn Mộng Giác, Nam Dao,... như là một cách diễn bày tâm sự và xác tín sự tiếp nối thiết yếu của định-mệnh Việt Nam. Một quá-khứ lịch-sử đầy ký ức nơi con người nay cần tập hợp những định mệnh, nối kết nhiều kinh nghiệm lịch-sử cần được những thế hệ sau biết đến và học hỏi, chia sẻ. Chuyện kể nguồn cơn, vẽ, nối lại những mảnh chắp, vụn,... tái tạo một bảo đảm cho sự hiện hữu và trường tồn của dân-tộc - một mục-đích cao cả, đáng thán phục!

Đó là hai trong số những đề tài đặc thù của văn-học hải-ngoại chúng tôi hẹn sẽ có dịp trở lại.

Nguyễn Vy Khanh

Tìm đọc Tạp chí NGÔN NGỮ

mối tình thời gió chướng

Chuyện kể từ các Lão Ông:

Một thời gian ngắn trước khi hiệp định Geneve 20-7-1954 được ký kết để chia cắt lãnh thổ Việt Nam ra làm hai, trong những vùng Kháng chiến do Việt Minh kiểm soát, chính quyền Đỏ đã có một chủ trương, "Cắm gốc rễ lại miền Nam, nhân rộng lực lượng, để tái hoạt động sau này".

Đó là, trước khi rút đi, họ tìm cách lưu lại càng nhiều càng tốt hạt giống Đỏ, hết mình nhân rộng sự liên hệ mạng lưới chính trị, thông qua tình cảm vợ chồng, gia quyến trong dân chúng Miền Nam.

Đa phần bọn tuổi trẻ độc thân đều phải cưới vợ trước khi rời Miền Nam để tập kết ra Miền Bắc. Những cô dâu, ngay sau lễ cưới, đều phải ở lại Miền Nam.

Lễ cưới, thực hiện vội vã. Những ráp nối vợ chồng phần nhiều không thông qua tình yêu, hoặc chỉ một người yêu, một kia là tình cờ, bất đắc dĩ.

Biết bao thanh nữ, chỉ sống chung với một người đàn ông đôi tuần, rồi trở thành một phụ nữ góa chồng. Một số, với cái bào thai, về sau phải một mình nuôi con. Đứa con tới tuổi trưởng thành vẫn chưa biết mặt người cha.

Cuộc nội chiến Bắc-Nam kéo dài hai mươi mốt năm. Cuộc phân ly chồng Bắc vợ Nam giữa những người thân yêu cũng ngần ấy năm.

Người con chào đời tại Miền Nam, nay có thể là một công chức, một người lính chỗ trận địa, nhưng cha của họ đang là một kẻ thù bên kia chiến tuyến.

Người vợ bao năm sống cô đơn, cơ cực nuôi con, tuân thủ luật pháp của Miền Nam, nhưng người chồng đang là một Kẻ Bí mật. Kẻ *đang còn ở Miền Bắc? Đã tiến vào Trường Sơn? Thậm chí đang có mặt trong những trận chiến đẫm máu, trên những đường phố Miền Nam.*

Bi kịch nào cũng có thể xảy ra.

Mỗi số phận đang chờ "Giờ phán xét" của buổi "tương phùng", may ra.

I

"Mỗi con sông đều có một nơi chốn để chảy về: biển, hồ hoặc con sông lớn hơn chính nó. Vậy mà mỗi lần đứng trước một dòng sông, ta hoài nghi tự hỏi, Sông chảy về đâu? Đời ta là dòng chảy về chỗ kết thúc. Vậy mà ta vẫn luôn tự vấn, Đâu là một kết thúc?"

Trên đây là cái triết lý anh Lương thường nói với tôi. Tôi cười mỗi khi nghe anh nói, bởi cách lý luận cũng khá bình dân, hơi hướng cải lương, sáo ngữ.

Anh Lương là thế hệ trưởng thành từ thời thuộc Pháp. Lúc nước nhà thoát khỏi ách thống trị của người Pháp, 1945, anh vừa hai mươi tuổi, tốt nghiệp bằng tiểu học, và chưa qua bậc trung học. Trường xa, học trễ tuổi.

Thực dân Pháp hạn chế nền giáo dục đối với các bản dân thuộc địa. Mỗi quận huyện, thuở ấy, chỉ có một trường tiểu học. Một tỉnh thuộc loại tỉnh lớn mới có một trường trung học. Học trò ở các miền Nam Ngãi, Bình Định, Phú Yên, phải một lộ trình trên nhiều trăm cây số mới ra tới Huế để học trường Quốc Học danh giá. Cho tới khi người Pháp rút khỏi toàn Cõi Đông Dương – Việt, Miên, Lào – toàn bộ miền Trung Việt, từ Thanh Hóa vào tận Phan Thiết vẫn chưa có một trường Đại học nào.

Một thanh niên thời ấy, đỗ được một mảnh bằng tiểu học [primaire] đã được xem là đáng quý trọng trong tộc họ. Khi lễ lạt hội hè chỗ đình làng, vị tân khoa này được đội khăn đóng, bận áo dài, "ngồi bàn đợi ăn", khỏi phải làm công việc tạp dịch, như các trai làng.

Chương trình dạy, học, nói, đa phần Pháp ngữ, xem đó là tiếng của mẫu quốc. Xong bậc tiểu học các thanh niên thế hệ này đã nói được tiếng Pháp. Có thể ra làm công chức, trở thành ông thông ông phán về sau.

******

Năm 1946, lịch sử đã thay áo, lớp tuổi trẻ này, trong đó có anh Lương, đã lên đường tham gia kháng chiến. Rồi nổi trôi theo cuộc trường kỳ binh biến chín năm; rồi hòa bình 1954 chia cắt đất nước; lại hai mươi mốt năm nội chiến Bắc-Nam. Tận, 1975 Lương mới có dịp *"Tiến chiếm Miền Nam"*, được gặp lại cảnh cũ người xưa. Bao năm lửa đạn, những đồi sim làng quê đã không còn. Những khoảng rừng còi hãy còn dấu xích xe tăng, lãng đãng những hố bom.

Chỗ bà con, vừa qua, anh có mời tôi dùng bữa cơm tại nhà. Tôi hiểu có thể nhân đó, cũng như bao người "Kách mệnh về già", Lương sẽ ít nhiều than vãn, biện bạch cho cái quá khứ riêng mình. Những "gia vị" của tuổi già, thường là hối tiếc, những thương tích tâm hồn.

Mời là bữa cơm, tới nơi thấy là một bữa tiệc khá thịnh soạn, đông người. Bàn có hoa tươi, bia lon, một chai rượu ngoại. Thực đơn có món khai vị, các món chính nhờ nhà hàng nấu sẵn mang tới. Tôi ngạc nhiên, bởi lúc này đời sống chung của dân chúng Miền Nam đang rất khó khăn. Rồi lại sực tỉnh, ồ, anh là kẻ thắng cuộc mà.

Tôi đùa:

- Bữa tiệc có vẻ của một ông quan nặng túi.

Anh Lương phân trần:

- *Tớ làm bữa tiệc này là để nhớ đến bà Bạc. Chú không nhớ chị Bạc của chú trong đám cưới với tớ năm 1954 sao?*

Một thoáng, tôi nhận ra anh đã chuyển cái từ "tôi", một cách cách xưng hô của người miền Trung, ra "tớ". Từ "tôi" sang "tớ", đã hao phí mất một nửa đời người.

Trong lúc đợi thêm bạn bè của anh, tôi ngồi trong nhà, chỗ phòng khách, uống một cốc rượu được mời trước, suy nghĩ mông lung về câu chuyện đã úa vàng, mà chị Bạc, vợ anh Lương thuở kia, là nhân vật chính.

II

Bác Chinh đặt tên cho cô gái út là Bạc. Cha tôi nhìn con búp bê kháu khỉnh tập bò, nói với bác Chinh, *"Con gái mà mang cái tên Bạc là không tốt lắm đâu. Bể dâu là mênh mông kiếp bạc."*

Năm mười tám tuổi chị Bạc trổ mã, đẹp người đẹp nết, là hoa khôi trong vùng. Chị may mắn hưởng một nền giáo dục kỹ lưỡng từ một gia đình nhiều đời có học. Chị ít nói, chịu đựng, giàu lòng thương người. Đặc biệt, là phái nữ mà chị ít nước mắt.

Thời kháng chiến, đời sống thiếu thốn, rất khổ cực. Con đường xuyên Việt bị đào phá để ngăn đường tiến quân của Pháp, đêm ngày không một bóng xe qua. Dân chúng không có cả xe đạp, mọi sinh hoạt đi lại đều cuốc bộ, cả những đoạn đường dài ba bốn chục cây số. Phần lớn đi chân trần. Không có giày da. Đúng là chân cứng đá mềm.

Một mớ vỏ ruột xe hơi được cắt ra làm những đôi dép râu. Nhưng vỏ ruột xe hơi tìm đâu ra. Dân chúng, chỉ loại nào "có máu mặt" mới vớ được một đôi dép. Giày da? Coi chừng chỉ buôn lậu, hoặc "quan hệ" với vùng thuộc Pháp mới có những ngữ ấy.

Thiếu nữ như chị Bạc, ngay trong ngày xuân, buổi lễ hội, cũng chỉ vận áo vải thô nhuộm màu chàm, màu tro. Thuở ấy, không ai bận áo trắng, lấp lánh dưới ánh nắng là rất dễ làm mục tiêu ăn đạn từ máy bay. Áo mới, vải trắng tinh cũng phải nhúng vào tro mà nhuộm. Tro, là tro bếp. Có khi nhuộm qua bùn đen, rất loãng, là ra màu xám.

Chị Bạc con nhà phú nông, trước kia không phải cực nhọc vì việc đồng áng, nhưng từ khi phân chia giai cấp, 1952, chị cùng mọi người trong nhà phải ra đồng ruộng cày cấy, để khỏi bị liệt vào hàng địa chủ. Với chị, sự lam lũ xem ra bình thường của con nhà nông đã trở nên rất khó khăn, trên đồi khoai, dưới ruộng nước mùa. Người thiếu nữ phải biết mộng mơ chứ. Nhưng cái tâm hồn thanh xuân, thời buổi ấy, chẳng lúc nào thơ thới, luôn là bãi chứa những lo toan, bất trắc, bao là những vụn vặt tầm thường.

Năm mười chín, không hiểu chị đã biết yêu ai chưa, nhưng một đêm nọ, bất ngờ gia đình làm đám cưới chị Bạc với anh Lương, lúc này Lương đã là một cán bộ.

**

Đám cưới thời khói lửa, chỉ là một nghi thức cho có lệ với làng xóm họ hàng, công khai một ráp nối gái trai. Lễ lạt rất đơn sơ. Không nhà hàng, chẳng phụ rể phụ dâu, không áo cưới, chẳng xe hoa đưa đón.

Để tránh "đội đầu" trái bom từ máy bay nện xuống, mọi sinh hoạt đông đúc như hội họp, chợ búa, cả lễ cưới của chị Bạc cũng vào ban đêm. Đêm ấy trăng rằm. Buổi chiều máy bay Pháp oanh tạc dữ dội gần đó – có thể đây là trận bom cuối cùng, trước khi hiệp định đình chiến được ký kết năm bảy tuần.

Mãi lúc tối sẫm, chợ Cũ Tam kỳ còn những đám khói bốc cao. Trăng cứ sáng, nhà cứ cháy. Người này chạy ra bờ sông gánh nước về tưới, kẻ kia chữa cháy là những chiếc gàu mo, kéo lên hối hả từ giếng nước mùa hè, gần như khô kiệt.

Một đám người thương tích ngồi rải rác, chờ cho máu từ từ đông cục, chờ thịt da bớt nhức buốt. Rất khan hiếm thuốc tiệt trùng, băng bông, không thuốc trụ sinh. Những vết thương nhẹ thường được chữa trị bằng cách đắp lá rừng, bôi vôi, hoặc trật cu đái trực tiếp lên, để rửa sạch, tan máu.

Đất nước vừa thoát khỏi cuộc u mê là bản dân nô lệ tám mươi năm. Gần với núi rừng cứ tin núi rừng là nơi chốn thần linh. Lá, rễ cây là thuốc tiên. Ông táo bình vôi cũng gần gũi rất mực. Trẻ con bị bịnh quai bị, má, cổ sưng vù. Cứ dùng vôi ăn trầu pha với bù hóng [một loại khói đen lâu ngày kết tụ trên giàn bếp], bôi lên chỗ sưng tấy, dăm ba ngày là khỏi bệnh. Chính tôi thuở bé, cũng được mẹ tôi chữa bịnh quai bị, duy nhất, là cách này. Lại tránh được di chứng bị teo tinh hoàn, hòn dái ấy mà!

Dân quê chúng tôi sống quanh những miếu đền linh thiêng, chừng thánh thần có truyền đạt, đã nhất mực tin rằng nước đái có "khả năng sát trùng''; trong "quá trình chữa trị" nước đái làm cho tan máu bầm, bớt đau nhức. Lại như khói thuốc lá diệt được vi trùng lao phổi. Có thí nghiệm rõ ràng. Cứ treo một giống gì như cá khô lên giàn bếp, nhờ khói, chẳng có con vi trùng vi khuẩn nào, dù khổng lồ tới đâu, cũng không thể làm thiu thối, phân hủy được cá đã treo. Lá phổi một anh người, nếu thường trực đặt trên giàn khói thuốc lá, vi trùng lao sẽ bị tận diệt.

**

Sau buổi chiều lửa bom, chị Bạc mặc chiếc áo trắng *tay phồng* -

một kiểu áo thịnh hành của các cô gái thời ở liên khu. Để góp vui, đám cưới có một ban nhạc, gồm những anh em quen biết. Đây là thời thiếu thốn trăm bề, nhưng không thiếu tiếng đàn ca. Thanh niên thiếu nữ hát khi hội họp, khi trên đường đi phiên chợ khuya, trong đình làng, đêm trăng sáng mùa hạ, cả đêm tối trời trong cái hiu hắt lạnh mùa. Hát cho đỡ đói.

Đám cưới là tiêu biểu cho sự nghèo nàn. Bánh vuông bánh / tròn / méo toàn làm bằng bột khoai, bột bắp, bột sắn pha đường đen Quảng Ngãi. Bánh để trần hoặc gói bằng lá chuối, lá dứa; hoặc được nướng bằng than bếp lò, lúc ăn còn nghe mùi rơm khói.

Hai giờ sáng đám cưới xong. Mãi lúc cái sao Trường canh rờ rỡ giữa đỉnh trời, có người về lo sắm sửa đi chợ, có người chuẩn bị đánh trâu ra đồng. Cày ruộng tới lúc mặt trời lên thì thôi cày, cho trâu bò vào rừng / rẫy, tránh máy bay oanh tạc.

Tôi đánh đàn trong ban nhạc góp vui cho lễ cưới. Trăng khuya sáng tỏa. Lúc trở về, khi băng qua một khu vườn hoang cỏ cây rậm rạp, chợt nghe có tiếng con Ngôi rên rỉ. Rừng đêm phía sau làng gió nổi. Con Ngôi bị rắn độc cắn.

Mặt nó tái cái cách thần chết đang dụ dỗ. Cây sầu đông phủ bóng trên một khoảng vườn trắng mờ. Để ngăn chất độc ngấm qua chỗ khác và giảm chảy máu, chú Thực lấy cái dây thừng loại nhỏ bó thật chặt, ngay trên đùi vế con Ngôi, quanh vết rắn cắn.

Chị Bạc hoảng hốt bế con Ngôi vào nhà. Máu từ vết thương Ngôi thấm trên cánh tay áo cưới của chị. Không là áo dài, chỉ chiếc áo ngắn, nhuộm màu tro. Lễ cưới, đêm tân hôn của chị Bạc, là như thế.

III

Sau tiệc cưới không bao ngày, anh Lương ra đi. Nói rằng, Lên đường chuẩn bị tập kết ra Bắc theo hiệp định Geneve.

Những đồi rừng xanh ngắt những lá. Đập nước Đồng Dâu hàng dương xanh rì vào mùa nước dâng.

Một buổi sáng, chị Bạc tiễn Lương lên đường. Anh theo đường bộ vào Bình Định, vùng tập trung để chờ xuống tàu thủy ra Bắc. Chị tặng anh một chiếc khăn tay có thêu hai cái tên Lương-Bạc. Đường chỉ thêu nắn nót hình trái tim màu đỏ nơi góc khăn.

Vải khăn loại thô thiển từ máy dệt tay, vùng thôn dã. Những loại vải nhỏ sợi, đẹp đẽ, bóng láng mang các nhãn hiệu Thượng-Hải, Bom-bay, chỉ có ở những vùng Quốc gia – có mặt cả quân đội Pháp.

Quà tặng quê mùa này thịnh hành trong thời kháng chiến. Thời thiếu nữ bôi dầu dừa lên tóc cho tóc mượt, các mẹ gội đầu bằng nước bồ kết. Che mưa bão bằng áo tơi chằm lá, chưa hề ai thấy một cái áo mưa ni lông [nhựa]. Đánh răng, bàn chải là miếng xác cau khô với bột muối mặn. Xà phòng liên khu V dùng vài ngày là nó chảy ra thành một loại hồ sền sệt. Cả làng xóm mỗi vài tháng mới nghe được một bản tin, từ cái radio gọi là "chiến lợi phẩm cao cấp", do cán bộ Tiêu ghé thăm làng. Mà hình như pin yếu hay cái máy bị cảm cúm sao đó, nó phát âm vừa nhỏ vừa như người trúng gió khản tiếng.

Lúc chia tay, trên bãi đất đầy rêu trong lòng tháp Chàm Hòa Mỹ, anh Lương bảo chị tặng luôn cho anh chiếc áo ấm chị đang mặc, *"Để giữ cái hơi, nhớ cái mùi của em trên đất Bắc."* Bầu trời nhiều mây. Gió se lạnh. Bầy cò trắng quen thuộc vẫn vần vũ ở bãi nước bên kia cánh đồng nhỏ. Chị Bạc nắm bàn tay Lương rất chặt. Chị không hề khóc như các cô gái khác. Lương nói:

- Hai năm nữa anh về. Hãy đợi!

**

"Hai năm nữa anh về." Ấy là cái thời, vào buổi chiều cha tôi từ thị trấn Hà Lam trở lại nhà. Vừa tới cửa, chưa kịp tháo cái xắc mang vai ông la lớn: "Hiệp định Geneve ký kết rồi. Hòa bình rồi, hết chiến chinh rồi."

Cha tôi, con người chín năm lửa đạn, khuôn mặt luôn thiếu thịt, chỉ đôi mắt sáng quắc, nụ cười luôn là thể hiện nỗi đời bâng khuâng.

Xóm làng cuối mùa chinh chiến, nhận cái tin ngưng chiến với nỗi mừng chưa tắt, mọi người chợt hiểu ra một điều chẳng vui:

"Ngưng tiếng súng, chia cắt đất nước ra làm hai, sông Bến Hải là giới tuyến giữa hai bên, là chuyện có thực. Hai thế lực đối kháng tập kết về mỗi miền, để chờ một Ngày Thống Nhất Đất Nước, hai miền

Bắc-Nam sẽ hợp một. Trên văn bản ký kết là hai năm sau. Nhưng mọi người ai cũng biết, cứ xung khắc này, khó mà hợp nhất trong một giải pháp hòa bình.

Từ nay, phân ly sẽ còn lâu dài, là không thể chối từ. Một toàn diện đổi trắng thay đen trong xã hội mới, giữa lòng người với nhau sẽ là một hiện tình. Đứa con ra đi, người chồng tình nghĩa ra đi, khi trở lại, nếu họ muốn chiến thắng bằng súng đạn, họ sẽ là kẻ ngoại xâm".

IV

Thời chiến tranh Việt Pháp, lãnh thổ Việt Nam hình da beo. Một tỉnh có khi chia hai, vùng Việt Minh, vùng Tự do. Nay rạch ròi, miền Bắc là Cộng sản; Miền Nam, Cộng hòa. Ai về hẳn phía nấy.

Sự phân chia này đẻ ra một thời kỳ mới. Một toàn diện đổi trắng thay đen trong xã hội, nơi các vùng *"Bên này rút đi, phía kia đến tiếp thu".*

Cả một vùng dân cư, hôm kia Cờ-đỏ-sao-vàng, hôm nay hóa ra một cõi trời phấp phới Cờ-vàng-ba-sọc-đỏ.

Hơn tháng trước, quanh đây, những người lính ốm o, trang phục đơn sơ; không có giày mang, chỉ là đôi dép; nón trên đầu luôn cắm chùm lá rừng ngụy trang; ăn khoai luộc chấm muối; áo quần bận trên người hai ba hôm mới giặt nước giếng, không xà phòng; để giữ bí mật trong quân kháng chiến, sĩ quan không ai mang cấp bậc, vai áo trần trụi như người lính bình thường.

Hôm nay quân đội Quốc gia đã có mặt. Sao mà, quân phục họ sang trọng, quân hàm trên vai bóng loáng, hàng ngũ bài bản, sớm mai nghe tiếng kèn "mu-díc" đánh thức nổi vang trong đồn; sáng điểm tâm bánh mì pa-tê, xúc xích, mùi cà phê thơm lừng.

Chín năm dân dã mộc mạc, chỉ với mùi hôi của nhau, mùi rơm rạ, lá khô, mùi trâu mùi bò gà heo vườn mẹ, may lắm cái mùi hoa rừng, cái đạm bạc đồi sim. Cả thảy đám lỗ mũi dân quê chừng câm điếc với loại "mùi khoa học". Nay, trong nắng trong lành, hơi làn gió quê đã thoảng những mùi quyến rũ. Bọn lỗ tai lỗ mũi này chừng bừng tỉnh. Rất thính, nhạy vô cùng với mùi thơm, tiếng lạ.

Có người xức chút dầu thơm, thoa cục xà phòng thơm khi tắm chỗ bờ giếng, là theo gió, đầu làng cuối xóm đã nghe mùi. Có cô gái đã ngửi mê mẩn chiếc khăn thoảng mùi nước hoa. Có chị chạy từ bờ giếng nước, tới chỗ "các ổng" uống cà phê để...ngửi cái mùi thơm lạ. Cả một thế gian chênh vênh cái thần thái, bâng khuâng cuộc đổi đời.

    **

Ông thiếu úy Phì vào chiều hôm, ngồi bên cái radio, một chai la-de [bia], môi phì phà điếu thuốc, mở đài Phát thanh Pháp Á. Một bọn người quê mùa *"Sống trong vùng bị bao vây"* bấy nay đói tin; từ vườn chiều bên kia, dù âm thanh đã xa tít, nhưng ai nấy dừng mọi hoạt động của tim gan phèo phổi, để tai lắng nghe bản tin. Giọng người đọc tin êm đềm, nhẹ thoảng trong gió chiều.

Qua đài Bá âm BBC tận bên Anh quốc, ai nấy biết một thế giới bên ngoài ăn ngủ ra sao, rất tỉnh táo hiểu rằng từ nay mình đã, đích thực có hai cái lỗ tai của một con người. Rõ ràng còn cái lỗ miệng của một con người. Có thật, và cầm chắc, bọn ấy, bọn tai mắt mũi họng ấy, rất hạnh phúc, vì từ nay, *"Được tự do nghe tự do nói"*.

Nhưng trần gian còn những đổi đời cũng rất dễ... "Chết mẹ mày". Đến con cọp trên non cũng biết lạnh xương sống. Mới tuần qua, cả làng xã, cả bọn con nít trần truồng, lão già thở dốc, đều lắm mồm: *"Bác Hồ kính yêu, đêm qua cháu mơ thấy Bác"*, nay Quốc gia rồi, hả mồm ca ngợi cái lão già mắc dịch, là a-lê, là tức khắc đút cái cần cổ vào sợi dây thừng, *"Tao treo cổ mày lên xà nhà"*.

    **

Buổi giao thời.

Quốc gia tự do, quốc gia có nhân từ, bác ái, mở lòng, nhưng Quốc gia cũng thừa sự tàn nhẫn tuyệt đối, dành cho những ai không là "Quốc gia" với mình.

Ác nhơn, cái chính kiến nó bèo bọt nổi trôi theo phận người, là vi trùng lớp lớp trong não thùy, nó ăn dần xương máu. Bên mô cũng rứa. Là triền miên bao năm, trong cộng-đồng-người đó đây, cuộc sống gọi rằng mỗi bên ấy, chẳng thấy đâu một giống nòi thuần nhất.

Lịch sử sao oái oăm! Trong cõi Không-đội-trời-chung ấy, năm

chầy tháng chẵn, từ phố thị tới làng quê, luôn là một xã hội, ít nhiều, lẫn lộn Xôi với Đậu. Một thằng người, hai mắt toàn đỏ huyết. Một anh hiền hòa tươi sáng, hai con mắt vàng ròng. Cùng một vùng thôn dã, lũy tre làng. Dưới chung một ánh đèn phố thị. Lại một lũ nửa nọ nửa kia, khuôn mặt một con mắt này Nam, con kia Bắc; nhìn gà hóa cuốc. Một bọn lé-tư-tưởng.

**

Thế rồi, lịch sử đời kiếp, hóa là một xã hội, có khi, phải bất đắc dĩ sống chung chạ. "Nào cạn ly, thân ái". Hóa ra anh Quốc gia mời nhầm *anh-giả-dạng-quốc-gia*. Miền miền, làng xóm, nhà nhà, đã âm thầm tạo ra một giống-nòi-xôi-đậu.

Dù đi khắp thế gian trầm luân vẫn, hễ có xôi, là có đậu. Chừng Mẹ Âu Cơ đã nấu cho con cháu một nồi xôi hoang mang, hoang mị như thế.

Sự trà trộn, lót ổ là khó loại trừ. Vẫn lén lút cặn lắng đâu đây. Như chí rận trong người. Như cánh đồng xanh lúa, đã nham nhở vài đám sâu rầy. Có khi sâu rầy lột sạch màu xanh một cánh đồng.

Thì ra, trong gió ngàn nắng mai, thỉnh thoảng ta nghe, một câu thơ cà chớn để vịnh cái sự đời, "*Xôi đi đậu cũng theo cùng / xôi xôi đậu đậu khó chung một trời*"

Nghịch lý đeo đẳng. Oan khiên là phải trả như nợ nần. Tội lỗi có khi vô hình, mà cùm gông là luôn có thật.

V

Có lẽ hôm lên đường ra Bắc, Lương không nghĩ rằng chị Bạc đã có thai, mang giọt tinh huyết của mình. Tất cả, một vội vã, bất ngờ. *Một thi hành cho hoàn chỉnh chính sách nhà nước đã quy hoạch.*

Hai năm đã trôi qua. Không có hiệp thương như trong hiệp ước nghị hòa. Năm năm. Mười năm. Chị Bạc tròn ba mươi. Chị đặt tên thằng nhỏ con của Lương là Vọng. Một Nỗi Chờ. Chị vẫn sống mỗi mình, dù bao nhiêu người săn đuổi, tỏ tình.

Chỉ vừa năm năm sau cuộc chiến tranh Việt – Pháp, Miền Nam,

chế độ Cộng Hòa, đã mau chóng ổn định, dân tình hiền hòa, xã hội phát triển mạnh mẽ. Những tàn phá, hủy hoại từ hậu quả chiến tranh, đã mau chóng được phục dựng. Đường sá cầu cống, nhà thờ đình chùa, đến những dinh thự, công trình mỹ thuật đã được trùng tu, phục dựng như xưa, hoặc tốt đẹp hơn xưa.

Trong khí hậu an bình, thấy chị Bạc còn rất trẻ, bà con muốn chị Bạc "lấy chồng". *Em ạ, đám cưới kia của em, cũng như bao cô gái, chỉ là chúng ta bị giăng cái bẫy. Chỉ là những con chim trong lồng. Người khóa cửa lồng đã /đang ở tận phương Bắc, biết thuở nào về.*

Có những quan chức muốn đến với chị Bạc. Có rất nhiều quyến rũ, và đương nhiên chị cũng cần một thực tình muốn được yêu thương. Nhưng chị vẫn một mình. Chị hiểu, *"Tôi đã có Vọng"*.

**

Vọng khá khôi ngô, cao lớn, học rất giỏi. Chị dạy con có phép tắc, mẫu mực, nên Vọng có một cái nhìn về đời sống khá rành mạch, can đảm và chịu đựng trong hoàn cảnh côi cút. Càng lớn khôn Vọng hiểu rằng anh đang thụ hưởng cái chữ nghĩa, văn hóa, lý tưởng rất thù nghịch, trái ngược với những gì cha của anh đang lấy nó làm lý tưởng sống để "Tiến về Nam". Vọng hiểu rằng anh đang phải hòa đồng trong một xã hội đang lên cò súng để truy sát tìm diệt người cha tên Lương.

Vọng học xong trung học chị Bạc cho con vào đại học, lo sao cho con được hoãn dịch. Chị tìm cách trì hoãn việc vào lính của Vọng. Chị sợ trận mạc, nơi cha con có khi sẽ gặp nhau.

"Những người cùng cốt nhục đều phải giết nhau để tìm thấy Con Đường cho riêng mình."

Chị Bạc hiểu rằng không thể có một tái ngộ nào êm đềm trong thế sự này, giữa cha con, bằng cái bắt tay thân ái, bằng ngôn ngữ giao tình cho một hòa hợp.

Sao mà buồn vậy chị. Buồn quá vậy em. Nỗi buồn hiện hình là máu trong trận công đồn đêm qua.

Thỉnh thoảng chị Bạc về thăm quê. Chị một mình lên đồi xưa. Một mình trong nắng quê nhà. Man mác rừng sim Nổng Ông Tào. Sông Đồng Dâu dưới kia chìm trong những hàng dương chiều. Chị

Bạc rất nhớ. Cái nhớ là mây lơ lửng trên kia.

Chị ngồi bãi cỏ. Mông lung là những phiên chợ đêm thời kháng chiến, dĩ vãng xôn xao tiếng người, loáng thoáng ngọn đèn bão; ngày tản cư, lúc vượt qua cánh đồng trống chợt thấy xa kia là ánh hoả châu, hướng Thanh Ly, Trà Nhiêu, những con mắt thần đêm. Quân Pháp đã tấn công tới đó rồi.

Chị nhớ lắm những ngày tản cư. Buổi chiều mẹ cõng chị đi bộ qua đường đèo Tư Yên, cơn mưa núi mù tăm. Nhớ căn nhà tranh nhỏ nhoi dưới chân núi Phụng. Buổi sáng thức giấc cùng sương núi, đường làng còn dấu chân con heo rừng. Từ triền núi cao vùng tản cư, trưa trưa nhìn về vùng trung du, những chiếc máy bay oanh tạc, trong nắng xa, những đám khói nhà đang cháy. Quê hương đâu có mênh mông, nỗi đau đang rất gần nhau.

Chị thả bộ một mình trên đồi. Mộ ông cố của mình đây. Chị ngồi chỗ thành mộ đá ong. Đá ong nâu đen màu tháp Chàm. Gió nồm đang thổi. Có mây trên kia. Hoa dại, đồi vắng. *Có thực là tôi không cần một người tình mới, vì đã lưu giữ trong tôi một anh Lương? Hay tôi nên sống mỗi mình cho trọn tình, mẹ chiếc con côi với đứa con, là Vọng.* Ranh giới này bắt đầu nhòa dần. Càng năm tháng càng mất dấu. Như cái giới tuyến 17, cầu Hiền Lương, sông Bến Hải, chia đôi Nam-Bắc, càng ngày càng mất ý nghĩa chia đôi. Nhân danh một phía này, để một phía kia đang dần chết.

Chiều hôm. Chị muốn quay về. Nỗi nhớ bảo chị ở lại. Lâu mới về thăm quê. Hãy ngồi lại trên đồi này. Hãy ngồi xuống đây. Cùng ai đây?

Càng về tối mùi hoa dủ dẻ càng thơm. Màu đỏ rực của hoa bông trang càng hóa ra cái phận người bé mọn đang rực cháy. Gió rừng chiều hắt hiu. Chị nhớ những ngày cha mẹ từ núi rừng tản cư trở lại làng cũ. Căn nhà bỏ hoang từ nhiều năm tháng, vườn tược đầy cỏ dại lá vàng. Buổi chiều mẹ đốt đống lá khô. Khói bay ngơ ngác. Tuổi thơ trống trải. Đồng quê chỉ những đàn cò trắng, nước mùa đông trắng. Mỗi lòng người, như chị chiều nay, một vết thương không rõ thương tích. *Vì sao đau. Vì sao buồn tủi. Anh Lương ở đâu trong ấy. Rồi chị lại kinh ngạc, quả thực anh cũng huyễn hoặc, anh đã mất tích trong đời chị.*

**

Chị từng nói với bóng tối, nói với người nghe là chính mình:

"Lương phải mất tích. Vì những vách ngăn giữa quá khứ và hiện tại không mơ hồ. Nó vang động trong tiếng máy bay gầm rú, trong tiếng đạn pháo từ ngoại ô rót vào thành phố, nơi những hình ảnh đáng rùng mình, khi những xác người bỏ lại trên đường phố, ngay trong những ngày Tết thiêng liêng. Những xác gầy khô.

Có thể những chiến binh ấy đã chết dần mòn, trước khi ra trận. Họ đã chết từ trong lò tư tưởng, trước khi bước tới chiến trường. Họ rất mù lòa khi phải dò tìm từng con đường lạ trong thành phố đang lửa đạn. Họ ra mặt trận, vừa vì mũi súng kẻ thù trước mặt, vừa cả những cưỡng ép khét lẹt từ sau lưng. Đó có thể là anh Lương nạn nhân, những tên Lương, đã trở về trong tháng ngày chị mong đợi.

Chị đã từng tâm sự với lược gương, hai mươi năm, bọn chúng, bọn lược gương chăn gối, cũng có tâm sự riêng mình:

"Anh Lương trong đời tôi, phải là người lương thiện, yêu chuộng hòa bình. Anh không thể nhân danh anh hùng, chỉ biết dùng súng đạn thay Tiếng Nói; dùng xác người lót đường, miên man, dằng dặc cho một cuộc trường chinh. Lương không thể là một hình nhân câm điếc".

VI

Thời gian, là tiếng máu vút bay.

Mùa hè 1975.

Trên miền đất Cộng Hòa.

Con đường đất nhỏ hẹp thời kháng chiến nay đã mở rộng, tráng nhựa láng. Nhà thờ thời chống Pháp bị đập tan nát, sân vườn dùng làm nơi phơi rơm cỏ, nay được xây dựng lại đẹp đẽ. Tháp chuông ngân nga trong chiều.

Chiều ấy, có một người đàn ông đứng yên trong chiều. Ông ta nhìn cái gác chuông cao, nghe ra hồi chuông cuối ngày trong cái bóng vàng sót lại từ giáo đường.

Người đàn ông chân dép râu, đầu nón cối, vai ba lô, áo kaki bạc màu, tầm mắt kín đáo, ngẩn ngơ nhìn xóm làng những màu tranh lá cũ năm xưa, nay nhiều màu ngói lấp lánh trong nắng.

Một bọn nhóc mới lớn, không biết ông Lương là ai, chỉ thấy có một người rất lạ lẫm trở về chốn quen biết, trong khi những người bà con bọn nó lại vội vã bỏ nhà cửa tài sản xe cộ mồ mả tổ tiên để nhất mực "Bỏ nước ra đi".

**

- Mời anh ngồi.

Chị Bạc kéo chiếc ghế và mời.

Người đàn ông tháo chiếc ba lô, lấy cái khăn nhàu cũ màu vàng bùn, lau mặt, lau cần cổ. Rất tự nhiên mở cúc áo lau hai cái nách mồ hôi. Một cái nhảy mũi. Ông vội dùng cái khăn che mũi, lau qua, rồi vội vàng nhét cái khăn bẩn vào túi quần.

Ông đảo mắt nhìn quanh, đôi mắt có khi nhìn nghiêng, hoặc cụp xuống, nghi hoặc. Khuôn mặt ông tái gầy, làm cho cái miệng nhô ra như bị răng hô, hai lỗ tai vểnh kiểu tai chuột.

Chị Bạc quan sát người đàn ông đang ngồi đây mà hai mươi mốt năm trước đã nhận chiếc khăn tay và chiếc áo ấm kỷ niệm chị trao. Chị nhớ rất rõ khuôn mặt trẻ trung thuở ấy. Đấy là thời xã hội còn di sót ảnh hưởng của giai tầng trí thức tiểu tư sản, thời của lãng mạn. Dù chiến tranh gai lửa, đời sống bị vây khốn mọi mặt, nhưng vẫn rất nhiều con người còn "Hình bóng con người".

Bây giờ sao anh khác xưa đến vậy.

Xa cách bao nhiêu năm, nay gặp lại nhau, lẽ ra phải có một cái ôm nồng nàn, những giọt nước mắt mừng vui ngày tái hợp. *Xin tạ ơn trời có buổi hôm nay*. Nhưng một bức tường đã ngăn. Đã rất đỗi lạ lùng, tương phản.

Chị Bạc, một tiếng thở dài.

**

Trong lúc chị Bạc mơ màng hồi tưởng về một anh Lương thuở nọ, thì một thanh niên đi đâu đó vừa trở về. Cậu ta dáng vẻ thanh tú, mái tóc rất dài, mắt sáng, một hàng ria mép vừa nhú xanh. Cậu cúi chào người đàn ông đang ngồi đối diện với mẹ mình. Bất ngờ Lương nhìn người thanh niên với một vẻ bất bình. Cho là một thằng cao bồi, rất gai con mắt, nên ông thịnh nộ:

- Mới oắt con đã để râu mép. Lại tóc dài!

Chị Bạc nói nhỏ nhẹ:

- Thằng Vọng, con của anh đó.

- Là con của tôi thì tức tốc đi cạo ngay hàm râu mép, cắt phăng ngay mớ tóc thổ phỉ ấy đi!

Gã thanh niên nhìn cái người mà mẹ cậu bảo là cha của mình, cậu tức thì trả lời:

- Tôi không là thổ phỉ.

Cậu quay vội ra ngưỡng cửa, một mạch ra khỏi nhà.

**

Vừa kinh ngạc, vừa bần thần, chị Bạc nói với anh Lương:

- Mới mẻ quá. Giữa anh và thằng Vọng tuy cha con nhưng hãy còn nhiều khoảng cách. Mong anh hiểu, tôi không hề dạy con tôi làm thổ phỉ.

- Thế là cái gì ?

Cuộc đối thoại có lửa đốt để trở nóng. Chị Bạc nhìn thẳng vào con người hai mươi mốt năm mới gặp lại nhau, người cha của con trai mình, chồng mình, chị nói:

- Vòm trời này có là quỷ ám nhưng con tôi không hề là thổ phỉ. Thời thế này bao là bàn tay đẫm máu tội lỗi, nhưng bàn tay con trai tôi chưa hề. Anh đã vội vã xúc phạm.

Lương vẫn xẵng giọng, như một thủ trưởng:

- Đây là một cái lệnh. Không có gì là xúc phạm.

Một giọng chậm rãi khá rõ ràng:

- Nếu anh không hiểu xúc phạm là gì, thì anh nên xem lại cái quyền được hay không được ra lệnh. Tôi xin nhắc lại, nó chính là đứa con của anh. Nó là kết hợp giữa tuổi trẻ trong sạch của tôi với anh. Từ bé tới nay con của tôi chưa bao giờ bất hiếu với mẹ, và chưa hề phạm một tội lỗi gì với xã hội. Hiện nay thằng Vọng đang học năm thứ ba trường Đại học Y khoa Sàigòn.

Lương hiểu phần nào phản ứng của người vợ cách biệt hơn hai mươi năm. Ông ta hơi mềm giọng:

- Tôi bảo nó đi hớt tóc cạo râu. Cho xong tàn tích. Sau đó mới tính chuyện cha con.

Chị Bạc cười mỉa:

- Chẳng có gì gọi là tàn tích trong cái nhà này. Chẳng có gì gọi là xấu xa, tàn tích trong cái xuân xanh, tươi đẹp của con trai tôi. Vọng chính là đứa con duy nhất của tôi.

- Nhưng cái Miền Nam này là một tàn tích xấu xa...

Chị Bạc gằn giọng:

- Tôi không đủ trách nhiệm bênh vực cho Miền Nam. Nó đã thừa những hãnh diện để không cần ai phải ra công bênh vực. Từ nay anh sẽ sống nơi này, nếu anh muốn sống, rồi anh sẽ biết Miền Nam là như thế nào.

Cùng nhìn mặt nhau, mỗi bên giờ đây đã rất tiết kiệm sự vồn vã, thân ái. Sự tái ngộ này được vay trả với một cái giá rất đắt. Như là một đoạn tuyệt nhau trong gặp gỡ.

**

Hôm trở về Bắc, Lương có mấy thùng quà tặng từ chị Bạc. Đồng hồ đeo tay, radio, quạt máy, ly tách uống trà, chén đũa, những thực phẩm đóng hộp. Cái đáng giá nhứt là một chiếc xe honda. Chừng như món gì anh cũng thiếu, cũng cần, chị luôn sẵn sàng cho. Anh cũng tỏ ra lịch sự, những là giao tế hão ngay với vợ xưa của mình, rồi sau cùng, anh quơ tất.

Chị Bạc thấy có một điều khó hiểu, là tại sao Lương phải 'Trở về Bắc", nhưng chị không muốn hỏi. Phần lớn cán bộ, bộ đội miền Nam tập kết ra Bắc, nay trở về, bọn họ đều ở lại làm việc trong Nam.

Lương như hốt mớ của của chị Bạc, rất hồ hởi, anh nào hiểu là của bố thí.

Tàn cuộc một bi kịch, một Miền Nam hứng chịu bao tan thương, chị Bạc đã hiểu, đã rõ thấy. Những ngày chạy loạn vừa qua, sự đổi trắng thay đen đến cửa nhà tan nát, của tiền có đó mất đó, thân thuộc chia lìa, kẻ ở người đi, nào ai mang theo được gì. Chế độ mới, gia sản này của chị ai cướp đi cũng được, ngay cả Lương. Lương cướp ngày cũng được. Biền biệt cái tình nghĩa vợ chồng. Đã xa lắm với người từng đầu ấp tay gối.

VII

Vào một buổi chiều tháng mười, một câu chuyện ngộ nghĩnh, như chỉ có ở kịch diễn ra trên sân khấu, đã xảy ra nơi nhà chị Bạc.

Từ bến xe dẫn vào nhà chị Bạc, một phụ nữ hãy còn rất trẻ, tay xách nách mang một cái ba lô bự, áo quần màu chàm thô, sờn cũ nhưng gọn gàng. Chạy lon lon theo sau là một thằng nhỏ độ tám chín tuổi. Cô ta vừa đi vừa hỏi tìm nhà chị Bạc. Qua cách giao tiếp, người ta hiểu, cô là gái Bắc, rất xinh đẹp, lanh lợi, bạo gan.

Tìm, tới được nhà, đứng ngay bực thềm, cô ta hỏi chị Bạc:

- Xin lỗi đây có phải nhà bà Bạc, vợ của ông Lương không ạ?

- Vâng, tôi là Bạc đây. Xin lỗi cô…?

- Em tên Yến…cho em vào nhà uống miếng nước cái đã. Em mệt nhoài người đây. Thằng nhỏ con em muốn xỉu rồi.

- Nhưng mà cô là ai?

Cô gái đến từ miền Ngoài trả lời ráo hoảnh:

- Cũng như chị, em là vợ anh Lương. Vợ chính thức, đàng hoàng. Thằng nhỏ đây là con anh Lương. Con đàng hoàng, chính thức.

- Trời đất ơi…!

Không chờ ai mời, Yến đi thẳng vô nhà, đặt ba lô xuống, ngồi tự nhiên, nhìn quanh nhà, đầy vẻ thán phục sự giàu sang của chị Bạc.

Rất ngỡ ngàng, chị Bạc cố giữ bình tĩnh.

- Mời cô ly nước.

Khách lạ ực cái gọn. Nhìn chằm chằm cái ly thủy tinh trong vắt, cô áp cái hơi đá lạnh lên gò má ửng hồng. Lại trầm trồ, Mát nhỉ.

Chị Bạc liếc nhìn Yến, nhủ thầm: "Quả là gái vừa xinh lại vừa đáo để."

Yến móc trong ba lô ra một cái khăn nhàu cũ, định lau mặt cho thằng nhỏ, lại chợt nhận ra một điều tế nhị, sợ xấu hổ, cố nhét lại ba lô. Yến nhìn chị, cười nhẹ như đã từ lâu thân thiện, cô nói:

- Chị cho em cái khăn ngon lành hơn nào. Bảo người nhà dầm nước đá cho mát nhé.

Yến lau mắt, mặt cho thằng nhỏ. Ngực, lưng. Trật luôn quần thằng nhỏ, lau cu dái.

Vừa lo cho thằng nhóc, Yến vừa nhìn quanh phòng. Lại nói:

- Những thứ máy móc tân tiến, ly tách sang trọng, cả xe máy quạt máy này, bao chục năm không thấy, mà em thấy. Vào Miền Nam, mấy cha khuân về đủ loại. Cái được trong này bà con thương tình cho, cái cướp cạn mang về.

Chị Bạc đi một chiêu đãi bôi:

- Cách mạng chân chính làm sao có cái trò cướp cạn?

- Ôi dà, mấy bố còn truyền tin nhau, không những cướp vặt mà đớp gọn cả cái nhà, cái biệt thự to tổ bố. Nghe nói người người trong này bỏ đi di tản, nhà vô chủ nhiều lắm. Phần chính quyền ép buộc dân ngụy quyền đi kinh tế mới lấy nhà. Mấy cha truyền tai nhau ào ạt vào Nam. *"Tiến vào Sài Gòn ta chiếm nhà mặt tiền"* mà chị. Vài bữa em với anh Lương cũng vào.

Chị Bạc cắc cớ hỏi:

- Định vậy sao không cùng Lương vào?

- Chả đang bể đầu. Cũng tại vì cái honda chị cho đấy. Xe mang về Hà Nội, chả tính biểu diễn cho bà con xem một đường lả lướt. Bấy lâu toàn ngồi xe đạp rùa bò. Nay xe máy nổ. Lại chưa rành, không làm chủ được tay lái, xe mang chả phóng vong mạng, leo lề đường, lao vô bờ tường cái rầm. Toé máu đầu. May chưa bể sọ não.

**

Trong lúc chị Bạc còn bàng hoàng thì Yến chừng sợ để lâu sinh chuyện, nên lợi dụng ngay giây phút đầu tiên ấy. Cô nói gọn gàng, nói với chị Bạc mà ngon xơi như nói chỗ không người:

- Chị yên chí, chị lớn. Không có gì bức xúc, cao trào bùng nổ giữa chị em chúng ta đâu. Ra ngoài ấy nhiều năm, anh Lương cô đơn, cần mái ấm gia đình, anh ấy và em thành vợ chồng cũng là chuyện hợp tình thế, thuận cái lô-gích. Mà em không lấy anh Lương thì "đoàn thể" cũng bảo lấy. Mấy cụ lớn chỉ thị lấy thằng chồng nào mụ vợ nào, thì phải đớp vào đấy.

- Chao ôi …!

- Hòa bình rồi, anh ấy gặp lại chị cũng là điều mừng vui, lô-gích thôi. Hoàn cảnh trớ trêu là do thời gian lâu dài nó gây ra, là do không gian chinh chiến nó tạo dựng. Chẳng tại chị chẳng vì em. Chỉ một cái sai tệ hại là anh Lương đã yếu bóng vía, lúng túng trước hoàn cảnh. Anh ấy tồi. Mà thằng chả tồi từ lâu. Đã giấu nhẹm sự việc đối với em.Và, tại sao chả không nói thẳng với chị là đã có thêm một người vợ ngoài Bắc. Vì sao? Vì sao chị biết không?

Chị Bạc mệt mỏi:

- Vì sao! Làm sao tôi biết vì sao?

Yến nói như để ói ra một uất ức dồn nén:

- Vì chúng tôi đã quen dùng cái dối cái giả để che đậy những sai trái riêng mình. Chúng tôi luôn đối xử với nhau thiếu sự thành thật lẫn chân tình.

Chị Bạc ngồi lặng người, sững sờ. Chị giận anh Lương bao nhiêu lại thương cho hoàn cảnh, thương con người không thiếu phần thiệt thòi, đang ngồi trước mặt mình, bấy nhiêu. Chị Bạc lại ngây thơ hỏi:

- Nhưng làm sao cô rõ đường đi nước bước mà tìm tới đây?

- Ối dà. Đường đi nước bước ấy à? Nó ở cửa miệng của mình chớ đâu.

Chị Bạc nói nhỏ nhẹ:

- Tới xứ xa người lạ thế này cô Yến không sợ tôi đánh ghen à?

- Không có chuyện vô lý như vậy chị ạ. Ta phải bắt đầu giải

quyết cho hợp lô-gích mà thôi.

Một thoáng cô Yến bất ngờ nói, giọng nhuốm một ít buồn bã:

- Chị ạ, em tin là chị chẳng còn ghen tuông gì cái anh Lương nhà quê lẫn lỗi thời. Cái tình thế đã tạo ra bao nhiêu chênh lệch. Tạo ra chia lìa, khó hòa hợp. Tạo bao nhiêu điều tệ hại để ghét bỏ, coi thường, khinh rẻ nhau, ghen tuông cái nỗi gì.

Chị Bạc chậm rãi:

- Vì đâu cô có cái kết luận chắc nịch như vậy?

- Hai nghìn cây số từ ngoài ấy vào đây em hiểu.

- Hiểu gì?

- Người trong Nam này không chút thiện cảm gì với chúng em. Cũng một thời chiến chinh gian khó, sao trong Nam này người ta sống thoải mái, giàu có, rộng lòng. Còn chúng em khố rách. Dù rất mới mẻ, nhưng em đã gặp, em rất hiểu. *Vì sao người Miền Nam rất nhớ thương quá khứ. Và, vì sao quá khứ là cái gì chúng em luôn rất sợ hãi.*

Nói một hồi như nổ súng xung phong, chừng hả dạ, cô Yến ngồi yên.

**

Chị Bạc mời bữa cơm.

Yến nói:

- Em có mang theo thức ăn khô đây rồi. Chị ạ, chị khỏi lo phục vụ. Nhưng chị phải có chút gì, thức ăn tươi ấy, để cho vào mồm cái thằng nhỏ này. Nó đang đói đấy. Ngó vậy mà nó đang suy dinh dưỡng đấy.

Yến phạch ngay chỗ ngực áo thằng nhỏ, cô nói:

- Này, nhìn một bầy xương ngực của nó đùn lại, nhô thành gò trong cái lồng ngực thiếu thịt da đây này, chị xem.

Chị Bạc nhìn thằng nhỏ, thương quá.

VIII

Lời từ đáy lòng của Những-ai-từng-đi-qua:

1930. Người Trồng Cây, sẽ cho ra trái độc, đã về! Hay đã tới? Hạt mầm đã được ươm trong Đất Mẹ.

1945. Cây đã trổ trái độc. Khởi mùa, gió đưa tiễn sự an lành, quét sạch nhân nghĩa, đã nổi. Bao người ăn phải trái độc, mê muội một đời oan.

1954. Đã thăm thẳm rồi chăng, ngày Nguyễn Bính từ chiến khu trở lại. Tâm sự của người chiến binh buổi ấy:

Chín năm đốt đuốc soi rừng
về đây ánh điện ngập ngừng bước chân
Cửa xưa mành trúc còn ngăn
vách tường vẫn đọng trăng xuân thuở nào...

1975. Chị Bạc của tôi, nào ra khỏi chỗ thân phận chung. Những hình nhân đen đẫm nôn nao in hình trên nền ánh sáng lồng đèn kéo quân. Bị điều động bởi ánh đèn trung tâm. Ánh sáng trung tâm càng sáng, càng nóng, bọn hình nhân càng chạy quay tít, trước sau miệt mài đuổi theo nhau. Không người sau nào kéo được chéo áo người trước. Chẳng ai bắt gặp ai.

Tất cả đều chạy về phía trước. Cuộc tìm kiếm, hóa là mãi mãi thất lạc nhau.

Hôm nay Bầy Sói đã vào làng. Lương đã Trở Lại. Chị Bạc và Vọng, đành phải Bỏ nước Ra Đi.

Trong bao thập kỷ chìm nổi ấy, Hoàng Trúc Ly đã xót xa:

Xác thân rã mục lời thề
Mùa đi lá rụng Đường về xuân thu.

Cung Tích Biền
Little Saigon 3-2019.

Tìm đọc Tạp chí NGÔN NGỮ

MANG VIÊN LONG

một góc buồn thiu

Ông Hinh có vợ muộn, vì mãi xùng xình trong chuyện lính tráng, cho đến khi bị thương, nằm viện mấy tháng, được giải ngũ trở về quê mới gặp Tình - cô y tá thôn cũng đang muộn màng vì tình duyên! Muộn màng gặp được nhau, nên họ rất trân quý, gắn bó, chăm lo cho hạnh phúc gia đình muộn màng của phần đời còn lại. Đám bạn ông, có người sắp lên chức ông ngoại, người có con đang học cấp ba.

Trải qua gần 10 năm hì hục mang trên vai đôi "cánh gà" (1) trong binh chủng pháo binh, Hinh mới xin được đi học khóa sĩ quan đặc biệt. Mang "quai chảo" (2) được gần một năm, với trung đội pháo, thì ngọn đồi trấn giữ của ông bị phản pháo tan tành sau một đêm giao tranh ác liệt! Ông Hinh bị thương nặng, được rời bỏ súng đạn năm 40 tuổi! Ai cũng bảo, nếu ông cứ đeo "cánh gà", thì sẽ không hề hấn gì. Không đến nỗi mất một phần ống chân trái nhanh chóng như vậy! Ở đời, ai mà biết trước được cái "may" lại đi liền với cái "rủi" như ông? Riêng ông Hinh tự an ủi, sự may - rủi trong cuộc sống, là một chuỗi nhân duyên mầu nhiệm, không thể tránh, làm khác được. Ông thường cười trả lời khi nghe những lời chia sẻ bâng quơ của bạn bè: *"Có vậy tôi mới gặp được cô vợ xinh xắn, hiền thục này chứ, nếu trễ, thì thiên hạ... cuỗm mất rồi!"*.

Cứ ba năm, Tình sinh một đứa con - đứa đầu là trai, rồi gái, rồi trai út. Sau khi sinh cậu con trai út được ba năm, Tình mất vì một vết thương nhỏ ở lòng bàn chân, bị nhiễm độc tê - ta - nốt vì dẫm phải mảnh bom đạn khi khai hoang một khoảnh vườn mới mua, mà không có điều kiện chạy chữa kịp thời.

Nhà của ông Hinh ở ngay ngã tư chợ Xổm, con đường giao nhau của hai xã, phía trước là khu chợ, nên việc sửa xe đạp của ông luôn đắt khách. Từ ngày bà Tình mất, ông thay bà bán sạp hàng tạp hóa luôn. Ai cần gì, ông nhanh nhẹn phục vụ, nên thu nhập vẫn ổn định, tuy vắng bà Tình và Hào - cậu con trai lớn, đã lên huyện ở trọ học cấp ba, hằng tuần phải về đong gạo và nhận tiền ăn.

Mỗi lần Hào dắt xe chuẩn bị lên huyện học, ông Hinh đều nhắc: "Con gắng học, dù gì ba vẫn có thể nuôi con qua khỏi đại học! Đừng lo!". Nhưng, cuối năm, Hào không được địa phương "phê" cho đi thi đại học. Hào buồn, bỏ nhà đi chơi mấy ngày, rồi trở về, xin ông cho vào Sài Gòn học nghề sửa xe honda. Ông vội biên thư cho người bạn cũ năm xưa ở chung pháo đội, nay đang có tiệm sửa xe honda ở Phú Nhuận, để gởi Hào học nghề. Nhận được thư trả lời rất vui vẻ, chí tình của người bạn hôm trước, ngày sau ông Hinh đưa Hào lên quốc lộ đón xe vào bến Miền Đông. Dù người bạn căn dặn "chuyện cháu ăn ở, mầy đừng có lo. Tao gánh hết được!"; nhưng ông Hinh vẫn gom tiền dành dụm, nhét vào xách tay cho Hào yên tâm.

Một năm sau, Hào trở về, vui vẻ ngồi kê tấm bảng " TẠI ĐÂY: Sửa Xe Honda & Xe Đạp!" treo lủng lẳng trước hiên nhà. Khách sửa xe đạp, ông Hinh lo. Khách sửa honda, Hào làm. Nhưng tiền thu được, Hào kêu ông Hinh giữ: "Ba giữ hết đi để lo cho em! Khi nào cần, con xin!".

Về sau, ông Hào đã lo được cho Thủy - cô con gái giữa ba năm trung cấp y ở Đà Nẵng, và Nguyên bốn năm ở đại học kinh tế Sài Gòn, dù đôi khi phải chạy đi vay bà con hàng xóm. Ngày Nguyên vừa ra trường, đang chạy đi tìm việc, ông Hinh bị tai biến nhẹ, Hào đưa đi cấp cứu kịp thời, nhưng bị di chứng một tay không hoạt động bình thường như cũ. Hào đảm trách cả việc sửa xe đạp và honda, còn ông Hinh chỉ ngồi trông coi gian hàng tạp hóa lỉnh kỉnh đủ thứ vặt vãnh của bà Tình để lại.

* * *

Năm năm sau, ông Hinh giao hẳn căn nhà ở ngã tư chợ Xổm cho vợ chồng Hào, về dựng ngôi nhà gạch mái tôn nhỏ nơi khoảng vườn ông đã mua lại năm nào, năm sâu trong xóm, để được yên nghỉ những tháng năm cuối đời; khi chuyện gia đình đã tạm yên, và sức khỏe của ông ngày càng sa sút. Thủy về làm trưởng trạm y tế xã. Nguyên xin được việc ở phòng kinh tế huyện.

Ông Hinh bán hơn hai trăm mét đất còn lại trong khu vườn, mua cho Nguyên một lô đất ở khu dân cư mới thành lập của huyện, để sinh hoạt, làm việc sau này dễ dàng, theo yêu cầu của Nguyên. Còn lại, ông mua cho Thủy căn nhà nhỏ cấp bốn ở gần trạm y tế xã, để Thủy có nơi ở riêng khi lập gia đình, không ở chung với vợ chồng Hào nữa.

Hào nói: "Như vậy là cha chẳng còn đồng nào sao?"

- Thây kệ, con! Cha còn sống bao nhiêu năm nữa đâu!

- Hằng tháng, con sẽ mang gạo, mắm, mọi thứ sang cho cha, cha yên tâm đi!

- Cảm ơn con! Ông nhìn Hào, nhỏ giọng - Con Thủy nói hằng tháng sẽ gởi cho cha ít tiền tiêu vặt, trà thuốc.

- Thằng Nguyên có nói gì không, cha?

- Nó kêu lương của nó không đủ sống, đòi cất nhà cho nó trên lô đất mới nữa.

- Cha đào ra tiền ở đâu với tuổi già này, mà nó đòi? Nó phải dành dụm dần dần, để tự xây nhà của nó chứ? Hào bồn chồn, ngồi yên, chờ đợi một phút - Cha trả lời sao?

- Cha biết trả lời sao, con? Cha già rồi, đâu làm gì ra tiền nữa? Ông Hinh thở dài - nó kêu vợ chồng con sướng, ở chỗ làm ăn có tiền, phải xây nhà cho nó!

- Trời! Hào kêu lên - chỗ nào mà không chịu khó, không kiên nhẫn làm việc, không tiết kiệm, nhịn ăn nhịn mặc, thì làm gì mà có?

- Mỗi lần nó về đây, đều mắng cha ngu, ăn ở bất công, sinh con ra mà không có trách nhiệm, bỏ đói khát đủ thứ.

- Trời! Cha cho nó ăn học cao để nghe nó nói vậy sao? Hào vội đứng dậy, bước ra sân, trở về nhà.

* * *

Một buổi chiều chủ nhật Nguyên trở về, vừa dựng xe ở sân, đã lớn tiếng:

- Cha đã viết di chúc chưa, đưa đây, mai con đi công chứng?

- Cha đã nghĩ, ngôi nhà nhỏ này cha không muốn cho riêng đứa nào!

- Vậy cha để làm gì? Ông lột da sống đời chắc?

- Cha để dành làm gian nhà từ đường, thờ cúng ông bà.

- Thời này, nhà ai nấy cúng, từ đường làm gì?

- Thời nào cũng sống "lễ nghĩa" chứ con? Ông Hinh trầm ngâm giây lâu, Nếu con đòi hỏi vậy, để cha hỏi ý kiến anh chị con rồi viết, đâu có gì phải gấp?!

- Của cha, cha có quyền - Nguyên hậm hực nhìn ông Hinh với đôi mắt đỏ lửa, ông nhu nhược như vậy sao?

- Con à, ở đời, của cha mẹ là của các con, nhưng của các con không phải là của cha mẹ.

- Ông học câu nói đó ở đâu vậy?

- Ở cuộc đời.

Nguyên vớ chiếc xe đạp ông Hinh vừa đi về còn dựng ở hiên, nhấc bổng lên, rồi quẳng ra giữa sân "ầm" một tiếng làm ông Hinh giật thót. "Ông chẳng làm gì được cho con cái, nhà dột từ trên nóc rồi!" - Nguyên gầm lên, chạy lại nhấc bổng chiếc xe, quẳng ra đường. Chiếc xe đạp cong quẹo hai vành, lệch ghi đông, nằm bẹp, buồn bã.

Ông Hinh ngồi lặng yên, nhìn ra: Chiếc xe đạp cũ ông đã mua lại từ ngày cưới bà Tình, để có phương tiện chở hàng từ huyện về cho bà bán, cho bà Tình đi làm thuốc thêm quanh xóm, kiếm tiền. Chiếc xe cũng đã chở Hào, rồi Thủy, rồi Nguyên đến trường mẫu giáo, trường tiểu học ở ngoài xã, suốt bao năm dài, nay là một khối sắt! Ông Hào không tiếc mất xe, bởi có thể đi bộ quanh xóm thăm viếng anh em, bà con, lúc buồn - nhưng nhớ những kỷ niệm cũ biết bao!.

Đi ra, rồi đi vào mấy lượt, vẫn thấy ông Hinh ngồi sững, im lặng - Nguyên bỏ mặc, ra xe, nổ máy. Xe Nguyên vừa vút đi, ông Hinh lật đật đứng dậy, chạy ra, kéo chiếc xe đạp vào nhà, bỏ nằm một góc. Ông không muốn ai trông thấy chiếc xe của ông bỗng dưng tàn tạ như vậy. Ông cũng nghĩ, sẽ không đem cho Hào sửa lại, mà bán rẻ cho mấy bà mua đồ phế liệu.

Thủy đến. Ông ngẩng lên: "Con đi làm thêm à?"

- Đi làm thêm - Thủy nhếch cười, chứ ở nhà nằm không như

ông, lấy gì mà ăn?

- Cha biết các con vất vả.

- Cha sống nhàn nhã như vậy, sao còn than thở, kêu ca?

- Trời ơi, con đừng nghĩ vậy, xưa nay cha chưa hề than thở điều gì với bất cứ ai cơ mà.

Bất ngờ, Thủy kêu lên: "Cha, chiếc xe của ông sao vậy?"

- Thằng Nguyên vừa mới về.

- Rồi nó đập phá xe ông chứ gì? - Thủy cười gằn, cho ông hết cưng chiều "quý tử" của ông.

- Con đừng nghĩ vậy, đứa nào cha cũng yêu quý, nhưng Nguyên là con út - mẹ mầy mất sớm.

- Hằng tháng nó có cho ông đồng nào, nuôi ông ăn ngày nào không?

- Cha không cần các con nuôi.

Thủy cúi xuống, gằn từng tiếng:

- Chứ ông cần gì?

- Cha cần - ông Hinh chợt nín lặng, nước mắt ông đang tuôn trào, cha cần các con sống yêu thương, đùm bọc nhau, con ạ! Cha và các con cũng chỉ có duyên một kiếp này, rồi chẳng bao giờ có thể gặp lại nhau nữa. Ba cũng gần hết kiếp rồi, con đừng nói với ba những lời cay đắng ấy.

Thủy quay mặt, bỏ đi.

Ông Hinh vội bước vào giường nằm.

Chiếc xe đạp vẫn nằm lặng lẽ một góc buồn hiu!

Mang Viên Long.

Tìm đọc Tạp chí NGÔN NGỮ

Chu Vương Miện - **Quê nhà**

*"con tắc kè còn đậu ngọn me
khan cổ gọi bậu từ năm nọ"*
Phan Thị Ngôn Ngữ

trước cổng nhà vẫn tàng cây so đũa
đũa đủ đôi mà người lại so le
chả "tống biệt hành" mà bậu cũng xa?
để non sông đục ngầu qua vẫn đợi
hôm nay trăng non mơi rằm quá tội
một cái vèo chớp mắt 30 năm?
như cô gái mù nhấn nốt dương cầm
"bản trăng sáng" trời trăng sáng quá
bậu với qua trước quen sau lạ
bạc nghĩa bạc lòng kẻ dửng người dưng
ta vẫn nhìn nhau chả đứng xoay lưng
y như tòa sao nam tào bắc đẩu
kẻ ngược sông Tiền người xuôi sông Hậu
bảy ngả trôi Phụng Hiệp phấn sen nồng
mơi xế đời bậu có dìa không?
kinh Dốc Miếu vẫn con đò tam bản
gốc đợi ngọn về vô thời hạn
cội thân thương bao chiếc lá lìa cành
mới thủa nào lá biếc non xanh
giờ chớp mắt toàn vàng pha đỏ
quê hương bậu qua bao đời tất tả
chả nhẽ chê nghèo chê khó quên về.

Chu Vương Miện

Cái Trọng Ty - **Thời của đồng cỏ**

xa tít trời đêm chòm bắc đẩu
thiên hà như có bóng người xưa
tổ quốc một thời thân nước lũ
vẽ mộng về đông tạc cõi tây

em hỡi bóng ta nhoè bóng lạ
bàng bạc bên sông đốm lập loè
em đi ngày đó quên son phấn
buổi bình minh vội chậm bước chân

tô thắm môi em vàng duyên phận
mưa khóc lên đồi đá lạnh tê
mồ em cô quạnh anh về muộn
tình mới xanh dương lạnh ngút ngàn

bao năm áo giữ đời chết ngộp
ván thuyền vỡ vụn xé tâm can
trời nghiêng chóng mặt
đất chao ngang lầm lẫn lối về
cỏ cây uất hận cành thô ráp
nhìn nhau ngao ngán nát như tương

chén rượu đùa vui
nuốt ực đắng môi
không còn tri kỷ
người bỏ ta đi biền biệt trời

ta về hổ thẹn nhìn vận nước
chí lớn vo tròn một nắm cơm
sao đắng chát ngậm hờn thú dữ
tè lên thân thế
nhục thiên thu
tuồng như voi hổ ngồi thu móng
mài lưỡi đao cùn phạt gió đông

đất không dung dưỡng về chi vội
tuần triệt theo người hấp cỏ cây
chiêm bao đất dữ vờn cọp rống
chỉ thấy mây trời vần vũ biển đông
đông độ điêu tàn khêu bếp lửa
nghi ngút miếu đền thần thánh khốc oan
mai về nghe xôn xao máu lạnh
vàng mã huy hoàng đồng cốt lên cơn.

Cái Trọng Ty

Đức Phổ - **Ta vẫn còn bên nhau**

năm xưa ngày ấy. một ngày không đẹp trời
đời tôi đổi sang đời mới
(một đời mới khốn cùng chẳng ai mong đợi)
cùng với đất nước tôi mở trang sử mới
(một trang sử bi thương đảo lộn mọi thứ trên đời…)

ngày ấy tôi lạc mất em
may mà đất nước tôi không có sa mạc
trời vẫn mù bay vàng mã lung linh
tay trong tay sao mắt chừng vô vọng
cõi thiên thu chân bước ngập ngừng
thầm gọi tên nhau trong nỗi xót xa
sợ mai ngày tình yêu tuyệt tích…

ngày ấy anh em ta lạc mất nhau
sau buổi tan hàng
mỗi người tản ra một hướng
đường sinh tử vô tình như nỗi trầm luân
lặn hụp mãi không tìm ra lẽ sống
khi con tim thì vẫn máu đào
hà cớ chi làm điều vô nghĩa…

trải qua bể dâu qua nhiều cuộc thế
thần trí còn tỉnh táo với trang văn
ta dân việt nói bằng ngôn ngữ việt
giọng quê tình chữ viết thiết tha hơn.
cho dẫu trời tây nghìn trùng xa cố quận
ta bên nhau cảm xúc dâng tràn
trang chữ việt sánh vai cùng thế giới
bóng quê nhà lấp lánh nụ tầm xuân…

Đức Phổ

Hoàng Lộc - **Anh đã mất anh**

anh bỏ quê, nay đi tìm quê
anh bỏ nhà, nay đi tìm nhà
quê nhà bỏ đi, không về lại
quê nhà anh tìm, đâu? rất xa?....

lâu lâu trong lòng, quê hiển hiện
loanh quanh còn nguyên những con đường
có mẹ gánh gồng qua phố chợ
có em áo mới, trắng sân trường

ghé thăm căn nhà trong ký ức
mái tôn xiêu sau cơn bão đầy
gốc ô ma, hiên chiều rét mướt
em đứng buồn nhìn lá tre bay...

anh bỏ quê, bỏ nhà ra đi
đâu đó quê nhà hãy còn kia
mới hay bên trời thân lữ thứ
anh đã mất anh (khi xa lìa).

Hoàng Lộc

Bắc Phong -

Tình Mẹ Thiêng Liêng

(Thơ phóng tác theo truyện Phật Giáo)

đây là câu chuyện thật
mà chúng tôi được nghe
từ hòa thượng giảng pháp
ở trong một khóa tu
xưa có người thợ săn
bắt được con rái cá
lấy dao giắt bên mình
sửa soạn lột da nó

ông biết làm điều ác
dù đã quen từ lâu
lý do bộ da quí
người ta trả giá cao
mím môi ông thọc dao
rạch sâu và quyết liệt
đau đớn bị lột da
rái cá kêu thảm thiết
bỏ nó nằm hấp hối
ông xuống sông rửa tay
trở lên không thấy nó
sửng sốt nhiều phút giây
quanh đây chẳng có ai
nó biến đâu thật lạ
ông nhận ra máu vương
trên những phiến lá cỏ
dõi theo vết máu đỏ
dẫn sâu vào một hang
ông thấy con rái cá
nằm chết máu đầy thân
lúc kéo xác nó lên

ông bàng hoàng phát hiện
hai con rái cá con
đang ngậm vào vú mẹ
chúng còn chưa mở mắt
bú chùn chụt không ngừng
ông thấy lòng rúng động
ớn lạnh cả sống lưng
ôi tình mẹ thiêng liêng
cả trong loài động vật
thương con mình sơ sinh
rái cá cần cho bú
bị lột da vẫn cố
lết thân về nuôi con
lòng tràn đầy hối lỗi
bật khóc người thợ săn
trong đau khổ tột cùng
ông ném hết dao mác
nguyện vào chùa xuất gia
bỏ nghề săn rái cá
mắt như có ngấn lệ
với ánh nhìn bi thương
hòa thượng ngậm ngùi nói
thợ săn chính là mình
câu chuyện thật thương tâm
cả đạo tràng xúc động
thầy khuyên chớ sát sanh
để thỏa mãn dục vọng
nói rồi thầy đứng dậy
sửa chỉnh tề pháp y
khuyên tất cả phật tử
sống với lòng từ bi
đại chúng chắp tay sen
tiễn hòa thượng rời bước
bạn đồng tu của tôi
vẫn còn rưng rức khóc.

Bắc Phong

Phạm Hiền Mây - **Cỏ Mây**

là em cọng cỏ mùa thừa
vườn anh sót lúc trời vừa sang thu
sót trời cội trổ hoang vu
trổ chiêm bao cánh mỏng phù dung đêm

gọi em cọng cỏ bước thềm
nhỡ buồn anh có ngã mềm lót chân
mềm nâng gót bớt bâng khuâng
khi miên man quá đường trần nhọn gai

thì em cọng cỏ màu phai
pha hoàng hôn tím chia hai lối về
nghe chiều chầm chậm lên kề
hỏi han trận gió bộn bề lòng nhau

thưa em cọng cỏ xưa sau
hồn mênh mang cõi mộng đau dỗ dành
tình riêng gửi giọt đầu cành
sương mong manh trắng vỡ thành mắt sâu

dạ em cọng cỏ tóc nâu
vàng hoe áo ngó ngang đầu mây bay
này sao dám để anh say
ơi cô nhỏ cõi đời vay chẳng chừa

vì yêu cứ mãi dây dưa
nên chi ai hỏi em
ừa
cỏ mây… .

Phạm Hiền Mây

HOÀNG NGA
một thuở Quế Trầm

Hái bông cơm nguội bên thềm cũ
Nhớ thuở quế trầm chưa mất nhau
Mường Mán

Anh ở trọ đầu đường nhà Mẫn. Căn nhà có cái gác lửng thâm thấp. Anh treo một chậu trầu bà ở góc tường. Anh nói trầu bà dễ trồng, không cần chăm sóc nhiều, chỉ tưới một ít nước là đủ sống cả tuần. Nói thêm, có chút xanh lá để đỡ nhớ quê. Mẫn kỳ kèo bắt anh kể chuyện quê. Anh nói có gì đâu để kể, nhưng Mẫn cứ nhèo nhẹo đòi cho đến lúc anh phải chịu thua. Anh bảo nhà anh ở Huế, không sống với mạ và các em. Mẫn hỏi sao vậy. Anh nói ở quê anh không có trường trung học đệ nhị cấp, phải lên phố, và như vậy thì cũng phải xa nhà, cũng phải đi trọ nhà người mà chưa chắc được nhận vô Quốc Học, trong khi ở thị xã này anh đã đậu vào trường công lập lớn nhất, nên ba anh quyết định thuê chỗ trọ ấy cho anh.

Anh bảo cái ước mơ gần nhất của anh là sau khi xong tú tài sẽ về Huế, thi vào sư phạm. Học vài năm sau ra trường xong thì xin về dạy ở trường tiểu học gần nhà mạ. Và nói cái ước mơ của anh bao giờ cũng đơn giản nhưng hiếm khi được thực hiện, mơ vậy mà không biết có thành hay không. Mẫn hỏi ngoài ước mơ ấy, anh có mơ gì khác không, anh chỉ cười hiền không đáp.

Mỗi tháng ba anh trích một phần lương trả tiền nhà cho anh. Anh đi dạy kèm từ năm chưa lên đệ nhị cấp để phụ tiền ăn uống, tiêu vặt cho mình, và cho ba anh đỡ cực. Trước, anh phụ một người thầy giáo tiểu học dạy con nít lớp vỡ lòng, sau anh được giới thiệu kèm cho học sinh luyện thi đệ thất, và rồi học sinh trung học như Mẫn. Anh nói lương lính không có là bao, ba anh tằn tiện gửi về cho mạ và các em của anh đã đủ khổ rồi.

Anh dịu dàng, hiền lành. Như ba Mẫn nói về anh. "Giao" Mẫn cho anh, ba yên tâm. Bạn ba Mẫn là cấp trên của ba anh nên đã giới thiệu anh với gia đình Mẫn.

Thấy anh hiền, Mẫn cứ trêu anh mãi. Hết chuyện quê chuyện tỉnh rồi lại qua chuyện nhà. Ban đầu anh chỉ ậm ừ, nhưng về sau cũng có lúc anh kể một vài kỷ niệm nho nhỏ của mình. Và cũng về sau, Mẫn mới biết những lúc như vậy là lúc anh nhận được thư mạ hay các em của anh. Anh nhớ nhà. Nhớ gia đình.

Hoàn cảnh sống của Mẫn và anh hoàn toàn khác xa nhau. Gia đình Mẫn yên ấm, khá giả. Ngoại trừ anh chị lớn nhất của Mẫn ở nước ngoài hiếm có dịp về, cả nhà Mẫn bao giờ cũng quây quần với nhau. Mẫn không thể nào tưởng tượng ra được nỗi nhớ thương của anh. Một lần Mẫn nửa đùa nửa thật hỏi anh đàn ông con trai mà cũng nhớ nhà sao. Anh phì cười, hỏi lại chắc Mẫn nghĩ đàn ông con trai không có trái tim, hoặc không có tình cảm, cảm xúc hay sao.

Mẫn thấy cảm xúc của mình, tình cảm của mình, và trái tim của mình dường như cũng khác với anh. Trong khi anh bận bịu học hành để hoàn thành ước mơ, nhín thì giờ đi dạy kèm để đỡ đần cha mẹ, và thương nhớ quê nhà thì Mẫn hết thổn thức cho những nhân vật mới lớn trong các truyện tuổi hoa tím, tuổi học trò, lại sướt mướt với những câu thơ rất thơ dành cho lứa tuổi của Mẫn, "Chim vỗ cánh nắng phai rồi đó. Về đi thôi O nớ chiều rồi". (Mường Mán), "Chiếc áo mới trắng tinh hồn mới lụa. Tuổi mười lăm thân mến giấu trong tay" (Từ Kế Tường)…

Mẫn nói không thể nào mường tượng ra được nỗi nhớ nhà da diết là như thế nào. Anh cười hiền bảo mai mốt Mẫn lấy chồng, đi làm dâu xa xứ sẽ thấm thía nỗi lòng "chim kêu vượn hú biết nhà ở đâu". Mẫn đỏ mặt, lừ mắt nhìn. Anh lại cười. Mẫn kể anh chị lớn của mình thỉnh thoảng gửi thư về từ nước ngoài than buồn, than nhớ. Mẫn nói:

- Nên vì vậy mà em không muốn đi.

Anh làm thinh một lúc rồi hỏi lại Mẫn nói vậy là sao. Mẫn rùn vai, chặc lưỡi:

- Ba em đó mà, sợ chiến tranh, nên cứ đứa nào xong tú tài cũng cho đi du học. Em không muốn đi xa, không muốn sống ở những nơi không được nghe tiếng rao hàng, tiếng guốc gõ trên hè phố. Cũng không muốn bị thèm những món ăn quê hương rất tầm thường ngày nào cũng có bán ở đây. Gì mà chè đậu ván cũng thèm, bắp nấu cũng thèm, sắn luộc cũng thèm thì thôi chớ đi du học làm chi!

Mẫn nói thêm ba muốn em phải học kèm vì muốn em đậu cao để đi. Mẫn thở dài, kể:

- Không cần học bổng, cũng phải đậu từ bình tới ưu hai kỳ tú tài mới đi Pháp được. Em không muốn đi Pháp, không muốn đi đâu hết!

Và trong khi thở dài sườn sượt như thế, Mẫn đã không để ý phản ứng của anh ra sao. Kể cả lúc nghe anh nhỏ giọng buồn buồn nói "con đường trước mặt của Mẫn thênh thang, Mẫn cố gắng làm cho ba mẹ vui", Mẫn vẫn chặc lưỡi khó chịu:

- Gắng gì chớ! Em chỉ muốn ở đây, có bạn có bè, có ba mẹ.

Rồi Mẫn quay sang anh, trêu:

- Có cả anh nữa.

Anh đỏ mặt. Mẫn đánh khẽ lên tay anh:

- Có anh kể chuyện quê chuyện nhà, kể cho em biết những chuyện em chưa bao giờ biết.

Những chuyện, chẳng hạn có một lần không rõ vì lý do gì, anh kể bên hông nhà anh ở Huế có trồng cây cơm nguội làm Mẫn đã tròn xoe mắt lên ngó anh. Cuối cùng Mẫn bật cười:

- Cây gì mà có cái tên ngộ quá!

Anh bảo đó là một loại cây thường mọc hoang, nhưng có nhà cũng mang về trồng làm cảnh vì không cần chăm sóc tới mùa hè vẫn ra bông trắng xóa rất đẹp. Anh nói mạ anh thỉnh thoảng đào lấy rễ phơi khô làm thuốc trị sốt rét cho ba anh. Anh nói thêm:

- Mường Mán có bài thơ dễ thương lắm về bông cơm nguội.

Mẫn bắt anh đọc ra cho Mẫn chép vào cuốn carnet "sưu tầm" thơ của Mẫn. Anh hứa nếu có dịp, anh sẽ hái cho Mẫn một chùm cơm nguội. Anh bảo hoa thì không mang theo được đi từ quê anh lên Huế rồi vô tới thị xã bằng xe đò chật chội và phải mất gần cả ngày, nên có đến được tay Mẫn có lẽ cũng không còn cánh hoa nào. Mẫn bảo vậy thì ép vào vở. Anh phì cười:

- Anh chưa bao giờ nghe ai ép bông cơm nguội.

Mẫn cười theo:

- Nếu vậy anh đem vô cho em cái cành trơ cùi cũng được.

Chuyện giữa anh và Mẫn, đối thoại hay chuyện kể đều không có gì lớn lao như vậy, nhưng không hiểu sao Mẫn lại thấy ấm áp, thấy cái đằm thắm và hiền hòa tỏa ra nơi anh. Và thấy được cả một mảng quê nhà của anh.

Vì vậy lâu lâu Mẫn lại nhắc chuyện cây cơm nguội và bảo vẫn chờ để nhìn thấy chúng ra sao. Vào cái thuở chưa có những kỹ thuật công nghệ, anh lại không có máy chụp hình, càng không thể đưa Mẫn về quê anh để chỉ cho Mẫn xem, điều duy nhất anh có thể làm là mang một chùm cơm nguội vào thị xã, vậy mà cũng đã không thể thực hiện được. Mùa hè năm ấy anh bị động viên nhập ngũ rất bất ngờ. Đến chỉ đủ thì giờ chạy sang nhà Mẫn báo tin để ba mẹ Mẫn tìm thầy dạy kèm khác cho Mẫn.

Hôm ấy Mẫn không có nhà. Đến trưa về học thì anh đã đi rồi. Mẫn hơi chưng hửng. Sau đó nỗi hụt hẫng làm Mẫn bàng hoàng. Mẫn có cảm giác như anh đi mà không lời từ biệt mặc dầu Mẫn biết anh không muốn vậy. Anh chỉ không kịp nói với Mẫn mấy tiếng "anh đi nghe", như anh vẫn thường nói mỗi bận về thăm nhà.

Anh đi rồi, Mẫn nói với ba mẹ rằng Mẫn không muốn học kèm ở nhà mà muốn đến lớp luyện thi với bạn. Ba Mẫn do dự nhưng mẹ Mẫn lại đồng ý vì bảo không thể tin ai ngoài anh. Mỗi tuần Mẫn học ngoại ngữ hai buổi ở trung tâm văn hóa Pháp và ba tối toán lý hóa. Ba Mẫn đưa đi đón về. Thời khóa biểu của Mẫn khít khao như không có chỗ để thở. Vậy mà Mẫn lại thấy lòng mình rất trống trải. Mỗi bận ngang qua căn nhà ở đầu đường, nỗi xác xao cứ hiện. Trước đây chưa bao giờ Mẫn nhìn thấy anh đứng ở đâu đó trên căn gác xép, chưa bao giờ để ý dây trầu bà anh trồng, nhưng khi anh không còn ở đó nữa, tim Mẫn đã gần như thắt lại lúc thấy một dáng người, lúc thấy những ngọn lá xanh trở màu nâu úa rồi khô cứng.

Cái sức sống biến mất trên chậu trầu bà hệt như cái hồn nhiên, vô tư biến mất trong lòng Mẫn. Không đoán nổi anh đang làm gì ở đâu, quân trường nào, hay mặt trận nào, nhiều lúc Mẫn nhủ thầm mắc mớ gì tới mình, nhưng rồi lòng vẫn lao chao, mắt vẫn thất thần khi bất chợt bắt gặp một bóng dáng người lính nào đó trên đường. Nhất là những lúc nhìn hình ảnh một quân nhân trong tay một người con gái mặc áo dài trắng, áo dài hoa trên phố, trên truyền hình, là mặt Mẫn lại đỏ lên. Cái cảm giác như có bàn tay nào đó siết lấy cổ mình khiến Mẫn nghẹn ngào đến không thở được. Mẫn chưa bao giờ tưởng tượng ra anh là lính, chưa bao giờ nghĩ mình sẽ dính dáng đến một người lính nào đó nhưng không làm sao thoát khỏi cái cảm xúc buồn bã, nao lòng trước những hình ảnh dễ thương ấy hiện ra trong mắt.

Anh đi bất thần đến không thể chào từ giã, và một hôm cũng quay về, đến thăm gia đình Mẫn rất bất ngờ. Đó là lúc Mẫn chuẩn bị đi học thêm. Bước xuống tới phòng khách thấy anh ngồi đó, tóc ngắn ngủn như con nít, quân phục xanh, và nước da đen sạm, Mẫn đã ngỡ ngàng đến mức không bước thêm được. Chân Mẫn như dính chặt xuống mặt sàn nhà. Mẫn không thể tin nổi ở mắt mình, cũng không tin nổi anh… "thành" ra như vậy.

Anh nói anh xong sáu tháng quân trường và đang chuẩn bị nhận lịnh về một đơn vị nào đó nên được vài ngày phép, muốn đến thăm gia đình Mẫn trước khi về nhà. Mẫn muốn chảy nước mắt. Muốn chạy đến thăm hỏi, nhưng vì ba mẹ đang ngồi với anh nên Mẫn chỉ chào vội một tiếng rồi quay gót trở vào phòng. Tim Mẫn đập loạn xạ và chân tay Mẫn muốn rụng rời. Mẫn không biết nên làm gì. Trái tim Mẫn nói mừng anh về, lòng Mẫn reo lên, mừng anh về, nhưng Mẫn bối rối và luống cuống.

Ba đưa Mẫn đến lớp học thêm toán lý hóa trong khi anh vẫn còn ngồi tiếp chuyện với mẹ Mẫn. Thật lòng mà nói nếu có thể được, Mẫn đã chạy tới bên anh, cầm lấy tay anh và gục đầu xuống vai anh. Nhưng hẳn nhiên Mẫn không dám làm, vì ba mẹ, và vì những điều mà cô bé mười bảy tuổi của Mẫn thời ấy không cho phép. Tuy nhiên suốt buổi học, nước mắt Mẫn cứ chực trào ra, hồn Mẫn cứ chỉ muốn thoát ra khỏi người để lang thang về phía anh đang hiện diện.

Nhưng Mẫn không thể nào ngờ là anh đã đến lớp học thêm xin được gặp Mẫn. Với cái lý do giản dị là anh sẽ phải rời đi ngay chiều hôm ấy, nên thầy giáo đồng ý cho Mẫn ra khỏi lớp trước giờ tan học.

Đã phải khó khăn lắm Mẫn mới không vấp chân mình khi ra đứng với anh trên khoảng sân nhỏ dẫn ra cổng trường. Mẫn hoàn toàn chẳng còn là cô bé vẫn hay liến thoắng trêu ghẹo anh. Không là cô học trò chỉ biết bắt nạt anh những lúc không muốn học. Hai tay Mẫn không biết để đâu. Cái cặp sách dường như vẫn rất nhỏ để Mẫn níu lấy. Và bầu trời dường như vẫn không đủ chỗ để Mẫn ngước nhìn. Anh cười nhỏ bên tai Mẫn:

- Không bị học với anh chắc Mẫn… khỏe lắm phải không?

Mẫn muốn đánh lên tay anh nhưng lại không dám. Mẫn muốn la lên nhưng miệng môi cứng khô không ngôn từ nào thốt ra được. Mẫn đã đứng yên hết ngó ra ngoài đường, lại ngó về phía khác nơi anh đang đứng như vậy cho tới khi anh nói anh sẽ gửi thư cho Mẫn khi về đơn vị và hỏi Mẫn có thể ghé nhà bạn anh trên đường đi học để nhận thư anh không, Mẫn mới lí nhí trả lời "dạ được". Mẫn như "con mèo ngái ngủ trên tay anh" của Nguyên Sa. Như "ma sơ" của Nguyễn Tất Nhiên. Bé nhỏ. Thẹn thùng.

Anh đứng với Mẫn một lát rồi từ giã. Anh bảo phải về Huế. Và nói thêm sợ ba Mẫn sẽ thấy anh khi đến đón Mẫn. Lúc anh đi rồi Mẫn mới sực nghĩ ra tại sao anh có thể tìm được nơi này, và biết Mẫn học lớp nào. Tuy nhiên Mẫn có cảm giác mình cũng chẳng cần biết thêm gì. Vì lòng Mẫn vui hơn nắng nhảy múa trên con đường về nhà, rộn rã hơn cả tiếng chim sẻ hót líu lo buổi sáng. Mẫn nhận ra mình quan trọng với một người như thể nào, và người ấy cũng quan trọng với mình ra sao. Mẫn ngập chìm trong hỉ hân, vui mừng.

Mẫn nhận được thư anh khi anh về đơn vị. Rồi thư trước ngày chuẩn bị hành quân. Sau những trận đánh. Thư chiến trường, thư thấp thoáng lo âu, thấp thoáng nỗi ngậm ngùi. Nhưng thư nào cũng rất ngọt ngào và đằm thắm hệt như tính cách con người anh. Hoàn toàn không có lời tỏ tình, không nói thương nhớ, chỉ nhắc trên đường hành quân nhìn thấy hoa sim và trên đường về miền đông thấy bông cơm nguội, bảo tưởng chỉ Huế mới có bông cơm nguội, mà Mẫn lại biết chắc chắn anh đã "thuộc về" mình.

Những lá thư đi theo Mẫn năm tháng dài. Không lâu sau đó là binh biến. Cả đất nước tao loạn. Nhà Mẫn chạy tháo theo mọi người lên một chiếc xà lan, sau chuyển sang một chiếc tàu lớn vào tới Nha

Trang rồi vào Vũng Tàu. Ở đó, mọi người tiếp tục chạy về Sài Gòn. Ba mẹ Mẫn cũng muốn về Sài Gòn với cái hy vọng mảnh đất cuối cùng của miền Nam sẽ không mất. Nhưng chỉ chạy tới cầu Cỏ May là cả nhà phải dừng chân. Đoạn đường mấy mươi cây số mới về tới thủ đô không dài nhưng mẹ Mẫn do không quen dãi dầu, không quen mưa nắng đã ngã bịnh rất nặng, đến cuối cùng cả nhà phải quyết định dừng lại ở giữa đường.

Ở ven đường thì đúng hơn.

Không người thân, không quen biết ai ở đó, chỉ cái tên cầu Cỏ May là nghe rất quen, rất thân thuộc với Mẫn. Trong một lá thư, anh kể có khoảng thời gian ngắn đóng quân gần khu vực này. Lúc còn ở thị xã, Mẫn từng nghe nói người miền Nam chân chất và tốt bụng, lúc những người không quen ở cầu Cỏ May cưu mang gia đình Mẫn suốt thời gian mẹ Mẫn lâm bịnh mà không chịu lấy tiền hay bất cứ hiện vật nào, Mẫn mới hiểu rõ hơn. Sau này khi miền Nam sụp hoàn toàn, dù đã chạy về tới Sài Gòn nhưng không được chấp nhận nhập cư, ba mẹ Mẫn đã quyết định về đó để sống một phần cũng vì những ân tình ấy.

Trước đó ba Mẫn đã chạy về thị xã để xem tình hình, thì biết ra căn nhà của gia đình Mẫn đã bị chiếm đoạt bởi vì gia chủ không có mặt lúc Ủy ban quân quản chiếm thành phố. Căn nhà trở thành một trụ sở hành chánh và sau này thành nhà của một cán bộ. Ba Mẫn sững sờ, nhưng bạn bè chung quanh khuyên tốt hơn hết là nên tránh xa vì thị xã không còn là đất để dung thân. Ba Mẫn trở vào Sài Gòn với nỗi đắng cay và đau đớn, nhưng cuối cùng cũng phải đành chấp nhận số phận đã bị những người chiến thắng định đoạt cho mình.

Lại gói ghém, lại chạy đôn chạy đáo rời Sài Gòn trước khi chính sách hồi hương bị đẩy mạnh, gia đình Mẫn về Phước Tuy. Số vàng vòng ba mẹ Mẫn mang theo được, đổ vào vài sào đất để được hợp lý hóa thủ tục hành chánh, được coi như là dân địa phương. Cuộc sống bắt đầu trở nên thê lương dầu không chỉ riêng một mình gia đình Mẫn, nhưng đối với Mẫn, thật quá mức để có thể tưởng tượng ra được.

Mẹ của Mẫn, người chưa hề làm gì nặng trước đó, bỗng dưng trở thành nhân vật chính kiếm miếng cơm cho gia đình. Thành người bán tôm bán cá ở chợ, lam lũ như một người dân miền duyên hải từ bao đời. Ba Mẫn vào một tổ hợp làm lưới, cái nghề nghiệp chỉ từng "nghe nói" trước đây nhưng chưa bao giờ thấy, chưa hề biết nó như thế nào. Và Mẫn không còn đi học, ngày ngày cùng với đứa em út cúi mặt trên đám rẫy sau nhà.

Không một lần Mẫn dám nghĩ tới ngày tháng cũ. Không một lần dám mở tập carnet có mấy lá thư anh viết mà Mẫn đã kỹ lưỡng gìn giữ như báu vật trên đường chạy loạn. Cuộc đời không còn hương còn vị đối với Mẫn. Tuổi thanh xuân của Mẫn cũng qua đi như đám cỏ xác xơ ven đường. Mẫn không hề muốn có một người bạn, càng không muốn có người yêu và không muốn đời sống hôn nhân như những cô gái khác cùng thời. Mà cả ba mẹ Mẫn thật lòng cũng không muốn thấy Mẫn sẽ thành thân với bất cứ người thanh niên nào nơi ấy, nên xem như đã chấp nhận những nghĩ suy và quyết định của Mẫn.

Lặng lẽ. Nặng và dài. Ngày tháng buồn bã trôi như giòng nước sông Cỏ May trước mặt nhà Mẫn. Đến cuối cùng, mặc dầu hồ sơ bảo lãnh của anh Mẫn chậm trễ, và trục trặc từ cả hai phía, gia đình Mẫn cũng rời được nơi muốn rời đi. Thời gian sống ở tỉnh ly miền duyên hải, cảm xúc thương yêu trìu mến để lại rất ít trong lòng Mẫn, nhưng hôm xe đò chạy ngang qua cầu Cỏ May, bất giác Mẫn cũng đã quay đầu nhìn lại. Nước mắt Mẫn bỗng lưng tròng. Mẫn nhận ra mình đã cúi mặt mà sống chỉ vì đâu đó trong Mẫn, cái tên vùng đất đã níu Mẫn xuống.

Rõ ràng chưa có gì sâu nặng để gọi đó là tình yêu. Chưa có gì ray rứt đến khôn nguôi để Mẫn đem lòng chờ đợi. Nhưng mọi thứ dường như đã khép lại, đã đóng băng ở cái vạch mức ngày anh có mặt trong đời sống Mẫn.

Miền Nam nước Pháp đón Mẫn cũng buồn bã và ảm đạm không kém gì những tháng ngày trải dài ở cầu Cỏ May. Mẫn đã không còn đủ thanh xuân, không còn đủ sức để lăn xả vào cuộc sống mới tìm ra cho mình một tương lai rực rỡ nào đó. Hoàn cảnh khổ cực lâu ngày đã làm Mẫn nhuốm cái thói quen chậm chạp với cuộc đời. Mỗi ngày Mẫn đến trường học tiếng Pháp vài tiếng, rồi vào trường dạy nghề một cách vô cùng khó khăn. Mẫn không muốn nghĩ đến câu người đời vẫn thường hay nói, "trâu chậm uống nước đục", nhưng đồng cỏ xanh thật sự đã hết chỗ dành cho một người ở vào lứa tuổi như Mẫn.

Cuối cùng Mẫn dừng lại ở một công việc tầm tầm trong tiệm

làm bánh ngọt cuối phố. Nhưng vậy đó mà nỗi ngậm ngùi, cay đắng vẫn không chịu dừng lại với Mẫn. Mẫn đã không tài nào hiểu nổi tại sao mọi thứ trên đời đều trễ tràng với mình. Đến cả chuyện tình cờ gặp một người quen cũ cũng đớn đau. Mẫn đã phải nghe thêm một đôi điều lẽ ra không nên nghe, không cần nghe qua người ấy, rằng anh từng có lần về tìm Mẫn, nhưng không ai biết gia đình Mẫn ở đâu.

Người ấy nói thêm, anh hiện giờ đang sống ở Hoa Kỳ.

Lúc người ấy đi rồi, Mẫn mới sực nhớ mình đã không hỏi gì thêm tin tức khác về anh, về nơi anh đang định cư. Hệt như ngày xưa từng quên mất không hỏi tại sao anh biết trường Mẫn học thêm.

Mọi sự đều lỡ làng, Mẫn nghĩ. Về đến nhà, Mẫn run tay mở tập carnet, mở những lá thư anh viết. Mẫn đọc lại mấy câu thơ bông cơm nguội của Mường Mán. "Hái bông cơm nguội bên thềm cũ. Nhớ thuở quế trầm chưa mất nhau. Loài hoa anh tặng em ngày ấy. Giờ hết nguội rồi bỗng biết đau". Mẫn nhìn ra cửa sổ. Hai mắt cay nồng. Thời xưa cũ hiện ra nhưng Mẫn biết mình đã không có cái hân hạnh nhận được chùm bông cơm nguội.

Mẫn rưng lòng. Muốn bật khóc thương thân. Mẫn tự hỏi tại sao từng sống ở nơi có rừng, có đất, từng làm việc với cỏ cây, bông trái bao nhiêu năm, vậy mà vẫn chưa hề có lần được nhìn thấy loài hoa ấy. Trong lá thư cuối của anh có mấy chữ, "anh đã nhớ Mẫn vô cùng khi bắt gặp đám bông cơm nguội trắng xóa trên đường hành quân".

Hoàng Nga

Cục kẹo bồ hòn

1.

- Cô đưa tay ra. Nam tả nữ hữu, bàn tay phải ấy.

Mộng nghe lời. Như số đông, Mộng thuận tay phải, thử nắm bút tay trái chữ viết xuống xấu tệ nét run như gà bới. Con dao gọt hoa quả cũng vậy, láng cháng sẽ khiến cho mấy ngón ở tay phải đổ máu. Mộng không rõ cớ sao vận mệnh con người lại chỉ định riêng lối: Con trai nằm ở bàn tay trái mà ẩn khuất lại bày ra trên bàn tay phải của con gái, đàn bà, phụ nữ. Có gì khác nhau giữa trái, phải?

Thầy bói là một gã trung niên, dĩ nhiên hai con mắt còn lành lặn, long lanh soi mói là đằng khác. Nếu mù, gã đã chẳng hành nghề việc xem chỉ tay. Tay gã nóng khi mân mê trăn trở bàn tay Mộng, cầm lên đưa gần mắt rồi đặt lại xuống bàn. Bàn nhỏ, trải tấm khăn đỏ chỉ bày ra một bộ bài tây có 52 lá cơ rô chuồn bích đã chất chồng dồn xếp lại nguyên trạng. Không hiểu do đâu Mộng mọc lên cái ý nghĩ, rằng nếu chia bài ra sát phạt xì-lát, cát-tê, xì-phé, xập xám chướng… ắt Mộng sẽ sớm cháy túi trước gã thầy bói. Đứng ngoài mép bàn là cái ly đựng gạo dùng để cắm nhang, nãy giờ cây nhang thắp từ phút trước đang cháy ngún gần hết chiều dài nó mang, cà kê dê ngỗng gì thì cũng sẽ đến hồi chung cuộc.

- Cô sở hữu một bàn tay đẹp, dầy dặn, tròn đầy, nói chung là tốt tướng. Bao đường chỉ chằng chéo đều rõ ràng minh bạch. Đường giao cắt này đâm lên gò vệ nữ cho tôi thấy số cô luôn gặp may mắn mặc dù đường tình duyên thường bị đứt đoạn. Quá khứ, cô từng chịu hai lần đổ vỡ, nếu tôi đoán không lầm; nhưng chẳng sao cả bởi hậu vận của cô rất tốt. Sau này cô sẽ có lắm con, tạm gọi là vượng phu ích tử.

Cũng bằng tay phải, Mộng dùng nó để trao những tờ giấy bạc

đến tay người không đủ tài sức huyền nhiệm để nhìn thấy bao bí mật của Mộng. Từng đi chùa cúng vong, nữ thí chủ Mộng luôn thành tâm nguyện cầu đặt tiền vào thùng phước sương nhưng Mộng chẳng mấy tin vào sự độ trì chứng giám của các vị thần linh khuất mặt. Mộng cũng nghi ngờ việc gieo ác thì gặp quả báo nhãn tiền, đứa giết người không gớm tay vẫn sống hùng sống mạnh và chúng đã là một bộ phận không nhỏ nhởn nhơ giữa cuộc sống này. Chúng vào chùa thắp nhang và tâm hồn nghe thanh thản khi nghe câu "vất đao xuống có thể thành Phật". Chưa thấy biến chuyển thì lại nắm đao lên, tay vấy máu chỉ là bởi hoàn cảnh buộc phải thế. Không có cách chọn lựa.

Mộng đi ra, chẳng gửi tiếng chào đến gã thầy bói. Người đàn ông ngồi vắt chân chữ ngũ trên chiếc xe máy liền sửa thế, khởi động máy nổ chạy lại gần:

- Thấy sao? Người ta đồn thổi có đúng với tài nghệ không?

- Thì có cái đúng có cái sai. Điều mà em không thích là ổng mân mê sờ soạng bàn tay em quá lâu, không chịu buông tha. Xem chỉ tay thôi mà! Làm gì như kiểu muốn bào mòn da tay người ta luôn vậy đó!

Người đàn ông thôi hỏi han. Ông quành xe trở lại thành phố.

2.

Đến một lúc nào đó, rồi hắn cũng có được vợ. Vợ biểu hắn thề nguyền một dạ không đổi chuyện yêu thương. Hắn thề, kiểu như nói láo cho bà vật. Kiểu nói sai thì trời đánh thánh đâm, kiểu phụ tình thì ra đường bị xe cán dẹp lép như con tép. Vợ dán kín môi hắn bằng một nụ hôn mê man, cướp mất dưỡng khí, hài lòng không ưa nghe thêm viễn cảnh bi thương nào khác.

Vợ cấn thai, chuyển bụng. Ì ạch lặc lè vô thấu nhà thương máu chảy luông tuồng giữa hai chân. Cửa mình ù lì không chịu mở rộng thêm, đỏ mặt tía tai bặm môi nín thở rặn hụt hơi vẫn cứ trơ trơ mắt thị. Họ quyết định ngăn tiếng rên la nọ bằng cách mổ bụng hòng cứu hài nhi tím tái bèo nhèo khỏi chết ngạt. Đứa bé cao số đó không phải là con hắn. Mất đến mấy phút mới khóc oe oe chào cuộc đời buồn nhiều hơn vui. Cha mày họ gì thế hử? Mày mang cùng họ với tao thì có ô kê không nè? Địt mẹ mày nhé. Má mày chết đi sống lại vì mày đấy, ông tướng ạ!

Sau này nghe vợ kể, thật thà khai báo rằng tuổi thơ cô chẳng mấy khi được ấm êm, sở dĩ bố mẹ cô mãi cơm không lành canh chẳng ngọt đơn giản là vì cô không phải con ruột của bố, mẹ cô âm thầm đi làm cuộc cách mạng bản thân dấm dúi với một gã làm chung trong cơ quan.

Hắn dắt bố vợ ra quán rượu khi trong túi dư bạc thừa tiền. Đồng bệnh tương lân sương sương giải sầu rượu vào mà lời không ra. Hai mặt trời cùng thắp đỏ chẳng màng thế sự vây quanh kể cả những ánh mắt nhìn đểu, tì tì cứ ly này sang ly khác. Vô đi bố, hồi nào cho chó ăn chè mới hạ hồi phân giải. Mầy nói phải, chuyện gì cũng còn có đó, bởi chăng hai ta nào phải là Tào Tháo để đởm lược lộng ngôn: Thà ta phụ người còn hơn để người phụ ta!

Bên ngoài quán nhậu bình dân chạng vạng lần khân liếm tới bậc thềm u muội, nhọ mặt người trông nhau không rõ hình tướng thoạt gần thoạt xa. Bố vợ hắn hất mặt lên ngọn đèn đường vừa cháy đỏ:

- Quái, chúng đang bận việc gì mà chẳng bỏ thời giờ chạy ra réo chúng ta về xơi cơm nhỉ? Chúng đi lâu thì mình sốt cả ruột mà đến phiên mình giận lẫy bỏ ra ngoài này thì chúng cứ mặc xác. Mẹ nó chứ, mấy thằng láng giềng vai u thịt bắp khiến mình đâm mất thế giá hẳn. Này, mày có thông hiểu câu ngạn ngữ "ngựa quen đường cũ" là gì không?

Thấy thằng con rể ngậm câm, ông bố lè nhè vào khoảng trống: Thằng Mạnh Tử bên Tầu từng nói mà chẳng ai nghe "yêu thì xác nhận rằng yêu, không yêu thì cứ nói thẳng là không yêu, như thế mới đích thực là yêu".

3.

- Buông em ra cho em về kẻo muộn mất.

- Vì hoạ sĩ, có thể anh hơi bị méo mó, ngay phút đầu anh nhìn nhận ra ngay là em có đôi bàn tay quá đẹp.

- Anh không phải là người đầu tiên đâu nhé, em từng nghe gã thầy bói mân mê ca tụng.

- Bao giờ thì em chịu khoả thân làm người mẫu?

- Hồi nào anh minh hoạ trình bày bìa và hoàn tất bốn cái phụ bản cho tập thơ em rồi hẵng tính.

Người đàn bà nhìn ra song cửa vừa mở hé, xong lại đảo mắt tới chiếc áo mưa móc gần cửa chính, thì thầm:

"Xa nhau gió ít lạnh nhiều
Lửa đêm tàn chậm mưa chiều đổ nhanh".

- Chắc không phải thơ em làm. Hoài Khanh hả?

- Không, của Trần Huyền Trân. Hai câu này mới là của Hoài Khanh:

"Mai kia đốm lửa tan rồi
Về trong gió bụi nhớ thời vong lưu".

- Liệu tập thơ em in ra có người tìm mua không?

- Nào có hề gì. Đôi lúc niềm vui đâu có ai ban cho, phải tự mình tìm kiếm lấy. Tranh anh góp chung với thi tập em khổ công làm, kỷ niệm ấy không khiến anh vui sao?

- Vui, đáng yêu, đáng nhớ. Nhưng em phải lường trước một chuyện, đó là thứ niềm vui quá lộ liễu, sợ thọ chẳng được lâu.

- Vì sao?

- Vì ác khẩu, vì tiếng ong ve. Vì sự thật vốn là sắc xám.

- Lỗ Tấn nói, phải không?

- Không. Mệnh đề sau là của ông André Gide. Hạnh phúc có khi là một kho báu, chúng ta nên đào chôn thu cất nó ở nơi thật kín đáo. Lạy bà tôi ở bụi này thì niềm vui của đôi ta bị soán đoạt mất. Trước khi chúng giũ áo đoạn lìa ta, anh muốn hối hả vẽ cho em một bức khoả thân là vì vậy. Một người có đôi bàn tay đẹp, người đó hẳn còn phát tiết tinh hoa ra ở những khu vực khác.

- "Vũ vô kiềm toả năng lưu khách" nhưng cơn mưa đang trút nước ngoài kia e xúi em nán lại bên anh dài lâu. Bóng tối nhiều thế kia thì làm sao anh vẽ được?

- Khéo lo! Anh có ba cây đèn đặt ở chỗ đáng đặt nhằm làm tương phản sắc độ giữa ánh sáng và bóng tối. Em nằm nghiêng thân trên giường, tấm chăn mỏng đắp ơ hờ từ mông xuống giữa hai đùi...

Câu nói không đi hết đường vì người nói vừa nhìn ra tấm thân trắng đục màu sữa từ tốn leo lên giường. Không riêng đôi bàn tay suông dài, toàn bộ nhúm tóc người mẫu cũng thuộc dạng đẹp ngất ngây.

Nằm đây ủ mộng cho tròn
Chăn đơn gối lệch hao mòn màu xưa.

Người tự nhận là hoạ sĩ đọc lên câu thơ của tác giả Lệ Mộng đang trần như nhộng. Một con ngài cựa mình thành bướm, một con ve sầu lột vỏ thoát xác, hoá thân nào cũng khiến gã xúc động. Không bấn loạn phút ban đầu, nghệ thuật tạo hình làm sao hiện hữu?

4.

- Má bận công chuyện, má giao con trách nhiệm xuống thu tiền nhà. Khoai Lang nói sau khi gõ cửa. Chú có đó không?

Cửa mở, đủ rộng để đứa con trai chừng mười hai tuổi lách thân vào. Bà Tám từng vui miệng giới thiệu "cục cưng" cho kẻ đến mướn thuê phòng: Thời mang thai nó gặp khó khăn nên tui chỉ biết ăn khoai, âu cũng nên vin vào tay chân cứng cáp nó mà nhớ lại thời hột gạo phải cắn làm đôi. Cứng cáp dường nào thì chưa có cơ hội chứng minh, nhưng mặt mày thằng Khoai Lang coi bộ lanh lợi, sẵn sàng đại diện cho bà Tám làm hậu phương vững chắc để đối phó những việc linh tinh, ví như đi đòi nợ.

- Mùi gì khó ngửi vậy chú?

- Ờ, mùi sơn, mùi dầu cá, mùi xăng rửa cọ, mùi bột màu.

Khoai Lang nhìn những tấm tranh treo chật vách. Tĩnh vật, phong cảnh, người ngợm, xanh xanh đỏ đỏ làm hấp lực dẫn dắt đôi chân Khoai Lang đi thăm thú nhìn ngang liếc dọc.

- Chú là hoạ sĩ à? Đơn thân trong phòng luôn khoá cửa, không ra ngoài tìm công ăn việc làm, chẳng có ai lại mua tranh, chú sống bằng cách gì?

- Hỏi má xem, có bao giờ chú thiếu tiền nhà đâu, bất quá chỉ trả muộn một đôi hôm. Uy tín quá đi chứ.

- Má nói chú thiệt lạ đời, lủi thủi mình ên như một chiếc bóng. Má thích chú ở chỗ đó, không tùng tam tụ tứ, không nhậu nhẹt, không ti-vi, không dàn máy nhạc, suốt ngày nghe êm ru bà rù. Í, ngay cả bếp lò cũng hổng thấy, chú ăn uống kiểu gì đây?

- Khoai Lang nhiều chuyện ghê nơi. Nghe câu này chưa? "Quân tử thực bất cầu no". Má cũng có khi làm quân tử, cứ nhai khoai lang riết. Hề hề, chú ra đầu đường ăn cơm bụi, hoặc kẹt quá thì thổi har-monica cũng ô kê.

- Thổi harmonica là sao?

- Là gặm khúc bánh mì, chút tương ớt chút xì dầu là đủ để phát tiếng hít hà. Không biết hồi đó má của Khoai Lang có hít hà khi cắn lựu đạn?

- Cớ gì mà kêu là cắn lựu đạn? Sao chú ưa đổ tiếng ác cho má vậy?

- Thì hình dáng mấy củ khoai hổng giống quả cà na lựu đạn sao? Nè, tiền đây, Khoai Lang đếm lại giùm cái, chừng nào đủ số viết cho chú cái biên nhận. Mình cá mè một lứa, xếp chung là dạng người lắm tình cảm, nhưng tình cảm cũng phải có giấy xác nhận giữa đôi đàng cho thêm phần vững chắc khỏi sanh hậu sự lôi thôi.

5.

Bà Tám phân bua cùng bà con lối xóm: Tui ra ngoài chợ, đến khi về mới hay cớ sự. Nghe thằng Khoai Lang kể có hai ông một già một trẻ chạy xe máy vô sân đập cửa phòng trọ rồi vây lại hỏi chuyện anh họa sĩ. Ông trẻ gọi ông già bằng bố, mặt ông nào ông nấy đỏ lừ xem chừng khí thế hung hăng ngó rất căng. Rồi sao nữa mày?

Khoai Lang tiếp lời: Họ to tiếng với nhau, hai người khách không mời đòi bồi thường thiệt hại tới mười triệu đồng. Ông trẻ tuổi đội nón bảo vệ nên không thấy sừng mọc ở đâu cả, mặc dù ổng nói bị vợ cắm sừng trên đầu. Ổng chỉ mặt chú họa sĩ nói thằng chả là tác giả giọt máu vô thừa nhận khiến ổng tự nhiên hành xác phải nuôi con mọn. Mười triệu là giá mềm, nếu nhắm hổng đủ sở hụi để thanh toán thì ổng chở cục thịt ngu ngoe tới dụt vô phòng, đến khi ấy mới biết thế nào là lễ độ. Nhắm mình ên nuôi con mọn có ổn không, bớ thằng tía chạy làng?

Chòm xóm hết ngó bà Tám tới nghía thằng Khoai Lang, có cô gái đại diện đám "dư luận viên" chõ mỏ vô: Hai má con này ghiền phim nhiều tập của Hàn quốc Trung quốc hay sao á, ưa lê thê trên từng cây số chả biết ngã ngũ như thế nào!

Khoai Lang lớn tiếng: Trong khi hai người trung niên lời qua tiếng lại thì ông già chạy tuốt vô phòng lôi từ đâu ra bức tranh vẽ một bà ở truồng nằm hở hang bức xúc. Ông già la: Tang chứng vật chứng rõ ràng, mày vẽ xuất thần quá mà, nhìn là biết con Mộng ngay. Riêng mình nó chứ còn ai trồng khoai đất này? Ổng hỏi người con rể: Mày làm chồng nó vậy chớ có khi nao đã nhìn rõ ngọn ngành thông thoáng như thế này chưa? Mang về nhà mà treo mà thưởng ngoạn kẻo phí của giời con ạ! Chúng ta sẽ gọi xe ba gác để khuân hết toàn bộ tranh ảnh đồi trụy kia làm vật thế chân, gia hạn trong hai hôm phải kiếm ra mười triệu chúng ta mới trả lại thành quả công sức lao động của nó.

Giọng cô gái hồi nãy lại cất lên: Chuyện nhạt như nước ốc, chưa thấy có cảnh đánh ghen nào mà hiền lành đến thế, chí ít ở hiện trường phải dây chút máu đổ thịt rơi chớ. Tiếng một cậu thanh niên chặn ngang: Người ta đàn ông với nhau thì xử sự phải theo cách của nam nhi chi chí, hồi nào có mặt đàn bà xía vô mới làm cho rách việc ra, xé áo lột quần cắt tóc tung nắm ớt bột vào mặt rồi la chết con đĩ mẹ mày chưa, đồ đi giựt chồng thiên hạ. Bà chị thấy tui nói có đúng không?

6.

Thìn học trên tôi một lớp. Ra trường trước tôi một năm. Thìn thích giang hồ, xuôi nam, rộng cẳng đi đây đó để mở rộng tầm nhìn, học hỏi. Tóm lại, ngoài chất nghệ sĩ phong sương lăn lóc gió bụi, Thìn còn cao tay nghề hơn đám bạn cũ mãi loay hoay tìm đủ mọi cách mưu sinh, cuồng chân không thoát khỏi địa phận chôn nhau cắt rốn, sống thấp hèn chẳng đơm nổi một mộng ước nào, an phận thủ thường, sợ sóng gió.

Bữa ấy mưa đổ mù trời, tưởng đi mất đất bất ngờ Thìn năm xưa hiện về tìm đúng nhà hỏi thăm tôi, hình hài ướt như chuột lột. Thìn cho hay làm chuyến tàu quy cố hương vừa từ nhà ga bắt xe ôm về. Thìn có bà chị ruột định cư ở Mỹ, mượn tên và địa chỉ tôi để đón nhận một món tiền "cứu đói" từ phương xa lá lành đùm lá rách. Chậm lắm là ngày mai. Thìn nói. Tôi hết đường binh.

Tôi cùng Thìn đội mưa đi tìm một quán vắng kiếm thức dằn bụng. Tuy không uống bia rượu, Thìn đổ dốc ra hết những chén đắng. Đại loại Thìn đang là đứa trốn chạy tai ương, chưa tìm ra một giải pháp vẹn toàn hòng tìm nhặt chút an ổn, vật chất lẫn tinh thần. Quá tàn tệ! Thìn chấm câu. Tôi tìm cho Thìn một nhà nghỉ giá bèo đặng ngủ qua đêm, một giấc tiều tuỵ. Rồi tạm chia tay, tin vào số đô-la đầy hứa hẹn, thứ ánh sáng thắp lung linh nằm cuối đường hầm.

Hôm sau, khoảng mười giờ sáng có người đến gõ cửa, gọi tên tôi. Đưa giấy tờ chứng minh để ký nhận một phong thư hào sảng nhét đủ trong đó 500 Mỹ kim. Tôi chạy tới nhà nghỉ, dừng xe ngang phố đèn đỏ để kịp thấy bắt mắt tranh minh hoạ ngoài bìa một tập thơ của tác giả mang tên lạ: Lệ Mộng. Thìn là người hoạ sĩ trình bày bìa cho thi tập "Đỏ Cạn Tin Yêu". Tôi bỏ ra 85.000 và cầm lên săm soi nét vẽ tài hoa của Thìn. Nói theo kiểu thường tình: Hiểu ở mặt nào đó Lệ

Mộng và Thìn chính là đồng tác giả, là bố mẹ đẻ ra đứa con tinh thần gần 200 trang mong manh èo uột.

Chúng tôi ngồi uống cà phê trước sân ga. Ở đó, không mấy lâu tai sẽ nghe vang vọng những hồi còi khi tàu chuyển bánh. Trời quang mây tạnh, Thìn nheo mắt nhìn màu nắng rơi từng đốm trên chùm lá me: Tôi lại xuôi nam, số tiền 500 đô này tôi sẽ trao tận tay nhà thơ, tôi không muốn người ta nghĩ xấu về tôi. Ít ra tôi cũng là một người cha đàng hoàng, dẫu không danh chính ngôn thuận.

Tay bắt mà mặt không mừng. Nhà ga muôn đời là sân khấu xúi người ta đóng tuồng xa nhau. Đợi bóng Thìn khuất lấp biệt dạng, tôi mở tập thơ ra:

Đừng bắt em trở dáng nằm
Ngoài kia sương lạnh trăng rằm bỏ đi.

Tàu Thống Nhất rùng rùng chuyển động, không một bàn tay vẫy cho kẻ quay lưng. Không một khăn tay vày vò vừa chặm xong nước mắt.

Hồ Đình Nghiêm
30 tháng 3, 2019.

NGÔ NGUYÊN DŨNG

Xứ Tưởng

Từ phi cơ bước xuống, trời đã chập choạng tối. Mới nãy, lúc phi cơ giảm vận tốc và độ cao, qua ô cửa, nắng hoàng hôn còn rưới vàng gương biển. Dưới kia xa xa, phi đạo thẳng tắp một đường cạnh chân núi, nằm sát đại dương. Sườn núi chơ vơ vách đá, chênh vênh những mái ngói đỏ và luống nho bậc thềm. Thoáng chốc, tâm tư ông se thắt, quay quắt những hồi tưởng. Và nghi hoặc.

Ông ngẩng nhìn. Tay gió chờn vờn vuốt mặt. Tháng tám, đầu đêm địa trung hải xanh nõn, trong vắt. Một vành trăng khuyết treo mỏng đỉnh trời. Đó đây lấp lánh tinh tú, lẻ loi từng chấm. Nơi cổng ra, vài người cầm bảng ghi nguệch ngoạc tên hãng du lịch, tươi cười đón khách.

Ông cầm xắc hành lý, bước lại chỗ anh nhân viên trẻ, khựng chân giây lát. Gương mặt anh gợn lên đôi ba nét thân quen còn sắc nét trong trí nhớ ông…

"Ông Hoàng?" anh thanh niên hỏi.

"Vâng. Chào anh", ông nhoẻn cười, giơ tay bắt, lòng không ngớt ngờ vực.

"Marco. Chào ông. Mời ông theo tôi ra xe về nhà trọ", anh nhân viên vồn vã.

"Xin lỗi đã bắt anh chờ, máy bay tới trễ hơn nửa tiếng", ông khách sáo.

"Không sao, không sao", Marco khoác tay. "Tôi đã được hãng du lịch thông báo trước. Ông là du khách cuối cùng trong ngày."

Ông không còn nhớ rõ đoạn đường từ phi trường tới nhà trọ, nhưng khung cảnh tại một vài nơi chừng như không thay đổi. Phố chính Funchal vừa lên đèn. Vẫn những công viên nghiêng dốc thoai thoải, cây cảnh tỉa cắt tươm tất. Vẫn hàng quán nhộn nhịp đại lộ giờ ăn tối, ghế bàn bày ra vỉa hè, trông ra đại dương. Vẫn chuỗi nhà hàng nổi giăng đèn loè loẹt. Vẫn quanh co đường đèo ôm lấy vách đá. Vẫn dãy đèn đường ngọn vàng tù mù. Và ngoài kia, tiếng sóng vẫn từng đợt, từng đợt mải miết.

Không, từ đó đến giờ đã vô vàn biến đổi. Biển núi cùng không gian đã già hơn mười năm. Chia ly thoắt đã mười năm qua. Và tha hương, đẳng đẵng gần bốn mươi lăm năm.

"Ông tới đây lần đầu?", Marco gợi chuyện.

"Không, lần thứ nhì", giọng ông bạt theo gió. "Lần thứ nhất cách đây hơn mười năm, vào cuối xuân."

"Lâu vậy ư?", anh thanh niên kêu nhỏ. "Ông thấy Madeira có gì thay đổi không?"

"Lẽ đương nhiên, có", ông ngần ngừ, "nhưng dường như không nhiều."

"Đúng vậy", Marco gật gù. "Người Bồ-đào-nha chúng tôi tương đối bảo thủ, không thích những thay đổi. Lần trước ông trọ ở đâu?"

"Cũng chỗ này."

"Ông cũng là người bảo thủ", Marco bật cười.

Giọng cười bám theo vào giấc ngủ tôi khuya ấy. Phòng đôi, một chiếc giường để trống. "May quá, căn phòng ấy chưa có người mướn. Lần này ông đi một mình, sao không mướn phòng đơn?", bà chủ nhà trọ hỏi qua điện thoại, trước đó. "Xin bà giữ căn phòng ấy cho tôi. Không chừng bạn tôi sẽ qua sau." Tôi không biết phải giải thích sao. Ngay chính tôi cũng không rõ. Chỉ biết, tôi muốn ngoảnh nhìn. Những hành trình thời gian đã vút xa, bỏ lại tôi ngơ ngác tìm nhặt những vụn vặt ký ức. Một gương mặt, một hơi ấm, hương da thịt, và những xúc cảm chưa liền da. Đêm trở lại căn phòng cũ, cánh cửa mở ra ban-công khép hờ. Tiếng sóng địa trung hải dìm tôi vào giấc chiêm bao hoài niệm. Văng vẳng đâu đây nhiều tiếng cười nói. Những hình bóng quá khứ âm ỉ suốt nửa thế kỷ từ tiềm thức ngoi dậy. "Danh, dậy đi học con!" Giọng cha gọi thức mỗi sáng của nhiều thập niên trước. Tôi hé mắt ngái ngủ. Đồng hồ gõ bảy tiếng, trời Sài gòn còn xám ngoét khuôn mặt chưa trang điểm. Những mùa nắng mùa mưa trong thành phố thời chiến. Những con đường đi về mỗi sáng trưa. Vài thập niên sau chiến tranh, tôi trở lại, nhiều đường phố đã đổi tên. Tôi vào chùa thắp nhang cúng tro cốt ba má. Tôi ghé qua ngôi nhà tuổi ấu thơ, giờ đã đổi chủ. Không còn tàn trứng cá xoã bóng mát bên cổng sắt. Không còn vườn cây cảnh được cha tôi tâng tiu bón quén thuở nào. Cũng bặt tăm tiếng chó sủa khách bấm chuông. Tất cả đều dửng dưng, câm nín như lạ mặt. Chỉ riêng thời tiết chừng như vẫn vậy. Nắng trưa biểu dương bạo lực, và đôi khi, mưa chiều chùng lòng u uất. Như những nghịch lý muôn thuở của đời sống. Nhưng không hiểu sao, giờ đây nội tâm tôi dửng không lãnh cảm trước nắng mưa ngoại giới. Chợt tôi hiểu ra, thời gian là một đơn vị chiều dọc. Mỗi khi ngoảnh mặt, thấy bủa kín những khoảnh khắc, léo réo nhiều tiếng động. Khứu giác ngập ngụa mùi phố xá bàn chân qua. Tiếng động của nhịp sống bon chen chói tai. Bụi bặm. Rác rưởi. Vai thời gian chồng chất những nỗi niềm quá khứ mỗi lúc mỗi nặng.

Phố biển rực nắng sáng. Ông thức dậy muộn, là khách điểm tâm sau cùng. Ông chọn chỗ ngồi ngoài hiên, dưới tán dù sọc xanh trắng, bên mấy bụi dâm bụt hoa vàng. Hình như, dạo đó, là những cội trúc đào? Ông phân vân hồi tưởng. Bàn điểm tâm bày hai lát bánh mì nướng, một thỏi bơ, một ít mứt, dĩa trứng chiên xúc xích xắt hạt lựu, một chén ngũ cốc trộn trái cây khô và sữa chua, một tách cà-phê sữa đường, một ly nước cam vắt, và viên thuốc chống huyết áp cao. Dăm ba cánh én biển liệng ngang trời, mất hút sau vòm lá. Biển lặng, sóng thầm thì vỗ bờ, kể lể cùng sỏi đá. Bãi cát xám nham thạch những ngàn năm, hẹp như chéo vải vụn, lô nhô đá núi. Tâm tư ông cũng chật chội tù ngục và già nua như cát.

Xong bữa điểm tâm, bà chủ nhà trọ bước ra, chào hỏi. Người đàn bà trông đẫy đà hơn xưa. Giọng phát âm những vần ch và sch ngôn ngữ Đức của bà nghe vẫn ngộ nghĩnh như thuở nào.

"Khuya qua ông ngủ ngon không?"

"Cám ơn bà, tôi say giấc như trẻ con no sữa", ông so sánh văn vẻ, nhoẻn cười lấp liếm lời nói dối.

Khuya qua ông thao thức, mãi gần sáng mới chợp mắt, thiếp vào cơn mộng mị lắt lay những bóng ảnh ngày cũ. Hồi ức ông trầy trụa hội chứng mất trí nhớ. Biển khuya dậy gió. Sỏi đá vụn vãi cựa mình lào rào theo sóng rút. Màn cửa hé rãnh, trăng Địa trung hải lắng lơ lách vào. Đôi khi, bất chợt, ông hé mắt ngó qua mặt giường phơi trống bên cạnh, thấy lờ mờ luồng trăng loã lồ, hớ hênh. Vệt sáng di động chậm. Càng về sáng càng xích gần. Vừa lúc ông mơ thấy mặt người kề xuống và vòng tay ấm khép lại, thì chiếc bóng đã trườn sang nằm kề. Đêm ngoài khua gió, chập chờn ma ảnh. Ông xoay người ôm lấy. Dục cảm hụt hẫng rớt xuống vực sâu hoang tưởng. Thịt da nấc tiếng hoang mang. Bóng tối nhú ra những bàn tay, sờ soạng trơ trẽn. Ông phân vân giữa thực tại và mơ tưởng. Rồi thiếp vào đoạn phim quá khứ nhạt màu thuốc rửa, ẩn hiện rời rạc những khuôn mặt thân quen.

"Người bạn của ông lần trước bận rộn chuyện gì, sao không thấy đi cùng?", người đàn bà hỏi không ngần ngại.

"Chúng tôi chia tay nhau đã hơn ba năm", ông đáp vội.

Người đàn bà buông tiếng bối rối:

"Xin lỗi ông, tôi vô ý quá. Tôi hỏi, vì trong lần điện đàm đặt phòng, ông nói, không chừng bạn ông sẽ qua sau."

Ông lặng thinh, ra mặt thản nhiên.

"Tôi nhớ hình như lần trước ông nhắc chuyện, sẽ viết sách", người đàn bà đổi đề tài.

"Bà có một trí nhớ hiếm ai có."

"Đâu có gì khó. Ông là một trong ít những du khách Á đông tới trọ nơi đây, và đã để lại trong tôi nhiều ấn tượng đẹp. Tôi thích đọc sách và quí trọng những người cầm bút. Quyển sách ông định viết tới đâu rồi?", tia nhìn người đàn bà soi vào mắt ông, không chớp.

Câu chuyện bắt đầu thú vị đây, ông nhủ thầm, rồi đáp:

"Xong rồi! Mọi nhân vật, mọi tình tiết đều nằm sẵn trong này", ông giơ tay trỏ đầu. "Văn chương là một chuỗi phản ứng sinh hoá bất tận. Mỗi phân tử chữ sẽ bật ra ý, khi gặp thời điểm và không gian thuận lợi làm chất xúc tác. Khổ nỗi, người viết không biết, lúc nào và ở đâu", ông văn vẻ so sánh, kèm tiếng cười khẽ.

Từ nhà trong, chuông điện thoại reo tiếng. Người đàn bà xô ghế, đứng lên, hấp tấp lời xin lỗi.

Tôi mải miết tìm cách giao hoan cùng những khoảnh khắc, những không gian, để thai nghén quyển sách đời mình. Hành trang theo tôi ăm ắp những di sản quá khứ. Đôi khi, khoảnh khắc là lúc tôi xa nhà, tuổi chưa đầy đôi mươi. Đôi khi, không gian là phòng trọ trong nhiều năm tôi tới học tại một thành phố miền trung Đức, nằm dưới mái nhà, nhỏ như chuồng thú. Trần nghiêng một bên, khoét ô cửa hẹp lắp kính. Căn phòng hao hụt ánh sáng, thứ ánh sáng ôn đới lao phổi tái ngoét. Có những sáng, soi mặt trong gương, tôi không nhìn ra tôi, tưởng như lỡ bôi mất bóng mình khi nào không hay. Bữa nọ, một cánh bồ câu ghé lại, cào nhẹ móng sắc lên mặt kính, thản nhiên xổ toẹt một bãi, rồi bay mất. Hồi ức tôi về thời điểm này ngập ngụa bóng tối. Của những sáng mùa đông, những đêm về muộn, những khuya trăn trở mọc gai những bất an. Tôi tự ru ngủ bằng những hoài niệm hoa niên. Tôi phân vân đối diện bản sắc mình qua những lần tiếp xúc với bạn đồng môn khác phái. Tấm thiệp sinh nhật của Vấn gói ghém đôi lời thầm kín. Những quyển tiểu thuyết, những cuốn băng nhạc tôi cho Vấn mượn. Nhiều tối ăn cơm chung, chuyện trò bâng quơ. Ánh mắt Vấn long lanh. Tôi hiểu, nhưng cảm xúc tôi lạnh băng như gã thái giám phải đoạn lìa sắc dục. Tín hiệu Vấn rơi lạc vào mênh mông. Tâm tình tôi dấn bước ngơ ngẩn vào những ngõ ngách tha hương. Vài năm sau một chín bảy lăm, tôi dọn sang thành phố khác, xoá sạch những kỷ niệm những hình bóng những dằn vặt, dò dẫm lại từ đầu đoạn đường khoa bảng. Và sáng tác trở lại. Trong đoản văn tha hương đầu tiên, tôi hồi tưởng những trải nghiệm trong lần về quê nội đưa đám bà tôi. Quê cha là vùng nước lợ cách biển đất bồi không xa, rách nát thời chiến tranh, lẩn khuất giữa những mạch sông của dòng Cửu long xuất huyết, chằng chịt đầm lầy sốt rét. Nghèo như một chén cháo trắng. Ốm như một con muỗi đói. Rạch Miễu, Mỏ Cày, Giồng Luông, Ba Tri,… Những địa danh chưa quên trong ký ức, mở ra trong tôi từng trang cổ tích quê hương. Tuổi thơ tôi và quê nội bạc bẽo như lời hứa đãi bôi. Rồi đứt lìa đành đoạn khi chiến cuộc lan rộng. "Ban đêm không ai dám ở trỏng", cô tôi, con nuôi của ông bà nội, rủ rỉ bên bếp lửa. Hai mắt cô đỏ hoe, vì khói bếp hay vì xúc động, tôi không rõ. "Trỏng" là miếng đất và ngôi từ đường của ông bà nội để lại, nằm bên con sông ốm, um tùm dừa nước, cách chợ Cầu Mống vài cây số. "Đêm nào họ cũng kéo về, tản sáng mới rút đi." Mới trưa qua, quan tài ông tôi được đem vô "trỏng", lấp đất vội vã. Khuya, nằm trong căn nhà của cô ngoài chợ, nghe gió đêm

Sáng hôm sau, như đã hẹn trước, Marco tới đón ông đi xem thắng cảnh hải đảo. Ông ngỏ ý nhờ Marco hướng dẫn thăm lại phố cổ Funchal và hoa viên Monte. Nắng đầu ngày in bóng tối sáng lên ngõ hẹp lát đá xanh còn giăng hoa giấy lễ hội mừng xuân tháng tư. Đó đây trong tán lá còn sót lại những chùm phượng tím. Những tường nhà tô vôi màu, những khung cửa và ban-công chấn song sắt, uốn lượn hoa văn, những mái ngói đỏ loé nắng. Mùa hè, tiệm ăn quán rượu nhộn nhịp khách. Không gian thoảng mùi cá nướng. Marco huyên thuyên thuật chuyện tập quán ẩm thực địa phương và một vài biến cố lịch sử về hòn đảo Địa trung hải. Đôi khi cao hứng, anh dừng chân, níu lấy tay ông, chỉ trỏ. Tâm tư ông nhen nhúm những niềm vui. Ở cuối phố, ông thấy lại mười tám bậc đá dẫn lên quảng trường thánh đường cổ. Một nhóm du khách đang vây quanh sạp bán vật lưu niệm trong bóng mát tàn cổ thụ. Nơi đây, bạn ông đã chạy lại ôm chầm cội cây, ríu rít nhờ ông chụp một tấm ảnh. Vòng tay bạn chỉ khép nổi một phần chu vi vạm vỡ, sần sượng những di tích hằng trăm năm. "Nếu như cây biết kể chuyện, có lẽ tôi đã ngồi xuống, lắng tai nghe cây thủ thỉ", ông kêu thầm.

Lần tái ngộ cội cổ thụ trưa này, chỉ thấy người đàn bà trong bộ váy áo Madeira truyền thống sặc sỡ tươi cười chào mời du khách. Ông ngước mặt. Gió lùa lao xao tán lá, tưởng như tiếng thì thầm những niềm riêng.

"Cội sồi này đã hơn bốn trăm năm tuổi", Marco thuật chuyện, "là một trong vài biểu tượng của Funchal. Mùa thu năm hai ngàn lẻ chín, một trận bão lớn xô cây lệch mười lăm độ, nhưng không đổ, như một phép lạ."

Ông đề nghị với Marco tới ngồi nghỉ chân và ăn trưa trong một quán nhỏ kê bàn ghế lộ thiên. Cũng tại nơi này, nhiều năm trước, ông và bạn ghé lại đôi lần. Vẫn món gà nướng sốt ớt piri-piri ăn kèm rau trộn. Marco không đói, chỉ gọi một chén súp khoai tây caldo verde với vài lát bánh mì bột bắp. Và hai ly rượu vang Madeira trắng. Đôi khi ông hoang mang tưởng ra hình bóng bạn cũ tái hiện qua diện mạo Marco. Cũng mái tóc nâu nhạt cắt ngắn. Cũng tia mắt xanh lục rực sáng. Và giọng cười sảng khoái đầy lạc quan.

"Anh làm nghề này lâu chưa?" ông gợi chuyện.

"Chỉ mới vài năm thôi, nhưng có lẽ cũng không còn lâu...", Marco cười mỉm.

"Là sao?"

"Việc làm này tuy thú vị, vì cho tôi cơ hội được quen biết nhiều sắc dân, nhưng không bảo đảm, vì chỉ kéo dài năm, sáu tháng mỗi năm", nét mặt Marco đượm vẻ đăm chiêu. "Hết hè, Madeira vắng ngắt, thê lương như một đảo chết. Những kẻ làm trong ngành du lịch như tôi phải tạm thời nghỉ việc."

"Những lúc đó anh làm gì để sống?"

"Việc này việc nọ tạm bợ, chờ thời tiết sang xuân."

"Nơi đây không phải là đất tiến thân cho giới trẻ bản xứ. Đa số đều bỏ đi lập nghiệp tại các thành phố lớn, hoặc di cư sang các nước Bắc Âu có đời sống kinh tế khả quan hơn. Cũng vì lẽ đó mà tôi siêng năng học thêm ngoại ngữ. Nghề hướng dẫn viên du lịch này cũng là cách để tôi trau giồi khả năng ngoại ngữ của mình, đồng thời dành dụm một ít vốn", Marco tâm sự.

"Trước kia tôi cũng canh cánh tâm trạng giống như anh. Tôi thèm khát được đi xa, được đặt chân tới những địa danh, mà trước đó chỉ được chiêm ngưỡng trong phim ảnh. Paris, London, New York, San Francisco. Những địa danh, mỗi khi thốt ra, lại vang lên một giai điệu", ông sôi nổi.

"Xin lỗi ông Hoàng, chúng ta phải đi thôi. Hoa viên Jardim Tropical Monte Palace chỉ mở cửa tới sáu giờ chiều", Marco kêu khẽ.

Khi hai người đứng lên, tàn cổ thụ trước thánh đường đã nghiêng bóng chênh chếch.

Lá thư của một người tên Trung nhờ toà soạn chuyển được kèm giữa những trang báo biếu. "Trung thích văn của anh từ lúc còn ở trại tạm cư Palawan. Nhiều lúc nhớ nhà nhớ bạn bè, Trung lại ra thư viện, tìm đọc những truyện ngắn anh viết. Có một truyện, Trung quên mất tựa, cứ ám ảnh Trung mãi. Truyện kể lại một nhân vật tên Toàn đã có gia đình, nhưng vẫn chưa quên mối quan hệ luyến ái thời hoa niên với người bạn cùng phái. Truyện làm Trung phân vân dò xét lại tâm tình mình. Thú thật với anh, trước khi vượt biển, Trung cũng đã trải qua vài cuộc tình, cả nam lẫn nữ. Với ai, Trung đều có những ham muốn như nhau. Hiện giờ Trung đã được sang đây định cư. Đời sống đã tương đối vào nếp. Trung đang lo giấy tờ xin bố mẹ và đứa em gái sang đây đoàn tụ. Anh ơi, viết đến đây, Trung sực nhớ ra cái tựa truyện có cái người tên Toàn: Giờ Vui Đời Có Vậy. Có phải được trích từ bài thơ Đi Chùa Hương của thi sĩ Nguyễn Nhược Pháp không anh?" ... Đúng rồi. "Giờ vui đời có vậy, thoảng ngày vui qua rồi", tôi nhẩm lại. Tôi hình dung ra khuôn mặt, vóc dáng, giọng nói và tiếng cười của Trung trong một lần qua thăm tôi. Tháng giêng, cao điểm mùa đông, đêm dài hơn ngày. Chúng tôi đắp chăn nằm sóng đôi trên nệm bông trải dưới đất, kể nhau nghe những buồn vui tha hương. Có khuya, trời trở gió, reo réo vườn ngoài. Tôi và Trung quấn chăn, ra đứng bên cửa kính, trông ra. Đêm như toả sáng. Tuyết vật vã chới với. Vòng tay Trung khép quanh bụng tôi. Những bông tuyết va vào khung kính, nhoè lệ từng dòng lăn xuống mặt gương. Hơi thở Trung khoả ấm gáy, úp mặt xuống vai tôi, nghiến nhẹ. Tôi khép mắt, tưởng ra những ngày vui ngắn ngủi của Toàn, một vai trò hư cấu trong trò chơi chữ nghĩa. Nhưng Trung, một nhân vật có thật, với thân xác hâm hấp dục cảm, đang lần tay xuống đáy bụng tôi, siết lại. Tôi thở hắt, cảm nhận dương tính Trung luồn vào, thôi thúc. Tôi áp mặt vào khung kính. Cái lạnh se se bật run da thịt, rờn rợn chạm phải lưỡi dao tội lỗi. Không, không phải, mà là thứ cảm xúc bất chấp của dục vọng, của ham muốn độ lượng cho và nhận. Trong bóng tối phóng dật không mặc cảm. Giữa cuồng nộ mưa tuyết ngoài đêm. Trong giây lát rúng động của khoái lạc, loé ra trong tôi những ảo tưởng, như bóng ảnh trong chiêm bao chỉ hiện hữu qua đêm. Bùng lên ngắn ngủi ngọn pháo bông dục vọng. Rồi tắt ngúm... Vài năm sau, tôi nhận được hỷ tín. Của Trung. Lễ thành hôn sẽ cử hành vào ngày... tháng... năm... Tôi gấp thiệp lại, lặng lẽ, không cảm xúc. Và nhận ra những hiện mất của "thoảng ngày vui qua rồi". Dửng dưng như thời tiết. Mong manh như mây trời. Khép lại những khoảnh khắc một kiếp người.

Dòng chữ đầu tiên mở đầu quyển tiểu thuyết bằng tiếng bản xứ được ông ghi xuống vào một sáng sớm, khi nghe tiếng động bất thần gọi thức, như có vật gì lao vào cửa kính. Ông dáo dác ngó quanh. Bóng nhá nhem bao trùm. Vọng lại tiếng sóng lùa lào rào đá sỏi. Ông xỏ dép, tới mở cửa, bước ra ban-công, nhác thấy vài chiếc lông chim rớt bên ngưỡng cửa. Ông nhặt lên, ngước nhìn phân vân. Nơi chân trời, ánh bình minh hé mở một viền loe loé. Ông tần ngần cầm chiếc lông, bước vào, ngồi xuống bàn viết, bật đèn. Cảm hứng dâng nước lớn.

"Tôi rời quê hương vào một trưa tháng mười hai, một chín bảy mươi. Má tiễn chân tôi, lệ trào khoé mắt. Tôi vào ngồi trong phi cơ, nhìn ra. Nắng lấm bụi loé mắt. Dưng không hai hàng nước mắt lăn dài..."

Ông cắm cúi. Viết. Dập xoá. Viết tiếp. Thêm thắt. Lâu lâu lại ngẩng mặt trông ra cảnh ban mai rực dần sắc ngày. Trong tường vách bưng bít, ngũ quan ông mở ra vùng tư tưởng mênh mông. Ý tình chợt bật chợt tắt. Ngữ cảnh chen lấn, rối rắm. Vết tích quá khứ hơn bốn thập niên ngoi lên mặt nước sáng tạo. Hình ảnh cùng thanh âm xô lấn ký ức. Biến động ngoại giới lem luốc ẩn ức nội tâm. Và tính dục. Đầu bút ông thốc tháo ra giấy, dòng nối dòng, chật kín. Từ ngữ quấn quýt hoan dâm cùng tư tưởng. Chương đầu tiên mở ra từng trang hồi ký. Dòng thời cuộc sôi sục, kéo dài nhiều thập niên ngoi dậy, từ quê nhà ra tới xứ người. Một thời giới trẻ phương tây make love not war phản chiến. Đại lộ kinh hoàng tổng công kích lần hai. Hiệp định đình chiến rác rưởi. Cái chết không người vuốt mặt của đất nước, buộc ông chọn kiếp lưu vong. Thảm kịch thuyền nhân trên biển đông. Cuống rún quê nhà đứt lìa. Những cánh cửa quá khứ khép lại. Khi quyết định làm lại từ đầu, bất giác ông nhận ra, tuổi đã xấp xỉ ba mươi. Sau lưng là mười chín năm mưa nắng hai mùa, trước mặt là những ngả rẽ mù câm. Ông đắn đo tìm cách định nghĩa lại hai chữ *quê hương*.

Cho tới khi nghe tiếng gõ cửa rụt rè. Ông ngưng viết, ngẩng lên. Nắng đầu trưa đã chan hoà gian phòng. Khuôn mặt thoáng âu lo của bà chủ nhà khách hiện ra sau rãnh cửa hé.

"Chào ông Hoàng. Sáng nay không thấy ông xuống nhà dùng điểm tâm như mọi hôm, tôi đâm lo. Tôi đoán chừng ông ngủ quên, nên lên đây, mời ông xuống ăn sáng", người đàn bà nhỏ nhẹ. Ánh mắt bà dáo dác, dò xét.

"Khuya qua tôi khó ngủ, gần sáng mới chợp mắt", ông thối thoát.

"Ông khoẻ chứ? "

"Cám ơn bà, tôi vẫn vậy", ông nhoẻn cười.

"Xin lỗi đã làm phiền ông. Tôi có để dành phần điểm tâm cho ông. Mời ông xuống dùng", bà chủ nói nhanh, rồi quày quả lui bước như sợ nghe lời từ chối.

Lúc ông vào phòng tắm, soi gương, chợt thấy ra vài đổi thay. Sờ sờ như gã hát tuồng vừa bôi lớp hoá trang đắp mặt, sau khi màn nhung khép lại. Vài nếp gấp giữa hai chân mày, trên trán, cuối khoé mắt. Râu chưa cạo, lún phún sợi bạc. Thần sắc ông, chỉ sau vài trang thảo bút ngược dòng quá khứ ngập ngụa chấn động, rạn nứt ngoằn ngoèo những biến dạng. Vết chém chủ nghĩa bứng lìa ông khỏi đất quê hương. Những hoang mang dục tính nhiều năm dài. Nhiều lúc ông tưởng mình đeo mặt nạ. Khi nhìn lại, mới nhận ra đã phí phạm gần nửa kiếp người.

Chụp đèn trần toả ấm căn phòng kéo màn kín. Hai kệ sách đầy ắp. Trong lúc chờ, tôi đọc thấy nhiều tựa sách tâm sinh lý học. Người cố vấn tâm lý trở lại, ly nước suối trên tay. Ông thản nhiên ngồi xuống cạnh tôi, thân mật hỏi han. Một chút về lai lịch, học vấn và sở thích. Khá cặn kẽ về chuyện tình cảm riêng tư. Kinh nghiệm xác thịt đầu đời. "Tương đối muộn", tôi đáp, "với một ả buôn hương". "Anh thấy sao?", ông hỏi. "Không thích lắm", tôi đỏ mặt, cảm thấy mồ hôi rịn lấm tấm chân tóc. "Sao vậy?" "Không biết...", tôi ngập ngừng, "có lẽ vì thiếu tình cảm." "Có lần nào với người cùng phái chưa?" "Có, trong chiêm bao...", tôi ngần ngừ, "và trong văn chương." Một vài nhân vật hư cấu loé trong tâm tưởng tôi. "Vậy ra anh là văn sĩ?", ánh mắt người đàn ông thoáng ngạc nhiên. "Viết lan man vậy thôi, cho vơi bớt tâm tư." "Tôi cũng là người viết, về những đề tài chuyên môn và tiểu thuyết giả tưởng", ông cười nhẹ, thản nhiên đặt tay lên đùi tôi. Người đàn ông hỏi han, giải thích thêm đôi ba chuyện, rồi hỏi tôi có muốn trở lại lần nữa không? Tôi gật đầu. Buổi cố vấn tâm lý lần ấy là bước ngoặt ghi dấu mối quan hệ tình dục sôi nổi giữa tôi với ông và người bạn đời cùng phái. Với nhiều hăm hở trong những chuyến xe lửa chiều thứ sáu sau một tuần cặm cụi trong giảng đường, trong phòng thí nghiệm, căng thẳng trước những kỳ thi. Và suy tư đắn đo lúc trở lại phòng trọ mỗi trưa chủ nhật, ôm lấy nỗi trống rỗng cùng cô quạnh lớn. Nhưng, những thoả mãn thân xác không san bằng nổi nhiều khác biệt. Tôi vẫn chưa đủ tự tin để chấp nhận cá tính mình. Tôi như người đeo mặt nạ, e dè tham dự cuộc vui hoá trang. Cái diện mạo và bản sắc thứ hai hiện khuất thường xuyên trong tôi. Giữa những dòng văn chương. Trong những phương trình hoá học. Níu lấy giấc ngủ đầy mộng mị phóng đãng. Để cuối cùng, chỉ còn lại những lần điện đàm thăm hỏi vô vị. Tôi trở lại với thường nhật hai màu đen trắng. Tâm tư tôi mọc lên những mặc cảm vị kỷ trước thảm cảnh người tị nạn ở biển đông. Thấy ra những trăn trở riêng mình vô cùng nhỏ bé trước vô vàn biến động thời sự. Điều này tôi đã từng tỏ lộ cùng người cố vấn tâm lý. "Anh đừng quên, mỗi người chúng ta chỉ có một đời để sống", ông an ủi.

Đúng vậy! Và tôi ngỡ ngàng nhận ra, trong lần sống duy nhất này, mình đã phí phạm trọn vẹn thời thanh xuân, để đi tìm một thứ bản sắc luyến ái đồng dạng cùng số đông. Mọi cố gắng chỉ hoài công. Điều còn lại, cuối cùng, toàn những mất mát. Mãi mãi.

Marco lưỡng lự khi nghe ông hỏi về *ý nghĩa* hai chữ quê hương.

"*Thú thật, chưa bao giờ tôi suy ngẫm về chuyện đó*", anh đáp.

"*Vùng đất này có phải là quê hương anh?*", ông hỏi thẳng.

Marco ngần ngừ: "Phải,… cho tới bây giờ. Bởi vì tôi được sinh ra tại đây, và tôi chưa có kinh nghiệm sống tại một nơi nào khác. Còn ông?"

"Quê hương cũng như tổ quốc đối với tôi chỉ là một ảo tưởng, một danh từ đã gây ra nhiều xung khắc đẫm máu, không thua những hiềm khích vì tôn giáo hoặc chủ nghĩa. Tôi nghĩ rằng, quê hương không phải là một biên giới địa lý, mà là một trạng thái nội tâm", ông cười khẽ. Tiếng cười ngắn, gọn, nghe như thách đố.

"Không phải ai cũng nghĩ giống ông", Marco nhỏ nhẹ. "Cá nhân tôi cảm thấy gần gũi với mảnh đất này. Tại sao? Vì tại nơi đây tôi có họ hàng thân thuộc, tôi nghe được ngôn ngữ Bồ-đào-nha, tôi ăn được những món đặc sản địa phương tự tay mẹ, tay bà nấu nướng. Lẽ đó, quê hương là một thực thể, mà con người có thể cảm nhận được."

"Vậy ra, theo anh, quê hương là một sản phẩm của ý thức?" ông ra nhìn Marco đăm đăm.

"Chắc vậy."

"Có lẽ tôi nên nói như thế này, quê hương là trạng thái nội tâm tuỳ thuộc vào ngoại cảnh. Hoàn cảnh sinh sống của tôi và của anh không giống nhau. Tôi là người lưu vong từ nhiều thập niên nay. Quê cha đất tổ tôi hiện nay không còn giống trước. Họ hàng thân nhân tôi tứ tán viễn phương. Tôi xa nhà lúc tuổi vừa mười chín. Trong lần trở lại, khi tuổi đời ngấp nghé sáu mươi, tôi mới thấy ra, tâm tình mình không còn như trước. Ngôn ngữ, món ăn, lẫn thời tiết cùng đất đai vẫn còn đó, nhưng không hiểu sao lòng tôi cứ quay quắt nhớ. Chuyện gì, ai, tôi không biết. Chỉ biết, cõi lòng tôi cứ canh cánh những khắc khoải, như thể mình đi lầm nơi, tới sai địa chỉ. Vậy mà, có dịp, tôi vẫn quay lại, để thấy mình là một tha nhân, một sinh vật vô tổ quốc."

Ông nói một hơi, thơi thả. Như loài thú nhơi lại miếng ăn của ngày hôm qua. Như một mái nhà không bếp lửa. Như một ngoái nhìn. Quá khứ đã lạnh màu, phai hương trong tâm tưởng.

Nhiều giây lặng im.

"Tôi nghĩ, tôi có thể hiểu những gì ông vừa nói", Marco cất tiếng. "Mỗi năm, sau mùa du lịch, Madeira trở lại yên vắng. Mãn hợp đồng, tôi lang thang trong thành phố, tìm việc khác. Những khi đó, tôi mới thấy ra bộ mặt cằn cỗi, suy dinh dưỡng của phố biển. Đa số người trẻ đã lần lượt bỏ vào đất liền, tìm tới những thành phố lớn, tạo sự nghiệp. Chính những khi đó, tôi thật sự thèm khát đi xa. Tôi thấy ra giới hạn của đất, của cả tâm tư mình", trong giọng nói Marco, đượm chút băn khoăn.

Ông tìm tay người con trai, úp lên. Marco để yên. Nhịp tim ông lắng đọng những đầu ngón tay, rộn ràng siết lại, chia sẻ. Marco quay nhìn, hai vòm mắt long lanh.

"Bấy giờ tôi mới thấy ra, quê hương trong tôi chật chội như lòng tay mình." Marco rút tay về, xoè ra.

Ông nhẩn nha kể tiếp cho Marco nghe những vụn vỡ luyến ái trong cuộc sống. Bắt đầu từ đấy, ông một mình trong những chuyến đi xa. Đi như để kiếm tìm, để nhận diện bản sắc mình.

Trưa cuối cùng, ông cầm khăn tắm ra biển. Trong tuần, bãi vắng người. Ông chọn một góc khuất bên vách đá, trải khăn lên bờ cát xám, nằm xuống, gắn kính mát lên mắt. Trên cao là một vùng thiên thanh sâu thẳm, không một vẩy mây. Vài vệt khói phản lực xiên xéo dọc ngang, trông như những đường rách, từ từ nhoè ra, rồi tan biến. Đối diện trước mênh mông trời biển, thêm lần nữa, ông ý thức ra tường vách chật hẹp của bản ngã. Đôi khi ông nghĩ mình thấu hiểu lý do tại sao có những trường hợp khủng hoảng tâm lý. Không gian và thời gian hiện hữu đó, nhưng dường như không thật. Tất cả chỉ là những đất đai chồng chéo những mắc xích khứ lai.

Trước mắt ông, cảnh vật nhập nhoè một xứ tưởng vô biên.

Ngô Nguyên Dũng

(Đức, tháng 11. 2015. Nhuận sắc, 11.2017)

SONG THAO

mắm

Tôi có một chàng rể người Pháp chính cống, dân miền Nam nước Pháp. Ăn cơm gia đình ở nhà, chàng này luôn muốn thử các món ăn của Việt Nam. Thấy giữa bàn có chén nước mắm ớt, chàng múc một đầu muỗng nếm thử, khen ngon. Sau đó chàng làm tuốt, mắm ruốc, mắm tôm, không loại trừ một thứ nào. Khi tới lúc ăn là bắt buộc phải có chén nước mắm thì hết thuốc chữa. Nước mắm và mắm đã chinh phục khẩu vị của anh chàng tây chính cống.

Ông Nguyễn Đăng Hưng, một người Việt du học bên Bỉ từ năm 1960, cũng có hoàn cảnh tương tự. Ông có hai chàng rể và một nàng dâu người Bỉ chính cống. Cả ba đều bị nước mắm bắt hồn. Bữa cơm nào cũng phải có chén nước mắm đặt giữa bàn.

Nước mắm là một thứ quân xâm lược. Đụng vào chỉ có cách quy hàng. Có lẽ trên đời ít có người oai hùng như ông bạn Luân Hoán của tôi. Ông không quy hàng nước mắm. Ông đối nghịch cật lực với tôi. Tôi khoái tất cả các loại mắm. Cứ có mắm là…hạnh phúc. Ông Luân Hoán thì sợ nước mắm, nói chi tới mắm. Trên bàn ăn có hũ nước mắm là ông đẩy ra xa. Làm như nước mắm là thuốc vậy. Nhiều khi tôi tự hỏi không biết ông ấy có phải là người Việt không!

Người Việt hầu như ai cũng nghiện mùi nước mắm. Xa quê hương càng nhớ nước mắm hơn. Nhưng chưa xa quê hương đã sợ xa nước mắm thì có ông Nguyễn Đăng Hưng. Ông kể lại: *"Tháng 12 năm 1960 ngày tôi lên đường xuất dương du học, tôi đã theo lời dặn của ba tôi:"Vì không biết bên Bỉ người ta ăn uống ra sao, con nên đem theo nước mắm phòng những khi thèm thức ăn Việt Nam mà xứ người không đáp ứng được". Tôi chuẩn bị một chai dài chứa đến hai lít nước mắm, đóng nút thật kỹ lưỡng chắc chắn, mang theo trong va-lise hành lý. Tôi tranh thủ những lúc không làm phiền người Bỉ chung quanh, dùng bữa trong phòng trọ, rót ra chút nước mắm làm nước chấm khi có trứng chiên hay thịt nướng. Hai anh bạn đi cùng chung các suất học bổng của Vương Quốc Bỉ, một người gốc Bắc, một người gốc Nam rất là vui mừng khi đánh hơi có mùi nước mắm trong phòng trọ của tôi. Hồi ấy chính quyền Việt Nam Cộng Hòa có cách xử lý phân phối học bổng rất công bình chia các suất học bổng ra làm ba. Vì Chính phủ Bỉ năm ấy chỉ tặng Miền Nam có 3 suất, ba du học sinh chúng tôi Nam Bắc Trung có dịp đi chung, học chung, sống chung, đoàn kết một nhà cùng thích nước mắm, tại đất khách quê người.”*

Xa quê hương, yêu nhau bằng nước mắm. Chai nước mắm, dù có tới hai lít, được trù cho một người dùng, nay phải tăng lên thành ba người nên tốn bộn. Ba người thuê chung một nhà trọ tại Liège. Chủ nhà là một người Nga. Chỉ ít lâu sau, chai nước mắm đã vơi hơn phân nửa tuy ăn rất tần tiện. *“Bỗng một ngày chủ nhật đẹp trời, trong khi chờ đợt kết quả thi tuyển, chúng tôi cùng nhau chuẩn bị một bữa ăn ngon, lấy lại sức, sau những ngày học hành căng thẳng. Khi lấy chai nước mắm ra dùng cho việc ướp thịt thì hỡi ơi, chai trống không, không còn một giọt. Hỏi ra mới biết lý do. Bà chủ người Nga trong lúc dọn dẹp phòng khi chúng tôi đi vắng đã tìm ra nguyên do của cái mùi khó chịu trong phòng: chai nước mắm. Bà ta nghĩ là bọn trẻ chúng tôi lơ đễnh không làm vệ sinh rốt ráo nên đã trút hết phần còn lại của chai nước mắm vào bồn cầu rồi không quên rửa chai sạch sẽ để lại chỗ cũ!”*.

Tình yêu nước mắm bị một cú nặng, ông Hưng nháo nhào xin *visa*, đáp xe lửa qua tới Paris, cách Liège gần 400 cây số để mua nước mắm. Thứ ông mua được không thể gọi là nước mắm. Hay ít nhất, không phải nước mắm Việt Nam. Ký giả Quang Lộc kể chuyện mới xảy ra vào tháng 2/2019 khi Hà Nội tổ chức cuộc họp thượng đỉnh Hàn- Mỹ giữa anh Trump và anh Ủn. Một ký giả Pháp qua làm phóng sự hội nghị, trên đường trở về Pháp, đã *tweet* cho ông Quang Lộc tỏ ý tiếc không mua được nước mắm đem về Pháp. Ông Lộc *tweet* lại: “Ông còn dừng chân ở Bangkok vài bữa, bên đó thiếu gì nước mắm”. Ông ký giả Pháp trả lời: “Ồ không! Không! Thứ tôi cần là thứ nước mắm Việt Nam sản xuất trong các thùng gỗ kia!”.

Bangkok làm chi có thứ nước mắm thùng gỗ. Đó là thứ nước

mắm mà mẹ tôi vẫn gọi bà bán nước mắm rong quen vào nhà để mua. Bà này có nhiều loại nước mắm đựng trong những chiếc lọ sành. Nước mắm được đong bằng những chiếc cóng tre có cái cần dài. Mùi nước mắm vang lên khi mẹ tôi nếm từng loại nước mắm. Nếm xong, so giá, mẹ tôi mới mua. Trên mâm cơm, chén nước mắm đẹp màu hổ phách, tỏa ra một mùi thơm nhè nhẹ pha lẫn mùi đặc trưng của nước mắm. Hoạt cảnh mua nước mắm của mẹ tôi chỉ mới xảy ra cách đây vài chục năm nhưng, với tôi, như đã là chuyện cổ tích. Ngày nay, nơi xứ người, làm chi còn thứ nước mắm chân truyền của thời đó.

Nói tới nước mắm Việt Nam phải kể ngay ra những Phú Quốc hay Phan Thiết. Tôi chưa từng ra Phú Quốc nhưng đã chạy xe trên quốc lộ xuyên qua Phan Thiết. Vào tới địa phận của thứ nước mắm chân truyền này, mùi nước mắm nồng nặc trong không khí. Phải thú nhận là ngày đó tôi không mặn mà chi khi phải chạy qua vùng này. Nhưng nay nhớ lại, bỗng thèm cái mùi quê hương đó.

Nước mắm thủy chung giữ được hồn người Việt nhưng cũng lả lơi quyến rũ được người ngoại quốc. Nhà thơ Mỹ Bruce Weigl là một người dại…mắm. Ông đã ở Việt Nam trong thời chiến. Bữa đó, ông đang ở tại một căn cứ của Đệ Nhất Lữ Đoàn Kỵ Binh Hoa Kỳ cách Huế 35 cây số về phía Bắc thì bị hỏa tiễn tấn công. Sau đợt pháo kích, ông ngửi thấy một mùi nồng nặc mà mũi ông chưa bao giờ ngửi thấy trong cuộc đời nhiều chuyển dời của ông. Lúc đó ông nghĩ là phải có một xác chết của người hay thú vật đã bị thối rữa nằm gần đó. Ông kể lại: *"Tôi không kìm nén được cơn ho dữ dội, cơn ho đã khiến tôi phải hít thở rất sâu, và điều đó làm tôi mắc nghẹn và tiếp tục ho không thể kiềm chế. Tôi di chuyển càng nhanh càng tốt xa khỏi cái lều đã bị tên lửa đánh trúng, nơi mà những người lính Việt đã trữ một lu nước mắm trên 80 lít, một thứ không thể thiếu trong bữa ăn của người Việt. Sau đó tôi mới biết điều này, và biết rằng lu nước mắm đậm đặc đó bị mảnh tên lửa bắn vỡ. Nước mắm tràn vào lều, chảy xuống chiếc mương nhỏ gần đó. Nhưng có điều gì trong cái mùi nồng nặc đó làm tôi thích và nó lưu lại trong tôi"*.

Ông được những người lính Việt cho ăn thử. Họ xới một chén cơm, chan vào chút nước mắm và mời ông ăn. Ông xuýt xoa: "Thật là ngon: một sự phối hợp tuyệt vời giữa sự đậm đà và ngọt ngào, và sự trù phú của một dòng sông chảy về bóng tối nơi thời gian chiếm hữu".

Cuối năm 1968, Bruce Weigl trở về Lorain, tiểu bang Ohio, quê hương của ông, mà không quên được mùi nước mắm. Một bữa ông câu được ba con cá hồi loại lớn. Khi làm cá, ông ngửi thấy cái mùi tanh tanh và cơn nhớ nước mắm nổi lên. Ông nhớ lại câu chuyện với một người lính Việt Nam về cách làm nước mắm tại nhà. Ông dựng một giàn phơi cá đã ướp muối, kê một chiếc chảo ở phía dưới để hứng thứ nước cá rỉ ra. Vài bữa sau, hàng xóm nhốn nháo kêu cảnh sát vì nghi có người chết ở xó xỉnh nào đó. *"Đứng giữa con phố, ban đêm, xung quanh tôi hàng xóm đang đứng tụ tập như thể một nghi lễ, những chiếc sân nhà đầy cảnh sát, tôi hít hơi thở sâu đầu tiên từ khi tôi ra ngoài. Tôi biết ngay vấn đề, và báo cảnh sát và một số hàng xóm đi theo tôi đến giàn phơi, đằng sau garage ô tô của cha tôi. Trước khi họ thấy cảnh tượng phơi cá của tôi, họ choáng váng bởi mùi nồng nặc và buộc phải quay chân. "Đấy là xác chết của anh" người cảnh sát thường tuần tra khu vực của tôi đứng đằng xa và nói, chỉ tay vào những con cá đang thối rữa. Sau khi mọi việc đã được giải quyết với cảnh sát và với những người hàng xóm tốt bụng của tôi, tôi hứa với họ rằng tôi sẽ tiêu hủy những con cá càng sớm càng tốt".* Hứa vậy nhưng ông đâu có thể rời xa được mùi mắm. Ông bỏ chúng vào nồi, nấu lửa thật nhỏ, thật lâu cho tới khi cá nát bấy biến thành chất lỏng. Ông dùng một chiếc rây lược bỏ xác cá và nấu tiếp cho tới khi "màu của chất lỏng trở nên giống màu mặt trời trước khi lặn xuống chân trời". Ông đổ thứ nước mắm của ông vào một chiếc chai nhỏ, đậy nắp thật kín và giấu trong phòng ngủ. *"Tôi dùng nước mắm một cách bí mật cùng thức ăn, nhưng luôn luôn phải rất cẩn trọng vì mùi của nó rất nặng và vì cảnh sát đã đến thăm hỏi tôi chính vì cái mùi đó".*

Tội nghiệp nhà thơ! Người tình nặng mùi đã hớp hồn ông. Dân Việt Nam chúng tôi biết đó là cái mùi khó ngửi nhưng đó cũng là cái mùi mà chúng tôi gọi là "quốc hồn quốc túy". Phải bịt mũi mà thương. Cứ như cưới được bà vợ yêu có mùi nồng nàn từ vùng phía dưới nơi tiếp nối giữa thân mình và cánh tay. Khi đã quen hơi bén mùi rồi thì chịu. Không cách chi rời xa được. Cái mùi vừa muốn tránh xa vừa muốn xáp lại gần khiến cho tình yêu nước mắm của chúng ta thêm hấp dẫn.

Cái mùi của nước mắm đã đi vào một giai thoại văn học khi ông Cao Bá Quát hạ hai câu thơ: *"Ngán thay cái mũi vô duyên / Câu thơ thi xã, con thuyền Nghệ An"*.

Nghệ An không phải là nơi sản xuất nước mắm nổi tiếng như Phú Quốc hay Phan Thiết. Làng nghề nước mắm ở Nghệ An là làng Vạn Phần. Hàng năm có tới hàng trăm con thuyền chở nước mắm từ Nghệ An đi bán khắp nước, cả tới Hà Nội. Bởi vậy nên Hà Nội mới có Vạn Mắm ở sát sông Hồng, nơi đón những thuyền mắm từ Nghệ An ra. Nước mắm Nghệ An là loại nước mắm ngon, "mắm Nghệ, lòng giòn, rượu ngon, cơm trắng". Thuyền là thuyền buồm nên phải di chuyển theo con gió. Vậy nên nước mắm có bán hết hay không, thuyền cũng phải theo gió đông nam quay trở lại Nghệ An. Số nước mắm ế được dân Kẻ Chợ mua với giá rẻ để bán lại dần. Vậy nên tới đời vua Thiệu Trị, trong 36 phố phường Hà Nội mới có phố Hàng Mắm. Trong cuốn *"Một Chiến Dịch ở Bắc Kỳ"*, xuất bản năm 1892, Bác sĩ Hocquart đã viết về phố Hàng Mắm hồi đó: *"Con phố với những mái nhà lô xô, không nhà nào có cửa sổ. Những tấm phên nứa che nắng lấn ra mặt đường chỉ để lại một lối đi nhỏ. Họ bán các loại mắm, từ mắm tôm đặc, mắm tôm loãng đến nước mắm, cá khô, vịt muối. Mùi mắm xông lên nồng nặc"*. Mang cái mùi nồng nặc đó ra sánh với thơ, Cao Bá Quát quả là thâm. "Câu thơ thi xã" là thơ của thi xã Mặc Vân do Tùng Thiện Vương Miên Thẩm và Tuy Lý Vương Miên Trinh, con vua Minh Mạng thành lập.

Giai thoại thơ và mắm này ai cũng biết nhưng nhiều nhà nghiên cứu sau này đã đặt ra nhiều nghi vấn. Bởi vì đã có thời chính Cao Bá Quát cũng là một thành viên của Mặc Vân thi xã. Dzậy là sao?

Giáo sư Phan Đăng ở Huế luận như sau: *"Hội thơ này dù từng bị Cao Bá Quát chê: "Ngán thay cái mũi vô duyên / Câu thơ Thi xã, con thuyền Nghệ An!", chẳng qua là do tính khí kiêu mạn của ông, nhưng khi vào làm quan ở Huế, Cao cũng được vua Tự Đức và các ông hoàng thơ, các thành viên của Mặc Vân thi xã đánh giá rất cao về tài văn chương của ông và ông đã trở thành người bạn thơ của hội thơ này. Tương truyền vua Tự Đức cũng từng khen Cao rằng: "Văn như Siêu, Quát vô tiền Hán / Thi đáo Tùng, Tuy thất thịnh Đường". Có thể lời đánh giá này cũng nhằm đề cao thời đại mình, nhưng cũng không phải là ngoa"*.

Nhà nghiên cứu Nguyễn Thị Chân Quỳnh cũng thắc mắc: *"Tuy nhiên, không thiếu gì người chép Cao Bá Quát là bạn tri kỷ của Tùng Thiện Vương. Đặc biệt khi ông đổi đi làm Giáo thụ Quốc Oai, Tùng Thiện Vương nhờ ông đề Tựa cho tập thơ mới sáng tác, ông đã viết bài Tựa hai trang. Xưa nay người ta viết Tựa để khen, dù là khen dè dặt chứ không ai viết để chê. Một mặt Cao chê thơ Thi Xã, mà Tùng Thiện Vương làm Minh chủ, nặng mùi, mặt khác lại khen thơ Vương và làm bạn tri kỷ của Vương, mâu thuẫn là ở chỗ ấy. Sở Cuồng giải thích là trước kia Cao vẫn tỏ ý khinh thị hai anh em Vương nhưng nhờ hai Vương đều trọng tài ông và tính khí độ lượng nên về sau cảm hóa được ông trở thành bạn và gia nhập Thi Xã. Tuy cách giải thích cũng có lý nhưng tôi vẫn thấy bất ổn. Người ta chỉ nói Cao Bá Quát rất mực thông minh và kiêu ngạo không thấy ai nói ông "tiền hậu bất nhất". Đã chê tất phải thấy thơ không hay, rồi vì cảm tình riêng mà bỗng chốc thơ không hay lại hoá hay thì khó mà tin được. Mấy câu thơ trên chắc cũng là ngụy tạo"*.

Vậy hai câu thơ này thuộc loại dỏm, tiếng thời thượng gọi là *fake poem* chăng? Tác giả Nguyễn Thị Chân Quỳnh tin như vậy. Bà đưa ra trường hợp một câu đối khác rất nổi tiếng được gán cho Cao Bá Quát. *"Ba hồi trống giục đù cha kiếp / Một nhát gươm đưa, bỏ mẹ đời!"*. Theo bà Chân Quỳnh, đôi câu đối này có khẩu khí của Cao Bá Quát nhưng sự thực về cái chết của Cao Bá Quát lại khác. Ông không bị đưa ra pháp trường! Theo cuốn sử *"Đại Nam Thực Lục Chính Biên"* của triều Nguyễn thì năm 1854, Cao Bá Quát bị "suất đội Đinh Thế Quang bắn chết tại trận. Vua Tự Đức hạ lệnh bêu đầu ông khắp các tỉnh miền Bắc rồi bỏ ra ném xuống sông. Sau Quang được thăng lên Cai Đội".

Vậy là những câu đối và câu thơ biếm nhẽ *"câu thơ Thi Xã, con thuyền Nghệ An"* đều là dỏm hết. Thơ chẳng vương mùi mắm. Thơ là thơ, mắm là mắm, chẳng thể nhập nhằng được. Ông Luân Hoán vững bụng nhé. Từ nay chẳng cần phải bận tay đẩy lọ nước mắm ra xa nữa!

Song Thao

Tìm đọc Tạp chí NGÔN NGỮ

ĐỖ KH

Anh hai cường hào

Chiếc xe Jeep lúc lắc trên con đường đất. Làng sắp đến nằm trống trải vài trăm mét và xa xa 1 phía là rừng cây xanh ngát um tùm. Khoảng cách này là khoảng cách an ninh, và trước khi lên xe, anh tài và chú cai đi kèm đã vơ theo cây Thompson và 1 khẩu Carbine. Loại súng này rất chán, đầu thập niên đã được thay thế trong quân đội bằng M16, súng cũ chuyển qua cho cảnh sát gác giao thông và lực lượng Nhân dân Tự vệ. Lực lượng này gồm các em 15-17 tuổi và các chú ngoài 40 (tức là ngoài tuổi quân dịch), mỗi ngày thiệt hại 1 vài người vì bất cẩn cướp cò nên còn được gọi là Nhân dân Tự vận. Giờ thì chỉ mới về chiều, chẳng có gì đáng ngại. Chú cai đi kèm bảo, Việt cộng nào nó dám bén mảng đến làng, ý chú nói đây là du kích địa phương, và giọng chú nói là giọng Bắc kỳ Công giáo tự tin chắc nịch.

Con đường vắng và trước mặt có 1 chiếc xe đạp ngược chiều. Người đàn ông mới trông thấy xe từ xa đã ngưng hẳn xe đạp lại, xuống khỏi yên tay cầm ghi đông. Ông đứng yên, đợi cái Jeep trờ đến ngang thì giở cái nón cối đang đội và cúi người chào, hàm râu bạc lất phất. Tôi và người em ngồi sau là 2 cậu con ông chủ.

Bà ngoại tôi vẫn tiếc cho các cháu là chúng không được sống ở Bắc vào cái thủa thanh bình. Ở quê bà, cuộc sống rất thần tiên và tôi nghĩ là "thanh bình" không phải chỉ có nghĩa máy bay không ném bom, tàu bò không vần ruộng. Nó gắn liền với giai đoạn địa chủ phong kiến, tá điền râu bạc đang đi trên đường mà cũng không yên, phải dừng lại đứng nghiêm chào!

Ông cố ngoại tôi có ruộng có đất, học trường Hậu Bổ ra rồi về nhà đánh đàn. Trường này (1903)* dành cho quan lại bản xứ dưới thời Thực dân, và đúng ra thì tuyển sinh phải cử nhân nhưng tôi chẳng bao giờ nghe nói đến học vị này của cụ. Chắc cụ vào trường với ngạch ấm sinh, và cũng chẳng màng việc quan làm gì cho nó nhọc xác. Đến đời ông ngoại tôi thì cả anh lẫn em đều là nghị viên Viện dân biểu Bắc Kỳ (thành lập 1926), đại biểu của Hải Dương. Mỗi năm Viện họp 1 bận tại giờ là Phố Hàng Bông, trừ khi Toàn Quyền triệu tập khẩn cấp, nên việc không có mấy. Theo bà ngoại tôi thì việc nước này của ông tôi là lên thủ đô tom chát cô đầu ở Khâm Thiên. Có lúc đi họp về, ông mang theo cả gánh hát! Như thế cuộc sống có thần tiên thì cũng phải.

Quán nước trong cái làng anh em tôi đến đánh củ khoai lang thì cũng có cô hàng, và cả làng này nằm trên đất của đồn điền cao su thành Tuy Hạ. Làng có 2000 dân cư thì 1100 người là nhân viên của công ty, từ đời này sang đời khác. Đến mùa thì lớn bé ai cũng cạo mủ, hết mùa thì họ trồng trọt gì đó để thêm thu nhập, thành phần cốt cán vài ba trăm thì quanh năm làm nhà máy chế biến của công ty. Họ vào Nam từ thời thực dân tuyển phu, thế hệ sau sinh ra ở đây rồi lập gia đình, thành thần dân của miếng đất 900 héc ta và gắn liền với nó, còn lãnh chúa nào đối với họ thì cũng thế, Trịnh hay Mạc nào thây kệ, họ chỉ biết gầm mặt và cúi đầu. Đó là năm 1974 trong Nam, chứ không phải thời xa xưa nào ngoài Bắc nên cái thần tiên mà bà ngoại hay nhắc đến lúc đó tôi mới hiểu, và điều này chỉ có ở nông thôn lạc hậu ác ôn.

Đó là vào quán ngồi xuống thì các cô có mặt bẽn lẽn vân vê đồ bộ, liếc 1 cái nhìn xeo xéo 45 độ xẹt qua và nghiêng về phía đất ngượng ngùng. Đám trẻ con thì lấm lét đứng nhìn xem nhưng không dám nói lớn. Anh em tôi ăn uống gì thì phải nói các chú xách súng đi kèm, các chú nói lại với cửa hàng. Đứng dậy hỏi bớ cô hàng bao nhiêu thì các chú phải nhắc lại chứ không có trao đổi trực tiếp. Chuyện này rất buồn cười nếu không nói là muốn khóc. Tôi đi xem việc cạo mủ, hỏi gì phải qua ông giám đốc người Pháp. Ông là nhân viên làm công, khi đồn điền đổi chủ thì để chăm coi nó ông vẫn được giữ việc cũ. Ông này nói với thầy ký sơ mi trắng, cũng bằng tiếng Pháp vì ông nào biết tiếng Việt. Thầy ký phiên dịch cho người thợ, ông này trả lời thầy ký và thầy dịch lại cho giám đốc! Giám đốc lại giải thích cho tôi, nhưng tôi đã nghe rồi, bằng tiếng Việt trực tiếp và qua cả tiếng Pháp của thầy ký!

Còn cái cô lấp ló đằng sau cây coi rất bắt mắt thì tôi vấn tên vấn tuổi làm sao, chẳng lẽ lại qua bằng ấy thủ tục và nghi lễ?

Là 2 câu nhìn thấy nàng tôi ngẫu cảm. Giờ thầy ký có phải trình lên ông Tây là "Lủy dit quand lune est là, ẻn à la ri-vi-è có cậu Chó đứng chực"?

Nhà chủ nhân là 1 cái nhà gỗ đầu thế kỷ 20 rất đẹp, kiểu nhà sàn có sân trên cột chạy ra đến phía sông bát ngát. Dưới lan can này là nơi tôi định thầm hẹn cô phu quần trắng tím màu hoa. Nó ở cạnh khu nhà máy chế biến nên được nhờ máy bơm nước và máy phát điện, và không xa là bồn chứa nước cao. Dọc bờ sông là đất quân đội thuê của đồn điền, kho đạn Hải quân thành Tuy Hạ. Vào bên trong 1 tí đã là vùng xôi đậu, nên đất khai thác chỉ có được 300 héc ta, còn lại là để du kích mắc võng. Như đã nói, 1 làng quê bình thường thì họ có thể về thăm, thu thuế và trà trộn nhưng làng cư dân đồn điền thì bảo đảm an ninh, trừ khi có đại đơn vị nào chuyển quân. Tuy vậy, chúng tôi hiếm khi ngủ đêm và mỗi bận như thế, anh tài và chú cai lại cắt gác dưới cầu thang lên nhà. Đi đâu xuống đến bậc là họ tự động đi theo. Đêm về, tôi và đứa em ngồi hàng hiên nhìn về phía bồn nước, nơi thiếu nữ từng tốp kéo nhau ra mở vòi tắm và cười đùa huyên náo mà não cả ruột. Chẳng lẽ lại bảo với chú cai, dẫn 2 cậu lại núp sau lùm cây mà nhìn con gái chú và các bạn đang nghịch nước ở truồng!

Sau lùm cây (cao su) thì cũng chẳng yên. Tối đến là 1 đại đội Địa phương quân nằm án tuyến, bảo vệ cho kho đạn. Có 1 tối xầm xì, tôi dừng xe lại, hút điếu thuốc nói chuyện vãn với anh Trung úy đại đội trưởng. Đây cũng thế, tôi không trao đổi được với mấy anh quân nhân ôm súng nằm kích mà phải nói chuyện với thẩm quyền. Sếp của anh này là đại tá tỉnh trưởng*, tôi mới ăn cơm trưa cùng bàn ở nhà trên vì bố tôi xuống đồn điền là vị này đến thăm viếng.

Cuộc sống nông thôn như thế, thảo nào không thần tiên như bà ngoại tôi tiếc nuối, ở vị trí cường hào trước ngày Cải cách ruộng đất. Chỉ mấy chục cây số mà về đến Sài Gòn là tôi bị hụt hẫng, sao đếch có thằng nào nó đứng lại chào mình thế này, mà lỡ nhìn ngang nhìn ngửa là 1 thằng binh nhì nó dám đánh!

Năm 2004, tôi mới về thăm quê ngoại lần đầu. Lúc đó, Huyện trả lại cho gia đình cái sân tennis cũ để làm nhà thờ họ vì có chính sách phục hồi truyền thống. Nhà ông bà ngoại đã gỡ hết và tôi không được thấy nhưng vẫn còn 1 phần phía nhà dưới, tường gạch mái ngói dăm bảy căn giờ là trường cấp 1 của xã, xem cũng khang trang, đủ để tưởng tượng cái huy hoàng của nhà trên 1 thủa. Tôi vào trường chơi, 1 giáo viên xinh xắn mặc quần bò đai xệ tuy là chưa đến nỗi hở rốn như ở Mỹ vào lúc ấy. Tôi bảo, lần đầu tôi mới được về thăm quê, ở đây má hồng như thế này chắc là nhờ ăn rươi, còn hồng hơn là nhờ ăn rau quả ở Đà Lạt. Cô nói, không, em thật ra là người Ninh Bình. Các trò của cô vây quanh xầm xì, ông này người miền Nam ra thăm đấy! Miền Nam cái mả tổ chúng mày, à, xin lỗi, cái mả tổ của tao chứ, còn nằm chình ình ở giữa ruộng đằng kia!

Nhưng mẹ tôi thì chẳng thấy tần ngần nhìn cái sân cũ gì cả.

Đây là cái sân bà tập vợt nhuần nhuyễn từ lúc trẻ, khiến mãi về sau bà còn làm bẽ mặt khối đấng nam nhi quần xóc trắng và khăn bông lau mặt vắt vai. Ông nào không biết mà nói kiểu nâng đỡ kẻ cả, chị ra sân để tôi tập đưa banh cho, là bà mỉm cười cho chạy bốc khói và vất cả vợt Dunlop bổ nhào.

Phụ nữ hội nhập và thức thời nhanh hơn đàn ông, như ta thấy sau này khi sang Âu sang Mỹ. Họ thực tế hơn và dễ dứt khoát hơn với những hoài niệm của quá khứ. Đã qua rồi, hết rồi, là họ cho de thẳng cánh chứ không còn "Thương nhớ đồng quê".

Đỗ KH

----

* Như vậy thì lúc đó ông đã có con là ông ngoại tôi được lên 5 lên 7 rồi. Nhưng thời đó lấy vợ thì sớm mà thi cử thì trễ, trừ khi "anh chưa thi đỗ thì chưa động phòng" (Nguyễn Bính) mới giục được đèn sách nhanh hơn 1 tí. Nhưng đây là trường hợp "Thủa trước" giả tưởng lãng mạn của nhà thơ thôi, chứ đêm nào mà chẳng là đêm, có đêm trăng sáng có đêm đen thùi.

** Miền Nam thời chiến, Tỉnh trưởng là do quân đội chỉ định, kiêm luôn Tiểu khu trưởng là chỉ huy các lực lượng hữu cơ Địa phương quân, Nghĩa quân của tỉnh nhà.

Tìm đọc Tạp chí NGÔN NGỮ

quanh nồi cháo vịt

Từ ngày được ra trại, ông Thẩm thầm lặng, ít nói, không sôi nổi như xưa - ông như một con người khác, thay đổi tính cách gần như hoàn toàn. Mọi việc đồng áng từ băm ban, gieo sạ, đến nhổ cỏ, dặm lúa, ông đều làm hết, còn phụ giúp vợ công việc nhà; không như trước kia, chỉ có việc đi làm ngoài tỉnh, việc nhà, chăm sóc con, đều một tay bà Thẩm.

Ngoài vụ mùa, ai thuê gì ông cũng lãnh làm thêm: khi phụ hồ, khi cải tạo đìa nuôi tôm chuẩn bị thả giống, khi làm công cho vựa phế liệu, để kiếm thêm tiền chợ, mua sắm áo quần, sách vở cho các con.

Bà Thẩm yêu thương, kính phục chồng lắm! Có lẽ những ngày ở trong trại, ông đã nhận ra sự hy sinh của bà Thẩm, một mình nuôi ba đứa con ăn học; còn lặn lội năm, sáu trăm cây số thăm nuôi ông thường xuyên, dù cuộc sống buổi giao thời rất khó khăn, tàu xe đi lại khan hiếm; và nhất là luôn dành cho ông tình yêu thương chân thành, thủy chung hết mực qua những lời tâm sự, dặn dò, khi gặp được nhau, dù rất ngắn ngủi!.

Tuy làm đủ thứ việc, nhưng gia đình ông vẫn thiếu trước hụt sau, bữa ăn thường chỉ rau quả trong vườn là chính. Ông thương con Thỉ, con Chố, thằng Bế lắm, ngày nào cũng rau luộc, canh bầu, canh bí, với ít cá nục, cá cơm kho; ông ước thầm trong bụng, hôm nào có việc làm nhiều tiền một chút, sẽ mua cặp vịt nấu cháo cho các con ăn một bữa.

Ước là có. Ông Tư ở Phú Lạc nhờ ông xuống cải tạo đìa để chuẩn bị thả tôm. Ông Thẩm mừng lắm, quyết định chiều nay về sẽ ghé lại nhà chú ba Nhàn ở xóm Vịt, mua một cặp, cả nhà sẽ được một bữa cháo vịt, ngon phải biết!.

Ông Thẩm treo cà mèn cơm trên ghi đông, vừa đạp xe, vừa nghĩ ngợi; trước kia, chủ nhật nào vợ chồng ông cũng mua cho các con một bữa ăn ngon, không cháo vịt, cũng cháo gà, phở bò, hoặc chả dông cuốn bánh tráng. Thuở ấy, việc mua sắm đối với ông chẳng có gì khó; một mình ông làm, nuôi cả nhà vẫn đầy đủ, con ông không phải nhịn thèm thứ gì. Còn bây giờ, dù ông cố gắng làm việc đầu tắt mặt tối, vẫn cứ thiếu, muốn mua món gì ngon một chút cho con ăn, phải tính toán kỹ, lâu thật lâu, mới mua được. Không chỉ riêng gia đình ông, mà mọi nhà trong xóm Gò Tre này cũng vậy thôi; hoàn cảnh khó khăn chung, chứ không riêng gia đình nào cả. Thôi thì, cứ ráng cố gắng, chứ biết sao được, *"tay làm hàm nhai - tay quai miệng trễ"* thôi!.

***

Ông Thẩm tay xách cặp vịt, vội vàng dựng chiếc xe đạp ngoài sân.

Con Chố, thằng Bế thấy có cặp vịt to, đang kêu "quạp, quạp", ùa chạy ra mừng rỡ.

Ông cười vui với các con:

- Bữa nay ba mua cặp vịt về nấu cháo cho tụi con ăn một bữa. Mừng không?

Thằng Bế lấy tay sờ đầu làm con vịt sợ, la quang quác. Con Chố cười vui vẻ:

- Thiệt hả ba? Lâu lắm rồi mới được ăn cháo vịt, ngon quá! - bỗng nó nghiêm giọng, nhưng mà ba mua vịt có còn tiền cho má đi chợ không đấy? Coi chừng má la à!.

Ông Thẩm bẹo má con Chố:

- Thôi đi "bà cụ non"! Mai ba đi làm nữa, lo gì! Tụi con ăn một bữa cho ngon, lâu rồi không được ăn.

Thằng Bế chạy vào nhà la lớn:

- Má ơi! Ba mua vịt về nấu cháo nè! Ra mà coi!

Bà Thẩm đang lau dọn bếp để nấu cơm chiều, nghe thằng Bế chạy vào kêu, dừng tay bước lên nhà trước. Ông Thẩm xách cặp vịt vào nhà, nhìn vợ - cười vui:

- Bữa nay, tui mua cặp vịt về nấu cháo cho mấy đứa nhỏ, lâu rồi không có món gì ngon. Bà xuống bắt nước, để tui làm nghen, má Thỉ!

Bà Thẩm nhìn chồng ân cần:

- Được rồi, để tui xuống bắt nồi nước. Ông đi tắm thay đồ cho khỏe, rồi mới làm!

Thỉ đi học về đến cửa đã nghe thằng Bế từ nhà chạy ra ngõ khoe, miệng cười hả hê:

- Chị Hai, bữa nay ba mua vịt về nấu cháo đó nghen!.

- Vậy à? Em đi tắm rửa rồi lát nữa ăn cháo vịt, bữa nào cũng chờ nhắc hoài, hư lắm nghen!

- Dạ! Em đi tắm liền, chị Hai!.

Thằng Bế cười ré lên rồi chạy ra nhà sau, vừa chạy vừa líu lo. Lâu lắm rồi không thấy nó mừng vui như thế, Thỉ cười nói vói theo:

- Từ từ, đừng có chạy, vấp ngạch cửa, té à! Tắm cho sạch, còn dơ là khỏi ăn đó.

- Dạ! Chị Hai.

Thỉ xuống nhà dưới, nhìn ông bà Thẩm đang nhổ lông vịt ngoài ảng nước, khẽ thưa:

- Thưa ba má con đi học về! Ba má để đó, con thay đồ rồi làm cho.

Bà Thẩm nói rõ lớn:

- Mầy thay đồ, rồi ra vườn hái ít rau xà lách, é trắng, hành ngò để lát tối không thấy đường hái à con!.

- Dạ!

Ông Thẩm làm vịt xong, rửa sạch sẽ mang vào bếp cho vợ, rồi lên nhà trước lau bàn, quét nhà. Cả ngày làm việc nặng nhọc nhưng ông vẫn không cảm thấy mỏi chút nào, mà lại rất vui. Có lẽ ao ước bấy lâu, nay ông đã làm được. Nhìn thấy niềm vui của thằng Bế, con Chố, ông bỗng dưng thấy xót xa, thương con càng nhiều hơn. Phải chi, có việc đều đều, thì ông sẽ cho các con ăn uống đỡ hơn, không kham khổ như lâu nay.

Nghe tiếng cãi nhau của ai ngoài sân - *"nhà này chớ nhà nào, tui nhớ có cái hồ cá nhỏ năm cạnh ở trước nhà kìa! Đúng rồi đó!"* - *"Đâu phải, tui nhớ từ trên ngã ba đi xuống, nhà anh Ba Thẩm cái thứ năm. Nhà này đã tám, chín cái rồi"*. Ông Thẩm bước ra ngoài cửa.

- Anh Ba kìa! Lâu quá không lên, hổng nhớ cái nhà nào, tìm nãy giờ. Đúng như tui nói, thấy chưa, cái hồ cá trước nhà kìa, chú mày cứ cãi!.

- Thì ai có biết đâu giờ người ta làm nhà nên tui tính không phải cái thứ năm - quay qua ông Thẩm cười chào: Anh Ba!

Ông Thẩm mừng rỡ bắt tay ông Bá, ông Hàn, con của cậu ông và một người bạn của họ nữa từ Ba Lò đến thăm mình.

Ông mời tất cả vào nhà:

- Bận bịu quá không về dưới thăm mấy cô chú được - ông Thẩm phân trần, vào nhà đi! Trước kia là nhà thứ năm, bây giờ người ta cất thêm mấy cái, lâu không lên, mấy chú không nhớ là phải rồi.

- Tụi tui muốn lên thăm cô Tám, anh chị và mấy cháu lâu rồi, nhưng cứ việc này níu kéo việc kia, giờ mới lên thăm được. Cô Tám đâu anh?.

- Cảm ơn mấy chú! Mẹ tui vẫn khỏe, đôi mắt hơi nhòe một chút thôi, tuổi già chắc ai cũng vậy mà!.

Bà Tám - mẹ ông Thẩm, nghe tiếng nói chuyện ở nhà trên, vội bước lên. Ông Bá, ông Hàn chạy lại nắm tay bà mừng rỡ:

- Cô Tám! Khỏe không cô? Biết đứa nào đây không?

Bà Tám nheo nheo đôi mắt:

- Thằng Bá, thằng Hàn chớ đứa nào, làm như tao lú lẫn lắm không bằng. Bữa nay tụi mày không đi biển sao lên đây?.

- Lâu lâu nghỉ một bữa lên thăm cô nè! Bữa nào cho tụi con xin ít tre về làm chà nghen cô?

- Ừ! Đứa nào cần thì cứ vô chặt, xong, rong dọn cho sạch sẽ giùm cô.

- Dạ!

Bà Tám nói chuyện một lúc với hai người cháu - con của em trai bà, rồi xuống nhà dưới nằm tòng teng trên chiếc võng. Con Chố phụ mẹ chụm lửa nồi cháo. Thỉ lặt rau ngoài ảng nước. Thằng Bế chạy lên, chạy xuống, lăng xăng. Bà Thẩm lên chào anh em ông Bá và bạn của họ rồi xuống thăm chừng nồi cháo, giã chén mắm gừng.

Ông Thẩm pha bình trà mời khách, anh em hàn huyên một hồi lâu. Ông đi lên rồi lại đi xuống, một lát đưa tiền sai thằng Bế chạy đi mua cho ông xị rượu. Lâu ngày anh em mới gặp nhau, ông mời họ ở lại chung vui cùng ông chén rượu. Rót chén rượu suông, ông thấy hơi thiếu thiếu, bèn đi xuống bếp.

Giọng ông ngập ngừng:

- Có gì mằn mặn cho chút, má Thỉ?

Bà Thẩm ngước nhìn ông mỉm cười:

- Ông lên trên đó đi, tui đem lên liền.

Bà Thẩm chặt nửa con vịt, ướp gia vị rồi bắt chảo lên bếp. Bà xào thịt cho săn, nêm nếm lại cho vừa. Thịt chín, bà múc ra cái đĩa, vội vàng bưng lên đãi khách.

Thằng Bế nhìn theo đĩa thịt thơm lựng, thèm thuồng, bà nói nhỏ với nó:

- Chờ chút cháo chín, má cho con ăn. Mình làm một chút, cho mấy ổng uống rượu trước đã.

Ông Hàn đi ra nhà sau rửa tay, rửa mặt, bước vào bếp cười với các cháu:

- Chà! Mấy đứa lớn nhồng hết rồi. Thỉ học lớp mấy rồi cháu?

- Dạ! Cháu học lớp mười rồi chú!

-Vậy mày học trước con Nhàn của chú một lớp.

Bà Thẩm cười:

- Thì con Nhàn nhỏ hơn con Thỉ một tuổi mà chú!

- Con Thỉ càng lớn, càng giống anh Ba. Ra đường, ai gặp cũng biết là con ổng liền. "Con gái giống cha giàu ba họ" đấy nghen cháu!.

- Dạ! Thiệt hông chú? Con chỉ mong có được cuộc sống vừa đủ, không đói nghèo, mà sum họp hạnh phúc thôi à!.

- Chắc chắn là vậy rồi - ông cười thoải mái, mai mốt cuộc sống sẽ tốt hơn bây giờ, mỗi ngày một đổi mới mà cháu.

Nói chuyện với mẹ con bà Thẩm một hồi, ông Bá đi lên nhà trên. Cháo đã chín. Bà Thẩm chặt thịt sắp ra ba đĩa. Bà múc ba tô cháo và hai đĩa thịt đặt lên mâm, để lại một đĩa thịt cho các con, rồi bưng lên nhà trên. Bà nghĩ, không mấy thuở, anh em tìm đến thăm mình, thôi thì cũng đãi họ ăn chén cháo cho vui, đạp xe mười mấy cây số lại ngược gió nữa, không ăn thứ gì, làm sao đạp xe về nổi.

Bà Thẩm vui vẻ mời khách:

- Mời mấy chú ăn cùng nhà tui chén cháo, rồi về. Lâu ngày gặp bữa, ăn lấy thảo cho vui thôi!.

- Dạ! Cảm ơn chị! Anh Ba thiệt có phước, có người vợ đảm đang, lại yêu thương anh hết lòng.

Ông Thẩm cười mãn nguyện:

- Nói thiệt với mấy chú, tui biết ơn và yêu thương bà ấy nhiều lắm. Lúc ở trong trại, khổ thì khổ, bả luôn thăm nuôi tui hằng tháng, nên tui mới được như vầy, còn sống mà trở về, đó chớ.

Ông Thẩm cảm thấy thật an vui trong lòng, thầm nhớ nghĩ đến những tháng ngày còn ở trong trại. Đường thì xa, tàu xe thì khan hiếm, nhưng tháng nào bà Thẩm cũng thăm nuôi ông. Lúc nào cũng một giỏ bánh tráng đầy, một bịch thuốc hút, một thẩu đường đen, một thẩu thịt thưng, cá thưng, một bịch bột ngũ cốc. Lúc ấy, ông mới cảm nhận được tình yêu thương của vợ, đã hết lòng vì mình. Và ông nguyện trong lòng, sẽ yêu thương và chăm sóc vợ thật chu đáo, để bù lại những tháng ngày bà cơ cực vì thiếu vắng ông.

Bà Thẩm xắt bộ đồ lòng của hai con vịt bỏ vào đĩa, múc một tô cháo rồi bưng ra phản, mời bà Tám.

- Mẹ ăn cho nóng, lát nữa nguội mất ngon.

- Để đấy. Mấy mẹ con mày cũng ăn đi.

- Dạ! Con cho tụi nhỏ ăn liền đây.

Bà Thẩm múc hết cháo ra cái thau nhỏ bưng lại phản, rồi gọi con Thỉ dặn:

- Con cho các em ăn đi.

Mấy chị em Thỉ ngồi xúm xít trên phản với nội múc cháo ra chén. Tâm - em trai bà Thẩm, vừa từ Nha Trang về, cười nói vui vẻ ở nhà trước:

- Nhà làm gì mà đông vui vậy? Xe gì mà chạy cà xịch, cà đụi, từ trưa tới giờ mới tới.

Bà Thẩm chạy lên mừng rỡ:

- Cậu đi xe gì mà giờ mới tới?. Về chơi, hay có chuyện gì?

- Em đi xe Thuận Thành, chạy như rùa bò, sao sớm được chị. Em về mai giỗ họ nè, chị không nhớ à?

- Ủa! Mai hai mươi rồi à? Chị làm miết, có biết ngày tháng là gì đâu cậu.

Ông Thẩm chạy xuống nhà dưới lấy thêm chén đũa, kéo Tâm ngồi xuống bàn:

- Cậu ngồi xuống ăn chén cháo, rồi có về dưới nhà họ thì về.

Nhìn thấy hai đĩa thịt còn vài miếng. Bà Thẩm lật đật chạy xuống nhà dưới lấy chén sớt đĩa thịt của mấy chị em Thỉ đang ngồi ăn. Bà nói nhỏ:

- Má xin lỗi! Cho má sớt một ít cho cậu Tâm nghen. Lâu lâu cậu về không có gì, kỳ quá à?

Thằng Bế phụng phịu:

- Má sớt hết rồi, còn gì ăn đâu nà!?

Thỉ an ủi em:

-Thôi mà em, bữa khác ba mua nữa về chị em mình ăn, đừng vậy coi kỳ lắm.

Con Chố lầm bầm:

-Vậy mà ba nói mua về cho các con ăn một bữa!

Bà Tám thấy các cháu phụng phịu, dỗ dành:

- Đưa chén nội bỏ lòng vịt cho ăn nè! Nhiều quá nội ăn hổng hết.

Vừa nói, bà Tám gắp bỏ cho thằng Bế, con Chố một ít gan, mề. Con Thỉ đưa tay cản:

- Nội ăn đi. Cho hai đứa nó bao nhiêu đó được rồi.

Ba chị em cùng ăn cháo. Thằng Bế húp sì sụp, khen:

- Cháo ngon thiệt đấy. Lần sau chị em mình tha hồ ăn thịt vịt hở chị Hai, chị Ba?

Con Chố cười:

- Biết lần sau có còn để chị em mình ăn không, hay cũng như vậy?

Thỉ cười xòa:

- Bậy nà! Lần sau nhất định được ăn rồi.

Ba chị em vừa ăn vừa chuyện trò vui vẻ. Hoàng hôn buông xuống nhanh ngoài sân vườn, mới đó mà tối rồi. Thỉ lại bật điện, ánh điện sáng trưng hòa cùng tiếng cười nói của những người khách ở nhà trên và của mấy chị em Thỉ, thành thứ âm thanh vui nhộn, ồn ào.

Một ngày đã trôi qua!.

***

Ông bà Thẩm rất áy náy với các con về bữa cháo vịt chiều hôm ấy. Tháng sau, ông gắng nhận phụ lên xuống hàng cho vựa phế liệu, rồi đi phụ hồ, kiếm tiền mua phân bón ruộng, còn dư chút đỉnh để dành cả tháng mới đủ mua được cặp vịt. Ông nghĩ, sáng chủ nhật các con nghỉ học, mua cặp vịt về nấu cháo bù lại lần trước.

Ông đi xăm xăm vô chợ mua cặp vịt, hớn hở mang về. Thằng Bế chạy ra đón, cười tít mắt:

- Bữa nay ba mua vịt về nấu cháo nữa hả ba?.

- Ừ! Ba mua cặp vịt về nấu cháo cho tụi con ăn một bữa.

Con Chố hờn dỗi:

- Thiệt hông đó, hay cũng như bữa trước?

Ông Thẩm cười, cầu hòa:

- Thiệt mà! Bữa nay nhất định là cho tụi con, ba đâu mời gọi ai?.

Cả nhà vừa làm vịt nấu cháo, vừa cười nói vui vẻ, người chụm lửa, người lặt rau, người giã mắm gừng. Ông Thẩm nghĩ thương các con, bao giờ cũng chịu thiệt thòi. Lần này, các con ông sẽ được ăn ngon, bù cho lần trước. Ông bồn chồn đi lên, đi xuống, theo dõi.

Vịt luộc chưa kịp chín, lại có khách. Mấy người bạn ngày trước ở cùng trại với ông Thẩm có dịp vào Phú Yên tìm thăm ông. Ông Thẩm vui mừng đón tiếp những người bạn năm xưa cùng nằm chung một lán với ông, gia đình thăm nuôi có món gì cũng đều chia sẻ cho nhau. Ông Thẩm, luôn chia sớt từng cục đường đen, đến điếu thuốc rê cho anh em; bởi ông là người được gia đình thăm nuôi thường xuyên, có nhiều món ăn hơn người khác.

Gặp lại nhau, ai cũng mừng vui, trò chuyện, thăm hỏi nhau về sức khỏe, công việc làm, sau khi ra khỏi trại. Ông Thẩm sai thằng Bế chạy đi mua xị rượu mừng hội ngộ, rồi đi xuống dưới bếp.

Nhìn vợ đang nêm nồi cháo, giọng ông ngập ngừng:

- Có gì mằn mặn cho chút, má Thỉ?.

Cũng như lần trước, bà Thẩm chặt nửa con vịt ướp gia vị rồi bắt lên bếp xào cho chín, múc ra đĩa bưng lên mời khách uống chén rượu. Bà Thẩm nghĩ, đường xa họ chẳng ngại, tìm thăm chồng mình, thật tình nghĩa. Thôi thì, thay vì nấu cơm, sẵn có cháo, dọn họ ăn chung vui với nhà mình. Thế rồi, bà Thẩm chặt thịt ra ba đĩa, múc cháo ra tô, bỏ vào mâm với hai đĩa thịt, chừa lại cho các con một đĩa thịt nhỏ, rồi bưng lên đãi khách.

Con Chố, thằng Bế nhìn theo cái mâm trên tay của bà Thẩm, mặt buồn hiu. Con Chố lầm bầm:

- Lần nào cũng nói, cho tụi con ăn một bữa, ăn một bữa mà chờ mãi, mỏi cổ, chẳng được gì trọi!.

Bà Thẩm quay lại nói nhỏ với các con:

- Kệ đi con! Mình đãi khách, lần sau nhất định không như vậy nữa mà.

Thằng Bế vùng vằng:

- "Quài"!

Nói xong đôi mắt nó đỏ ửng, rưng rưng. Bà Thẩm thương con, nhưng bấm bụng làm lơ, coi như không nghe thấy gì hết. Ba chị em Thỉ cũng như lần trước, chỉ húp chút cháo với vài miếng thịt trong cái đĩa nhỏ bà Thẩm chừa lại. Nhìn thằng Bế, con Chố húp cháo sì sụp, bà Thẩm xót xa; nhưng đành vậy, chứ biết sao. Rồi bà tự an ủi, thầm nghĩ, mai mốt, ông bà thương, làm khá hơn một chút sẽ cho các con ăn uống đỡ hơn cho chúng chóng lớn thôi.

Ông Thẩm ái ngại khi nhìn vào đôi mắt đỏ hoe của thằng Bế, gương mặt tiu nghỉu của con Chố. Ông nghĩ, mình đã thất hứa với con, nhưng mà sự bất đắc dĩ, ông đâu muốn thế. Thôi thì, ráng cố gắng làm và để dành tiền để mua cặp vịt khác bù lại cho các con thôi.

Thế rồi, qua mấy tuần cật lực làm thêm chỗ này, chỗ nọ - ông cũng mua được một cặp vịt mang về cho các con. Lần này, ông hứa trong lòng, nhất định không đãi khách nữa, dù thế nào cũng để cho các con ăn.

Như những lần trước, thằng Bế mừng nhất, nó nhảy cẫng lên, vui hát luôn mồm. Ông Thẩm cười với các con:

- Lần này, nhất định là của các con, ăn một bữa cho đã.

Con Thỉ, con Chố, thằng Bế cũng tin là vậy. Chúng phụ giúp mẹ lặt rau, giã mắm, chụm lửa.

Cháo sắp chín, lại có khách.

Lần này, khách là mấy người em của ông Thẩm từ dưới quê lên thăm, đạp xe gần hai mươi cây số. Ông Thẩm liếc nhìn các con, lo lắng. Ông quyết định không đãi khách, nhưng nói chuyện một hồi, ông cảm thấy thiếu thiếu, trống trải làm sao. Thế rồi, ông sai thằng Bế chạy đi mua xị rượu, rồi quay xuống bếp.

Ông ngượng ngùng, lúng túng nhìn vợ:

- Có gì mằn mặn, cho chút, má Thỉ?.

Bà Thẩm giận dỗi:

- Có muối hột mặn chớ thứ gì mặn, hở ông?.

Ông Thẩm lủi thủi đi lên. Bà Thẩm nghĩ thương chồng, chắc

ông khó xử lắm. Thôi thì, lâu lâu anh em mới tới nhà, chẳng lẽ cứ uống nước trà suông, ngồi nhìn nhau. Thế rồi, bà Thẩm chặt nửa con vịt ướp gia vị xào như những lần trước, rồi bưng lên mời khách. Một lát cháo chín, bà chặt thịt và múc cháo bưng lên, chừa lại cho mấy chị em Thỉ một đĩa nhỏ.

- Các con ăn đi. Má xin lỗi! Nhường cho khách nghen con. Miếng ăn có mập béo gì, để người ta cười cho rằng mình lạnh nhạt, không biết quý khách.

Con Chố "hứ" một cái cắc. Thằng Bế rưng rưng nước mắt. Thỉ an ủi:

- Thôi mà em. Người ta thấy, cho là mình ham ăn đấy!

Thế là ba chị em Thỉ lại sì sụp húp chén cháo suông với hai ba miếng thịt bà Thẩm chừa lại.

Tiễn khách ra về, ông Thẩm xuống nhà dưới nhìn các con, giọng ngập ngừng:

- Ba rất xin lỗi! Để ít bữa có tiền, ba sẽ mua cặp vịt về cho tụi con ăn một bữa.

Con Chố hờn dỗi:

- Thôi đi ông ba! Khỏi có mua vịt nữa đi, bữa nào cũng cho tụi con ăn ngon một bữa. Không ăn nữa đâu!.

Ông Thẩm lúng túng, bàng hoàng, ứa nước mắt nhìn các con - rồi thở dài, bước vội ra sau giếng nước…

Tiểu Nguyệt

TRẦN MỘNG TÚ

Một ngày trong tháng Tư

Sáng nay anh cùng với chín người bạn nữa đi đón mười người đàn ông vô gia cư. Tất cả là 20 người, họ cùng nhau đi tới địa điểm "Tĩnh Tâm cho Các Ông" (Men Retreat). Mười người đàn ông có học thức, có thu nhập cao, người đang đi làm, người đã về hưu. Họ có một mái nhà, có xe đi lại và có một gia đình tương đối ổn định, Mười người đàn ông kia, vô gia cư, học thức khác nhau, nhưng trước đây họ cũng có nghề nghiệp, có gia đình, có một mái nhà yên ổn. Chuyện gì đã xẩy ra trong đời họ mình không biết rõ ràng (nhưng chắc chắn mỗi người có một câu chuyện). Bỗng dưng một ngày họ trở thành những người không nhà. Chữ "nhà" đây gồm cả nghĩa "gia đình" và "nơi cư ngụ"

Hai mươi người cùng nhau đi tới một địa điểm Tĩnh Tâm. Họ cùng bước vào sau một cánh cửa, ngồi xuống, bỏ cái tôi hiện hữu bên ngoài với nắng và gió tháng Tư.

Khi cái áo khoác ngoài thân thể cùng cởi ra xếp lại một bên, họ trong suốt và họ thinh lặng. Hai mươi người ngồi xuống thiền viện, tất cả như nhau.

Sáng nay có nắng, chị đội chiếc nón lá, cầm một cái xô nhỏ có đôi bao tay và một vài cuốc, cái xẻng nhỏ làm vườn trong đó. Chị chỉ làm cỏ, trồng thêm hoa mùa hạ vào mảnh vườn nhỏ trước nhà, khu vườn sau thì cần thuê thợ. Chị vừa làm vừa đắm chìm vào nỗi tháng Tư của riêng mình.

Chị nhớ lại bản tin đã đọc trên mạng cũng vào tháng này năm ngoái. Bản tin có những câu tuyên bố của lãnh tụ Bắc Hàn làm chị ứa nước mắt.

" Sao phải mất đến 11 năm một khoảng thời gian lâu thế nhỉ ! Từ đây tôi sẽ không đánh thức các bạn bằng những bài tập thử nghiệm của chúng tôi nữa .Tôi hy vọng chúng ta sẽ sống trong một đất nước yên bình. Korea đất nước chúng ta là một ."

Lãnh tụ Bắc Hàn đã cầm tay lãnh tụ Nam Hàn bước qua lằn ranh phân chia hai phía. Một trang sử đã lật, ngăn chặn được bao tai họa về chiến tranh, cứu được bao nhiêu sinh linh khỏi vòng lửa đạn.

Lãnh tụ Bắc Hàn Kim Jong Un bắt tay Tổng thống Hàn Quốc Moon Jae-in qua lằn ranh quân sự trên biên giới, trước khi lần đầu đặt chân tới miền nam hôm 27/4/2018.

Trong chương trình gặp gỡ của lãnh đạo liên Triều còn có lễ trồng cây, với nước và đất được lấy từ núi và sông của Hàn Quốc lẫn Triều Tiên. Sau khi trồng cây, ông Kim nói với ông Moon: "Cũng giống như một cây thông, tôi hy vọng rằng chúng ta luôn xanh tươi, ngay cả trong mùa đông." (*)

Cuộc chiến Bắc Nam của Việt Nam kéo dài gấp đôi số thời gian của Nam-Bắc Hàn và con số người hy sinh cũng gấp nhiều lần. Tại sao đất nước mình lại bất hạnh đến thế. Chị hạ xuống một nhát, lưỡi cuốc chạm phải viên sỏi tiếng kêu bật lên nghe như tiếng khóc.

Tại sao không ai nói: Chúng ta cùng là người Việt Nam cả, sao cứ bắn giết nhau lâu thế. Sao chúng ta không sống yên trong hòa bình trên phần đất của mỗi miền? Câu hỏi không có câu trả lời vì miền Nam đã bị miền Bắc xâm chiếm bằng bạo lực, thù hận và chết chóc.

Chiến tranh chấm dứt nhưng vết tích chiến tranh không bao giờ xóa hết được. Hơn bốn mươi năm rồi mà mới tuần trước đây, người ta vẫn tìm được xác lính VNCH vùi chôn trong đất Thái Lan với cả những tấm thẻ bài (*).

Chị trồng những cây hoa nhỏ xuống đất tưởng như đang tặng những đóa hoa cho những mảnh hồn lưu xứ đó. Những chữ khắc trên thẻ bài với tên họ, số quân, loại máu đó ám ảnh chị suốt đêm qua. Chị nghĩ đến những thân nhân của họ, liệu còn sống để tới nhận nắm xương tàn, hay đã chết dập vùi nơi đâu trong những tháng năm oan nghiệt của đất nước.

Chao ôi! Vận nước, phận dân. Chị ước gì mình chôn được cả tháng Tư dưới lưỡi cuốc bé nhỏ này và chôn được cả nỗi đau trong lòng mình nữa.

Cuốc sâu một mảnh đất nhỏ
Nhẹ nhàng đặt xuống tháng Tư
Tôi đặt hồn mình nằm cạnh
Cho tháng Tư bớt bơ vơ. (tmt)

Tháng Tư tội nghiệp quá, bơ vơ quá, chị đâu nỡ oán trách hay quên.

Những người đàn ông bắt đầu thảo luận, nói đúng ra là sau hai mươi phút thinh lặng họ bắt đầu mở lòng mình ra, như bệnh nhân tự tháo tấm gạc (gauze) băng ở vết thương của mình. Có vết thương đã khô dễ bóc, có vết thương chưa khô hẳn, vết máu có chỗ còn loang ẩm. Họ nhường nhau, chia sẻ nhau những câu chuyện bấy lâu họ giữ riêng tư. Họ tự nhận lỗi của mình đưa mình đến tình trạng hiện tại. Tuyệt nhiên họ không đổ lỗi cho một người nào đó không hiện diện.

Anh ngồi nghe và nhận thức được mỗi phận người một hoàn cảnh. Có người ý chí mạnh, đứng vững được trước nghịch cảnh, có người để nước cuốn đi. Anh nghe trong giọng nói ngập ngừng có trộn hơi thở của rượu, mùi ngai ngái cần sa bám trên râu tóc họ. Anh đặt tay mình trên vai họ, nhìn họ qua hình ảnh của Chúa trên thập tự giá. Anh thấy bờ vai đó đang rung lên dưới lòng tay anh. Anh ước gì ôm được tất cả những mảnh đời vô hạn đó vào vòng tay hữu hạn của mình.

Sau buổi tĩnh tâm, chia tay với những người vô gia cư ở một địa điểm dưới phố. Anh cứ đứng nhìn theo mãi từng cái dáng siêu vẹo đi hòa nhập vào dòng người, dòng xe cộ. Anh tự hỏi: Tối nay họ sẽ ngủ ở đâu, sáng mai họ sẽ đi hướng nào? Anh buồn buồn khi biết chắc một điều, ngay phút này anh bắt đầu đi ngược chiều với họ.

Anh về đến nhà, buổi chiều vẫn còn nắng, chị hết làm vườn rồi, anh cho xe vào nhà xe, thấy chị đang đứng trước lan can nhìn dõi phía ngã ba con nước trước cửa nhà. Anh biết, tháng Tư chị hay thở dài, tháng Tư chị hay lặng lẽ khóc, tháng Tư chị hay đăm đăm nhìn theo con nước mà nhớ quê nhà. Anh đến gần chị định cất tiếng thì thấy trên mặt chị hai hàng nước mắt, có cả vệt đất lem nhem, có lẽ khi làm vườn chị cũng khóc nên đã đưa bàn tay lấm đất lên quệt trên mặt.

Anh đặt nhẹ tay lên vai chị. Anh thấy bờ vai nhỏ của chị rung lên dưới bàn tay anh. Anh tiếc không mang cái hữu hạn của mình ra ôm được nỗi buồn vô hạn của chị vào lòng.

Nắng tháng Tư đang từ từ chìm xuống từng mảng bên kia hồ nước, rồi tắt hẳn.

Trần Mộng Tú

NHÂN ẢNH đã in và phát hành các sách nhạc

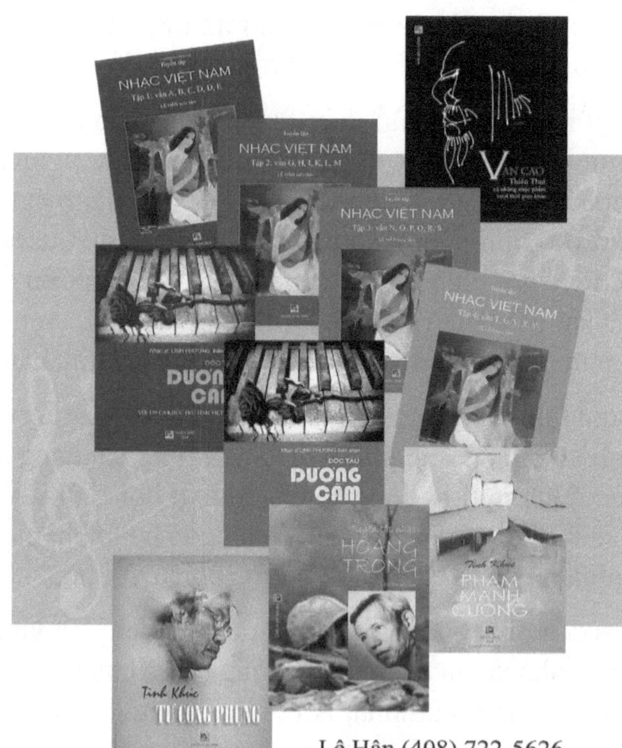

Lê Hân (408) 722-5626
hanle.3359@gmail.com

PHAN VIỆT THỦY
sức mạnh của tiếng Việt

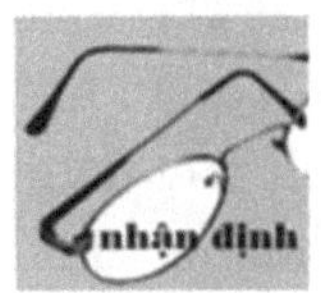

Lịch sử dân tộc Việt Nam đã chứng minh: ngôn ngữ Việt Nam đã chuyển tải không ngừng dòng sinh mệnh văn hoá dân tộc, đã trở thành cơm nuôi dưỡng dân tộc tính Việt Nam, đã trở thành máu nuôi dưỡng nhịp đập của mọi trái tim người dân Việt trong những vui buồn, hào khí tình tự dân tộc. Những nỗi khổ cực đắng cay "máu chảy ruột mềm" mà dân tộc Việt Nam đã phải chung vai đấu cật, cũng đã nhờ những mệnh lệnh ngôn ngữ:

"Nhiễu điều phủ lấy giá gương,
Người trong một nước phải thương nhau cùng"

Nhìn lại lịch sử Việt Nam, chúng ta thấy dân tộc Việt Nam bao giờ cũng tìm cách đứng dậy, vươn mình đi tới, xông pha vào hiểm nguy để bảo vệ từng tấc đất, quê cha đất tổ, bảo vệ sự sống còn của dân tộc cũng đã nhờ những mệnh lệnh ngôn ngữ. Một minh chứng là bài "Nam quốc sơn hà":

Nam quốc sơn hà Nam đế cư
Tiệt nhiên phân định tại thiên thư
Như hà nghịch lỗ lai xâm phạm
Nhữ đẳng hành khan thủ bại hư

Nguyễn Trí Tài đã dịch ra như sau:

Sông núi nước Nam, vua nước Nam ở
Phân vị rạch ròi đã ghi trong sách trời
Cớ sao lũ giặc bạo ngược đến xâm phạm
Chúng bay rồi xem, sẽ chuốc lấy thất bại tan tành

Và cụ Trần Trọng Kim dịch như sau:

Sông núi nước Nam vua Nam ở
Rành rành định phận ở sách trời

Lý Thường Kiệt đã loan truyền bài "Nam quốc sơn hà" cho toàn quân của mình cũng như quân nhà Tống trong trận chiến với quân nhà Tống năm 1076. Quân Lý Thường Kiệt lên tinh thần xông pha đánh bại quân nhà Tống, còn quân nhà Tống nghe vậy đâm ra hoảng sợ bỏ chạy (1).

Một ngàn năm dưới sự đô hộ của giặc Tàu, dân tộc Việt Nam không nao núng, vẫn luôn luôn tìm cách đánh đổ ách đô hộ. Người Tàu đô hộ Việt Nam lâu như thế nhưng không đồng hoá dân Việt được. Chúng chỉ đào tạo giới quan lại trong các triều phủ học chữ Hán chỉ việc vâng lời lo triều cống vàng bạc đồ quí báu. Cho nên tiếng Việt vẫn dùng rộng rãi trong toàn dân ở các làng xã. Mặc dầu các triều vua vẫn chủ trương dùng chữ Hán và đào tạo nho sĩ. Mãi cho tới khi chữ Quốc Ngữ ra đời và chính thức dùng trong các chương trình giáo dục và trở nên văn tự chính thức của dân Việt.

Cũng cần nói lại việc hình thành chữ Quốc Ngữ là do công lao của các giáo sĩ người Tây phương gồm cả Pháp, Ý, Tây Ban Nha, Bồ Đào Nha... và tất nhiên có công lao của các người Việt theo đạo Thiên Chúa và các cố đạo người Việt. Có sự nhầm lẫn cho rằng Alexandre de Rhodes là ông tổ sáng tạo ra chữ Quốc Ngữ. Sở dĩ có sự hiểu lầm như thế vì ông có công lớn xuất bản ba công trình: Từ điển Việt-Bồ-La (*Dictionnarium Annamiticum Lusitanum et Latinum*). Báo cáo vắn tắt về tiếng An Nam hay tiếng Đông Kinh (*Linguae Annamiticae seu Tunkinensis Brevis Declaratio*) và Phép giảng tám ngày (*Cathechismus proiuo qui voluat sulcipere baptisnum in octo dies divisus*) trong năm 1651 ở Rome.

Thực ra người đầu tiên dùng mẫu tự Latin ghi âm tiếng Việt và là người thầy dạy tiếng Việt cho Alexandre De Rhodes là giáo sĩ Bồ Đào Nha Francisco de Pina (1585-1625) (2). Tiếng Việt thuở ban đầu dùng trong nhà thờ nhằm mục đích truyền đạo, đến khi người Pháp đô hộ Việt Nam, người Pháp có chính sách ngôn ngữ (Colonialism and language policy in Vietnam) (3). Chủ đích của người Pháp là dùng tiếng Việt để đánh đổ ảnh hưởng tiếng Hán và văn hóa Tàu khởi đầu óc trí thức Nho sĩ thời bấy giờ *removing Vietnam from the political influence of China)* (3).

"*Nhờ có chữ Quốc Ngữ viết bằng mẫu tự La Tinh cho nên dễ học, dễ viết. Từ đó, tiếng Việt, văn học Việt Nam được phát triển mạnh mẽ, phải kể đến các học giả, các nhà Việt học đầu tiên như Trương Vĩnh Ký, Huỳnh Tịnh Của, Nguyễn Văn Vĩnh. . .và cũng nhờ tiếp xúc với tiếng Pháp, với nền văn hoá Pháp đã dẫn đến sự hình thành nền báo chí Việt Nam bằng chữ Quốc Ngữ, nền văn xuôi hiện đại, sự đổi mới trong thi ca. Lần đầu tiên tiếng Việt đã trở thành phương tiện truyền thông trên báo chí. Thể văn chính luận, truyện ngắn truyện dài bằng tiếng Việt đã xuất hiện. Phong trào thơ mới ở Việt Nam ra đời. Trên cơ sở đó, tiếng Việt đã tiếp thu và Việt hoá hàng loạt từ ngữ gốc Pháp*" (4).

Từ những tác phẩm văn chương thời tiền chiến cho đến ngày nay đã tạo dựng sức mạnh những giá trị nhân bản, chân thiện mỹ, nung đúc tâm hồn dân tộc, dù tiếp cận nhiều nguồn văn hoá thế giới nhưng vẫn giữ được bản sắc, dân tộc tính. Như trong thời "*phong trào Đông Kinh Nghĩa Thục, các sĩ phu yêu nước đã nêu dùng chữ Quốc Ngữ đã nêu lên hàng đầu trong sáu biện pháp của bản sách lược gọi là "Văn minh tân học sách" (1907) và lên tiếng kêu gọi đồng bào vì tương lai của đất nước mà nên dùng chữ tiện lợi ấy*" (5).

Cuộc vượt thoát chế độ Cộng Sản Việt Nam của hàng triệu người Việt yêu chuộng tự do qua biển đông mênh mông cuồng nộ, đã đánh thức lương tâm nhân loại, đã nói lên hào khí, lòng can đảm vô biên của người dân Việt không chịu khuất phục bạo lực, không chịu làm nô lệ. Từ đó đã tạo nên các cộng đồng người Việt khắp năm châu. Hơn bốn mươi lăm năm qua, đi qua các khu vực phát triển của người Việt định cư như ở Úc, Cabramatta (Sydney), Footscray, Springvale (Melbourne); Ở Mỹ, khu Westminster, Houston, Washington D.C.; Ở Canada, Toronto, Montreal... Ở đâu có cộng đồng người Việt vài ba chục ngàn người cũng thấy tiếng Việt và người Việt ở đó dùng tiếng Việt thoải mái. Nếu có một số ít người có đầu óc đố kỵ, kỳ thị thì cảm thấy khó chịu, còn đa số khác khi đi qua những khu vực này đều ngạc nhiên về sự trù phú sầm uất thay đổi nhanh chóng của các khu vực này mà trước đây họ được biết là những khu vực nghèo nàn không được phát triển. Dù khó chịu hay ngạc nhiên thán phục, cả hai đều phải công nhận một điều thực tế là cộng đồng người Việt ở đâu cũng sớm định cư ổn định đời sống một cách nhanh chóng và thành công rất nhiều mặt trên nhiều lãnh vực khác nhau, đóng góp không ít cho quê hương thứ hai. Hơn thế nữa nhiều người nước ngoài thích món ăn Việt Nam lại thích hay lui tới thưởng thức nhiều món ngon Việt Nam, đặc biệt món Phở được nhiều người biết và thích ăn. Hiện nay, những người ngoại quốc, điển hình như người Nga, Tàu, Nhật, Hàn quốc, Úc, Mỹ, Pháp, Canada... thông thạo tiếng Việt khá đông. Họ lập gia đình hay làm việc với người Việt họ cảm thấy thoải mái, hạnh phúc.

Cũng cần nói thêm, khi nói tiếng Việt là bao gồm tiếng nói và chữ viết. Tiếng Việt được phổ biến cả hai hình thức tiếng nói và chữ viết. Một trong những thành công nổi bật quan trọng nhất mà cộng đồng chia sẻ, vui mừng và hãnh diện đó là sự thành công người Việt về mặt giáo dục. Hiện nay, nhìn chung, chúng ta thấy không có lãnh vực nào mà không có sinh viên Việt Nam tốt nghiệp và có không ít người trở thành chuyên gia, học giả, khoa học gia, thương gia lỗi lạc. Những cửa hàng, công ty, phòng mạch nha bác sĩ, luật sư ... trong cộng đồng người Việt đều phải nói tiếng Việt mới có nhiều khách hàng. Riêng về ngành tiếng Việt, tiếng Việt đã và đang được giảng dạy khắp nơi, nơi nào có đông người Việt, ở đó đều có lớp tiếng Việt. Đa số do các tổ chức cộng đồng, tôn giáo đứng ra tổ chức giảng dạy. Đặc biệt ở Úc và Mỹ, tiếng Việt được đưa vào chương trình giáo dục trong mạch chính (mainstream) từ tiểu học đến đại học. Và cũng đặc biệt hơn nữa tiếng Việt và văn chương Việt Nam được nằm trong chương trình thi tú tài quốc tế (Diploma of International Baccalaurate) mà hiện nay trên dưới 30 nước trên toàn thế giới có học sinh ghi tên học và thi (mà bản thân cá nhân tôi biết được qua việc chịu trách nhiệm chương trình này hơn 20 năm qua). Nhờ những trường tiếng Việt, nhờ báo chí, đài phát thanh, đài truyền hình mà tiếng Việt được sử dụng rộng rãi.

Không phải đến bây giờ người ngoại quốc nhìn thấy tận mắt những con người Việt qua những thành công mà thán phục ngạc nhiên. Những người ngoại quốc hiểu biết lịch sử, văn hoá Việt Nam, mới cảm nhận được sức mạnh kỳ diệu, phi thường của dân tộc tính Việt Nam. Dân tộc Việt Nam đã nhờ sức mạnh của "dòng sinh mệnh văn hoá dân tộc". Văn hoá dân tộc Việt Nam là thứ thuốc trường sinh cứu đỡ dân tộc Việt Nam qua những cơn nguy khốn, phong ba bão táp để sinh tồn. Để nung đúc, duy trì và phát triển nền văn hoá đó, **ngôn ngữ phải là chiếc chìa khoá**. Ngôn ngữ còn, văn hoá còn. Ngôn ngữ mất, văn hoá không thể tồn tại (6). Nhớ lời cụ Nguyễn Văn Vĩnh in trên các bìa sách của cụ: *"Nước Nam ta mai sau hay dở cũng ở chữ Quốc Ngữ"* (7).

Một em bé Việt Nam không cảm nhận được tình thương yêu của cha mẹ qua tiếng nói, không thưởng thức được những câu ca lời hát Việt Nam, không biết gì về văn hoá, quê hương đất nước Việt Nam thì làm sao em có hiếu với ông bà cha mẹ, có nghĩa với đồng bào ruột thịt, có tình với quê hương đất nước. Ở nước ngoài, bất cứ ở đâu, người Việt thường bị nhầm lẫn với người Tàu, dù màu da, mái tóc khác với người Âu Mỹ nhưng khó xác định được là người Việt Nam cho đến khi cất tiếng nói.

Một nắm gạo bỏ vào một thùng lúa mì đem lắc, trộn, xáo thế nào đi chăng nữa; gạo vẫn là gạo. Hạt lúa mì vẫn là hạt lúa mì. Và lẽ tất nhiên gạo không thể thành bột mì để làm bánh mì. Ví von như thế, chúng tôi muốn nói người Việt chúng ta tìm cách hội nhập chứ không chấp nhận sự đồng hoá và có muốn đồng hoá cũng khó mà có được. Vậy tiếng Việt ở xứ lạ quê người là yếu tố nói lên được cá tính/căn cước/identity mình là người Việt. Có một điều kỳ lạ là, người Việt ở đâu nơi xứ lạ, nghe một người nào đó nói tiếng Việt, tự nhiên tiếp xúc thăm hỏi dù chưa quen nhưng xem như thân thiết. Chính điều nầy dễ hiểu tầm quan trọng của tiếng Việt trong việc kết hợp gặp gỡ giao tiếp đồng hương trên xứ người.

Ở Mỹ, Úc hay Pháp thường có những quán cà-phê người Việt. Những người Việt, phần lớn là đàn ông lớn tuổi, ngồi nhâm nhi bên tách cà-phê chuyện trò với nhau. Thật vui và thú vị. Ở những đất nước thanh bình dư ăn, dư mặc và được niềm vui đàm đạo với nhau bằng tiếng Việt không phải không có giá trị sao?

Qua mấy lần tổng thống Mỹ thăm Việt-Nam, ông nào cũng cố gắng nói lời chào bằng tiếng Việt. Dù là một lời chào ngắn ngủi nhưng không ít thì nhiều đã gây được cảm tình người dân Việt. Theo tôi biết trong số những nhà ngoại giao Mỹ và Úc nói thông thạo tiếng Việt, qua Việt Nam làm việc, có cơ hội tiếp xúc rộng rãi mọi tầng lớp từ chính quyền cho đến người dân bằng tiếng Việt. Họ rất thành công, được nhiều người quí mến.

Tiếng nói trong tình yêu nam nữ, tình yêu cha mẹ, anh chị em có mức độ quan trọng vô cùng. Đề tài này đòi hỏi nhiều nghiên cứu kỹ lưỡng hơn, xin hẹn một dịp khác sẽ trình bày đầy đủ.

Phan Việt Thùy

Tài liệu tham khảo:

1. Lý Thường Kiệt:

https://vi.wikipedia.org/wiki/Ly_Thuong_Kiet

2. Nguyễn Thiện Giáp, 2006: *Lược sử Việt ngữ học*,   NXB Giáo Dục

3. Johns De Francis, 1977: *Colonialism and Language Policy in Vietnam*, Mouton, The Netherlands

4. Nguyễn Thiện Giáp, 2006: *Lược sử Việt ngữ học*, NXB Giáo Dục

5. Hoàng Tiến, 2003: *Chữ Quốc Ngữ và cuộc cách mạng chữ viết đầu thế kỉ XX*, NXB Thanh Niên, Hà Nội.

6. Phan Văn Giưỡng, 1988: *Giảng dạy Việt ngữ trong xã hội đa văn hoá Úc*, Hội nghị giáo dục Việt ngữ liên bang Úc, South Australia

7. Hoàng Đạo Thuý, 1982: *Người và cảnh Hà Nội*, NXB Hà nội

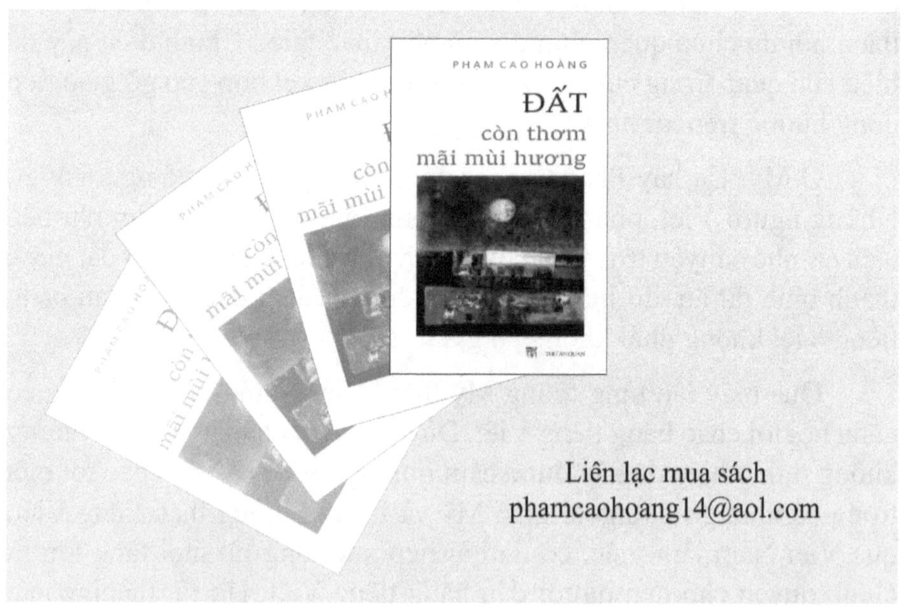

Liên lạc mua sách
phamcaohoang14@aol.com

TRƯƠNG VĂN DÂN
Long lanh giọt lệ

Tôi tình cờ gặp bà Tâm khi đến thăm và chăm sóc mẹ ở bệnh viện. Lần đầu gặp gỡ, từ hình dáng đến thái độ, không có gì để tôi phải chú ý ngoài chuyện bà thường cầm trên tay quyển sách, trong tư thế nửa nằm nửa ngồi, lưng dựa vào thành giường. Đôi mắt bà lúc ấy có vẻ chú ý nhưng những ngón tay bà gõ gõ lên thành giường, môi mấp máy mà tôi không biết bà đang đọc, cầu nguyện hay đang hát. Tuy vậy cũng có lúc bà buông sách và lặng lẽ nhìn ra cửa sổ. Ánh mắt lúc đó sâu hun hút, bà ngồi bất động, không nói năng, ngay cả khi có y tá đến gần bà cũng không nhìn lên hay chào hỏi.

Chú ý quan sát tôi thấy tuy đang mặc áo quần người bệnh, tóc tai có lúc bơ phờ, nhưng khuôn mặt bà Tâm vẫn còn phảng phất một nét thanh tú, bằng chứng của một thời xuân sắc. Đôi mắt dài và lớn, chiếc mũi thẳng, bờ môi đỏ mọng, và hai hàm răng, khi mấp máy để lộ ra hai hàng trắng đều.

Hôm ấy chủ nhật, tôi ở bên mẹ đến chiều nhưng chẳng thấy ai đến thăm. Trông bà có vẻ rất cô độc.

Nhưng có lẽ không phải thế!

Vì những lần sau tôi có thấy một người đàn ông đứng tuổi trò chuyện và chăm sóc bà tận tình và chu đáo.

Khi nghe bà rên khe khẽ, người đàn ông ấy thường nhẹ nhàng:

- "Em nằm yên đó, để anh lau cho.

Mẹ tôi nói người này vẫn thường chăm sóc bà suốt cả tháng nay nên khiến nhiều người cảm động. Thế mà cô điều dưỡng cho hay là họ không phải vợ chồng. Và dường như khi họ quen rồi đến với nhau, thời gian chưa đến 1 năm thì ông nhận được tin bà bị nạn.

Thời gian đó bà bị chấn thương nặng và nằm liệt giường. Đôi bàn tay của bà còn quá cứng, mãi sau bà mới cầm được sách.

Cô điều dưỡng nói còn nghe kể lại là khi bà Tâm bị nạn ông này đã bán đi một mảnh đất ở quê để có tiền đưa bà đi chữa trị. Thế nhưng, phần lớn các bác sĩ đều cho biết là bà Tâm sẽ phải sống phần đời còn lại trên xe lăn. Nghe vậy mà ông vẫn không nản chí. Vẫn luôn túc trực bên cạnh. Tình yêu thời không còn son trẻ của ông bà đã khiến nhiều người ngưỡng mộ. Những cử chỉ âu yếm và tận tình của ông đã làm tan chảy trái tim của rất nhiều người.

Tuy đời sống khó khăn và thiếu thốn trong bệnh viện nhưng tôi thấy bà Tâm "có vẻ" hạnh phúc. Ánh mắt của bà long lanh khi nghe tiếng chân ông bước vào phòng.

Chừng tháng sau, có một cô y tá mới đổi về được giao chăm sóc mẹ tôi. Tình cờ cô này lại là đồng hương của bà Tâm nên qua trao đổi, mọi sự hiếu kỳ của tôi về người đàn bà này đều được giải đáp. Cô nói "bà Tâm là người đàn bà bất hạnh!".

Rồi câu chuyện kể của cô y tá hết đưa tôi từ ngạc nhiên này đến ngạc nhiên khác.

&

Tiếng cười sang sảng của chàng thanh niên đó đã mang lại cho bà Tâm tin yêu và đón nhận. Anh vui tính, tài hoa và… nên trong suốt cuộc hôn nhân, tuy không phải hoàn toàn tâm đầu ý hợp, nhưng bà phải nhìn nhận là so với nhiều người, mình có được nhiều thứ. Một cuộc đời bình yên, không sóng gió. Những đứa con bụ bẫm ra đời. Bà hết lòng thương yêu và chăm sóc những bông hoa xinh đẹp như những nụ hoa hồng.

Thời đó có lẽ cô Tâm chưa hiểu hết ý nghĩ của câu nói là bông hồng nào cũng có gai. Và trên đời còn có cả những chiếc gai định mệnh, mà dù có tránh đến đâu… trước sau gì thì bà cũng bị nó đâm xước vào da thịt.

Định mệnh là gì? Nó có thật hay chỉ là một điều không tưởng, thêu dệt để giải thích cho ăn khớp vào những sự việc đã xảy ra? Và có thật nó là một dòng sông chảy xiết, mà ý muốn phản kháng của con người có gắng sức chèo ngược đến đâu rồi cuối cùng cũng phải trôi xuôi. Không thể làm khác?

&

Tôi bất ngờ khi nghe nhận xét sâu sắc và đầy triết lý của cô y tá. Khi thấy tôi nhìn mình, cô cũng bẽn lẽn im lặng trong giây lát. Mãi vài phút sau, như thể vừa sắp xếp cho mạch lạc những chi tiết, cô chậm rãi kể tiếp câu chuyện về bà cụ mà mình đang quan tâm.

Thông minh. Xinh đẹp. Gia đình ba mẹ thuộc diện trung lưu, thời niên thiếu cô Tâm không vất vả gì nhiều. Đi học. Gặp tình yêu đầu đời. Tiếng cười thoải mái của ông Văn đã khiến bà tin tưởng và thương yêu.

Sau khi tốt nghiệp đại học ông làm việc cho một cơ quan xuất nhập khẩu của Pháp rồi sau vài năm tích lũy kinh nghiệm ông lập công ty riêng. Việc làm ăn suôn sẻ. Gia đình đầm ấm, không phải lo lắng gì về việc mưu sinh nhưng ông Văn vẫn cho phép bà đi dạy, tuần ba buổi ở một trường gần nhà.

Cứ ngỡ cuộc đời sẽ lặng lẽ trôi. Không ai biết là sẽ có một cuộc đổi thay. Nó đến và xới tung mọi gốc rễ, làm xáo trộn gia đình. Công ty của ông Văn gặp khó khăn và trong một đêm căng thẳng và mệt mỏi vì lo nghĩ, ông ngủ một giấc dài và không tỉnh dậy.

Lúc đó con trai lớn vừa tròn năm tuổi còn đứa bé gái chỉ mới lên ba.

Trong hoàn cảnh khắc nghiệt đó bà Tâm đã phải bỏ dạy để lèo lái công ty. Nhờ vốn ngoại ngữ và kinh nghiệm nhìn thấy ba mẹ làm ăn từ thuở nhỏ, chẳng bao lâu bà vực công ty khỏi những món nợ lớn và nhanh chóng chuyển hướng. Từ việc phân phối hàng cho nước ngoài bà quay qua lập xưởng sản xuất những mặt hàng tiêu dùng.

Công ty làm ăn phát đạt. Bà Tâm hãnh diện về kết quả của mình. Nỗi buồn duy nhất của bà là dù rất mực thương yêu hai con nhưng vì quá bận, bà ít có thời gian ở bên cạnh chúng.

Bữa cơm gia đình càng ngày càng vắng vẻ. Ai nấy thầm lặng tự lo cho công việc của mình. Bà giao việc chăm con cho người giúp việc và anh tài xế. Áp lực kinh doanh không cho bà nhiều thời gian để dạy dỗ các con. Bà bù đắp sự thiếu hụt này bằng những thứ đồ chơi đắt giá và các món hàng xa xỉ.

&

Ba mươi năm thế rồi cũng trôi qua. Bà Tâm sống như một chiếc máy đã lập trình. Chỉ trong những lúc rảnh rỗi hiếm hoi, nỗi buồn sương phụ mới có dịp chồi lên nhưng bà đã cố giữ mình trong khuôn khổ. Rồi đến khi tuổi vượt quá 50, tóc nhuốm bạc, da mất đi độ sáng… bà mới thấy thấm mệt về những cuộc chiến trên thương trường.

Vả lại bây giờ cơ ngơi có sẵn, việc gì phải khó nhọc. Biết đủ là đủ, mà.

Chỉ những lúc ngẫm ngợi như vậy bà mới giật mình. Các con đã lớn, ai cũng có gia đình, ra riêng… căn nhà rộng chỉ mình bà thui thủi với người giúp việc.

Trong lúc chông chênh đó bà tình cờ gặp lại một đồng nghiệp cũ. Ông cũng là thầy giáo dạy văn. Khi có dịp ngồi cà phê họ mới kể về hoàn cảnh của nhau. Góa vợ từ hai mươi năm, ông ở vậy nuôi con, và đến giờ con trai đã có gia đình và đang làm việc ở một thành phố khác.

Cô đơn. Đồng cảnh ngộ. Lại là những tâm hồn nhạy cảm vì cùng yêu thích văn chương… Sau lần cà phê đó, họ gặp nhau thường hơn. Những câu chuyện của họ thuần túy về những quyển sách mà cả hai từng đọc. Rồi sau đó họ dành thời gian đọc thêm sách để trao đổi với nhau. Không ai nói, tỏ bày gì, chưa một lần bước qua lằn ranh bạn bè... nhưng cả hai đều biết là họ đang cảm thấy nhu cầu có nhau. Nhiều đêm bà Tâm nằm suy nghĩ. Mơ mộng. Tóc bà như bạc thêm. Chỉ có làn da là vẫn sáng, có lẽ do sau này bà có được niềm vui, tình cảm, và tâm trạng được sẻ chia.

Một hôm, khi ông Trung năm tay bà và tỏ bày tình cảm, chừng tuổi này mà ông lắp bắp như chàng trai hẹn ước lần đầu. Một thầy giáo dạy văn mà câu chữ không mạch lạc, còn người đối diện thì cũng tinh thần bấn loạn, không biết có lắng nghe được gì không. Bà chỉ nhớ hai đôi mắt của ông và bà như hai tấm gương đặt đối diện, soi rõ một thứ hình bóng thật cụ thể của niềm cô quạnh.

Đêm đó về, bà trăn trở, không ngủ được. Những ý nghĩ trái nghịch cứ trào về cấu xé lòng bà. Lau nước mắt, bà ngồi dậy, đứng thắp nhang trước bàn thờ chồng. Bà thổ lộ nỗi cô đơn và thầm thì cùng ông về tình cảm quý mến người bạn xưa đang nhen nhóm trong lòng mình. Nhìn ánh mắt chồng như khẽ mỉm cười qua khung ảnh, có lúc bà cảm giác như người có lỗi. Nhưng nỗi cô đơn đang hành hạ bà. Có lúc nó nặng nề như đeo đá tảng. Mình ơi, gần ba mươi năm em đã làm tròn bổn phận người vợ và người mẹ. Giờ đây tuổi đã về già, con cái đã có cuộc sống riêng. Mong mình thấu hiểu và thông cảm cho em!

&

Từng là giáo viên, mà là giáo viên dạy văn nên bà Tâm rất hiểu và e dè trước dư luận. Tuổi tác, người thân và bạn bè đồng nghiệp trên thương trường. Chần chừ… nhiều tháng nhưng chờ đến bao giờ… trong khi những năm tháng cuối đời hình như đang trôi nhanh. Bà phải tìm cách nói chuyện cùng hai con.

Nào ngờ phong ba bão táp cũng nổi lên từ đấy!

Bà Tâm không thể nào hình dung nổi hai người con ngoan hiền của mình đột nhiên lột xác. Họ dằn vặt, chì chiết mẹ mình bằng những ngôn từ kinh khủng. Cô con dâu, chàng rể cũng ngấm ngầm phụ họa. Nhưng thế cũng chưa đủ. Cả bốn người dắt díu nhau tìm gặp ông già "mất nết" kia, yêu cầu "hãy buông tha, đừng dụ dỗ mẹ tôi!".

Sau đó đến thăm, Sơn và Thúy không cho các cháu sà vào lòng bà như mọi khi. Từng lời cay nghiệt của thằng Sơn cứ buông xuống trước mặt dâu, rể, các cháu. Với tâm hồn mong manh của một người mẹ, bà đau đớn oằn mình chống đỡ.

Và bà ngỡ là mình sẽ phải gục ngã sau câu gằn giọng của con Thúy: "Mẹ làm sao thì làm, đừng để học trò cũ đến thăm nó cười vào mặt!". "Yêu đương gì tuổi này hả mẹ? Con thấy nhục với gia đình chồng". Sơn còn tiếp lời em: "Con phải cúi mặt với họ hàng, lối xóm. Bộ mẹ muốn chúng con chết mới vừa lòng sao?". Bà còn đang chao đảo thì Sơn bồi thêm nhát cuối: "Sắp xuống lỗ mà còn mê trai!". Dâu rể của bà lăn ra ôm bụng cười, ngặt nghẽo…

Mà chúng nó đã nói gì vậy, hở Trời?

Nhục nhã? Mê trai?

Và sau buổi nói chuyện bà đã bị ném đi xa khỏi đời sống yên lành xưa cũ, càng lúc càng xa… và lạc mất đường về..

&

Tuổi này thực ra bà đâu cần vật chất. Còn xác thịt thì sau bao năm ngủ yên cũng đã nguội lạnh mất rồi. Bà chỉ cần một tình bạn, một chia sẻ tinh thần. Hai tâm hồn cô đơn như hai chiếc nạng mới dìu nhau đi được. Một chiếc thì quá khập khiễng, chông chênh.

Bữa hôm họp gia đình, đã có nhiều điều bà chuẩn bị trong tâm trí để trình bày với các con, nhưng diễn biến bất ngờ đã làm bà câm lặng rồi chôn chặt trong lòng. "Yêu mẹ - không ai bằng ba các con. Nhưng hiểu mẹ thì có lẽ chẳng ai bằng người đàn ông này." Đến tuổi này bà hiểu là rằng tình vợ chồng tuy thiêng liêng, cao quý, nhưng tình bằng hữu cũng không kém phần quan trọng trong đời sống của mỗi người. Người phối ngẫu đầu ấp tay gối chưa hẳn là người tri kỷ với mình và ngược lại người bạn tâm giao không nhất thiết phải là người vợ hay chồng mới có được sự đồng cảm. Bà không thể và cũng không dám nói ra. Vì chắc chắn là sau lời phân giải ấy các con sẽ xé thịt mẹ mình...

Ngay trong đêm ấy, khi soi gương bà thấy sắc mặt mình nhợt nhạt. Hai hàm răng cứ va đập vào nhau, lập cập như lên cơn sốt.

Nhưng nào có ai thấu hiểu nỗi đau thắt ruột của người mẹ góa cô đơn. Bà vật vã, ý nghĩ trào lên, ập xuống như những cơn sóng dữ. Có lúc bà như mang mặc cảm vì trót làm cho các con buồn; nhưng cũng có lúc bà uất ức vì cái thời đại kinh khiếp này, nó kích thích con người đua đòi lối sống xa hoa đến nỗi vô cảm trước tình mẫu tử.

&

Nhưng trong thâm tâm bà vẫn nghĩ, hay còn cố tình nghĩ, là các con đang sầu khổ vì chuyện bà chia sẻ tình cảm với người khác. Cùng lắm, là khi về hưu, chúng muốn bà được rảnh rang để có thể bồng con, ẵm cháu, làm người hầu tin cậy và giữ con không lương cho chúng. Chứ bà làm sao ngờ là mọi chuyện chỉ là những tính toán thiệt hơn. Nếu không tình cờ nghe được cuộc trò chuyện của con Thúy với một cô bạn:

"Bà nghĩ coi, ông già đó trên răng dưới khố, lương hưu chẳng được mấy đồng. Yêu thương gì. Chẳng qua chỉ muốn "đào mỏ". Nhưng đâu có dễ. Còn tụi tôi sờ sờ đây mà".

Chỉ lúc đó bà mới ngộ rằng, cái tình yêu muộn màng trong tuổi xế chiều của bà đã bị các con quy đổi thành… tiền.

&

Bà Tâm héo hắt. Thực sự bà vẫn cố nhủ lòng không dám tin là các con ngăn cản mình đến với tình yêu chỉ vì lấn cấn chuyện tiền bạc. Xưa nay bà cứ tin là hai con thương bà, không nỡ xa bà và mãi đến gần đây bà còn ảo tưởng là chúng sẽ tự tay chăm sóc, nuôi dưỡng bà lúc về già.

Những lần họp gia đình về sau mọi chuyện mới rõ như ban ngày. Qua nhiều lần tranh cãi quyết liệt, nghe mấy chữ "Nhà xưởng ở Thủ Đức thế nào, căn nhà ở Q.2 lọt vào tay ai…" bà thấy hết cốt lõi vấn đề.

Đêm đó nằm một mình trong căn nhà vắng bà cay đắng bật cười. Thế ra bà đang có một quá khứ và hiện tại rất cồng kềnh. Như một hành khách có quá nhiều hành lý, muốn bước vào toa tàu mà chưa tìm ra cách xếp đặt. Rồi ý tưởng lóe lên, dễ thôi, chúng sẽ hài lòng.

&

Một ngày chủ nhật, bà cho gọi các con về, quyết định lập di chúc, chia đều tài sản. Bà chỉ yêu cầu các con một điều: Không ai được can thiệp hay ngăn cản bà về chuyện tình cảm với ông Trung. Trước đó bà đã chuẩn bị tâm lý đón nhận cuồng phong từ các con, nhưng thật bất ngờ hai đứa con yêu của bà tươi cười chấp nhận.

Rõ ràng là các con không cần bà, chúng chỉ lo sợ tài sản lọt vào tay người khác!

Tưởng thế là xong. Nhưng trong lúc ra về, lúc bước ra con Thúy dừng lại ở ngạch cửa:

- À, má à, còn cái nhà này. Má chỉ một mình, ở nhà to làm gì. Con nghĩ là má nên bán để mua một căn nhà nhỏ hơn. Bán đi, để tiền cho các cháu nội ngoại của má có tiền đi du học.

- Con Thúy nói đúng! Sơn phụ họa. Má gật đi rồi con giúp làm thủ tục cho nhanh. Con có nhiều bạn làm kinh doanh bất động sản.

&

Chìm trong nước mắt, bà Tâm gục đầu lên vai người bạn cuối đời của mình mà nức nở. Ông Trung lặng yên để bạn mình trút sạch nỗi buồn. Mãi một lúc sau ông mới nói những lời chân tình:

- Đáng lý là khi làm kinh doanh em cũng phải sắp xếp thời gian để sống bên cạnh và dạy dỗ các con. Nhưng em chỉ bù đắp cho con bằng tiền bạc và vật chất. Có nhiều tiền, sống phụ thuộc vào cha mẹ chúng sẽ thành những đứa con không còn ý chí, không có khả năng để quyết định một điều gì.

Mà em cũng biết đó, đã bất tài thì vô dụng chỉ là hệ quả.

Nói tới đây ông Trung bỗng dừng lại. Có lẽ ông đang đắn đo là có nên nói ra điều mình suy nghĩ hay không. Mãi sau ông mới nhẹ giọng:

- Khi những đứa con bất tài thì chúng biết mình không thể tự kiếm sống, để sinh tồn chỉ còn cách mưu mẹo hay thu tóm. Chúng cũng biết là không thể mánh lới với người đời nên sẽ sử dụng người thân như những con mồi. Lòng tin vào huyết thống sẽ tạo ra yếu tố bất ngờ..

Nước mắt bà Tâm trào ra như đê vỡ! Ông Trung nhìn bạn, không biết là bà khóc vì tủi thân hay cay đắng nhận ra những lầm lỗi tai hại của mình.

Ông im lặng để chờ bà nín khóc. Mãi sau ông mới nói, vừa như giải thích, vừa như phân trần để làm dịu nỗi đau trong lòng bà:

- Con người ta rất ghê gớm khi đụng đến tiền em ạ. Có một gia sản lớn là nguồn của những lo âu lớn. Sẽ không bao giờ được thảnh thơi. Lòng luôn lo đấu tranh và đối phó với con cái, bà con, nhân viên, bạn bè… chưa kể gánh nặng thuế má, thị trường, tranh chấp. Khi người ta biết mình có của, nhiều người chỉ nghĩ cách lấy đi. Xung quanh chỉ có kẻ thù. Dù em có làm điều tốt thì cũng không thể tránh được những va chạm. Suốt đời em phải canh giữ, lo âu, tâm trạng thường trực bồn chồn.

Thực ra khi có một gia sản lớn, người ta tưởng là sở hữu một cái gì và trên thực tế chỉ là đầy tớ cho những người khác.

Nghe ông nói, bà Tâm càng khóc to hơn! Sự tủi thân làm nước mắt bà không dừng lại được. Bà khóc đến lả người. Suốt đời bà hy sinh và chăm lo cho các con.. nhưng lửa tham-ác của chúng đang đốt cháy đời bà

&

Sau ngày chia của, con gái, con trai, dâu rể, các cháu như biến đi vào cõi mịt mù. Bà Tâm chẳng còn lại gì ngoài một thân xác héo hon trong một gian nhà nhỏ.

Từ căn nhà mới sang nhà các con chỉ vài cây số, nhưng bà biết là từ nay con đường sẽ xa thăm thẳm. Chắc chẳng còn ai tha thiết đến đón bà về chơi hay phí thời gian để đến thăm bà.

Căn nhà này cách nhà ông Trung chỉ vài mươi mét, nhưng không hiểu tại sao hai người chỉ thường gặp mà thỉnh thoảng mới đến ở chung?

Một ngày cuối tuần, ăn sáng và uống xong viên trị thấp khớp, bà Tâm xoa xoa đầu gối rồi bước ra khỏi nhà.

Nghĩ đến chuyện đời và các con, mắt bà nhòe lệ, bước hụt chân nơi bậc tam cấp trước cổng nhà. Một cậu bé bị bất ngờ, không tránh kịp: Chiếc xe đạp chồm lên, cán lên lưng bà.

Khi người ta đưa bà nhập viện, người bà nóng sốt, thật cao.

&

Tôi lắng nghe câu chuyện của cô ý tá mà người cứ nóng phừng phừng. Và trong chiều đó tôi vẫn chưa thấy ông cụ đến nên nhìn bà, ái ngại.

Lát sau tôi thấy bà nhờ cô y tá đưa lên xe lăn rồi đẩy ra phía hành lang. Đến cuối đường, bà ngồi yên, nhìn trời và khóc. Khóc ồ ồ. Hành động bất ngờ ấy khiến mọi người kinh ngạc và sững sờ.

Cô ý tá như đã quen với cảnh này, nên chỉ khẽ ngẩn người ra một tí thôi. Chú mục quan sát tôi thấy bà đang nhìn về một cõi xa vời. Chân tay bà bất động.

Mãi sau cô y tá mới gọi tên, nhưng bà không nghe. Cô phải nắm vai bà lắc mạnh như đánh thức một người đang ngủ, bà mới tỉnh. Tỉnh rồi, bà quệt nước mắt, rồi mỉm cười, bình tĩnh như chưa có gì xảy ra.

Và trên nụ cười ấy, tôi nhìn thấy 2 giọt lệ long lanh.

&

Tuần lễ sau sức khỏe mẹ tôi tạm bình phục. Chúng tôi chuẩn bị đưa mẹ về nhà. Sau khi làm các thủ tục, trả lệ phí… tôi mang chút quà chạy đi tìm cô y tá để cảm ơn những ngày tận tình chăm sóc mẹ. Một câu hỏi chưa được giải đáp vẫn còn nằm trong lòng tôi như mắc nghẹn.

- Xin lỗi cô, hiện nay hai người con của bà Tâm đang ở đâu?

- Thật là đãng trí! Thế mà tôi cứ tưởng là đã kể cho ông nghe rồi! Cả cậu Tâm và cô Thúy đều được các con du học ở Mỹ làm bảo lãnh và đã sang bên đó ba tháng trước!

Sài gòn mùa đông 2015
Trương Văn Dân

PHAN TRANG HY
Hẹn Hò Thiên Thu

Không biết cớ sao, mỗi lần nghe bài hát "Hẹn hò" của Phạm Duy, lòng tôi xao xuyến, tim tôi như thổn thức cùng giai điệu ray rứt và cả người tôi như rưng rưng theo lời ca. Trước mắt tôi như hiện lên bóng dáng của những người yêu nhau, luôn nhớ về nhau. Tôi như thấy có bóng dáng tôi và nàng trong đó:

"Một người ngồi bên kia sông
im nghe nước chảy về đâu
Một người ngồi đây
trông hoa trôi theo nước chảy phương nào
Trời thì mưa rơi
mưa rơi không ngưng suối tuôn niềm đau
Người thì hẹn nhau sang sông
mong cho chóng tạnh mùa Ngâu"

Ca từ như thơ. Mà tình thì nặng. Quả là "Cái tình là cái chi chi?" như Nguyễn Công Trứ đã từng tự hỏi. Và tôi cũng vậy. Cũng tự hỏi bao lần cho cái kiếp người nặng tình. Rõ là Phạm Duy nặng tình. Tôi nặng tình. Và ai kia cũng nặng tình. Không nặng tình sao được khi viết, khi nghe, khi cảm "Một người ngồi bên kia sông im nghe nước chảy về đâu. Một người ngồi đây trông hoa trôi theo nước chảy phương nào". Ca từ đưa người nghe hòa nhập với nỗi buồn man mác hòa điệu cùng những câu Kiều của Nguyễn Du: "Buồn trông cửa bể chiều hôm/ Thuyền ai thấp thoáng cánh buồm xa xa?/ Buồn trông ngọn nước mới sa/ Hoa trôi man mác biết là về đâu?"

Chính cái tình nặng nên cảm động cả đất trời. Trời đất cũng trở trăn cùng đôi lứa yêu nhau khi tình yêu ấy còn trắc trở. Trời đất như đồng cảm cùng những người yêu nhau: "Trời thì mưa rơi mưa rơi không ngưng suối tuôn niềm đau". Chỉ có hẹn cùng nhau, đến với nhau để đất trời không đau, không khổ, để tình nối tình như Ngưu Lang – Chức Nữ: "Người thì hẹn nhau sang sông mong cho chóng tạnh mùa Ngâu".

Cuộc đời ai mà tính trước được! Vẫn còn đâu đó mối tình cách biệt dẫu lòng mãi yêu nhau. Vẫn hẹn hò cùng nhau, để vui ngày sau cho trọn mối duyên tình. Dẫu hứa cùng nhau, nhưng vẫn cách biệt dài lâu. Không đau xót sao được, khi nghe những lời như rút ruột tự đáy lòng:

> *"Cuộc đời làm cho đôi bên yêu nhau*
> *cách một biển sâu*
> *hẹn hò tàn thu sang xuân bên nhau*
> *biết thuở ban đầu*
> *dù tình không nguôi*
> *đôi ta xin cho hứa vui về sau*
> *trời còn làm cho mưa rơi mưa rơi*
> *cách biệt dài lâu..."*

Cũng mang giai điệu như đoạn trên, nhưng lời ca lại đớn đau hơn. Ở đoạn trên, người yêu nhau như tin là nếu còn duyên thì có ngày gặp lại dù trong thoáng chốc. Còn đoạn này, ôi sao yêu nhau mà tội nghiệp bởi "cách một biển sâu", chỉ mong được "hẹn hò tàn thu sang xuân bên nhau biết thuở ban đầu", chỉ cầu nguyện "xin cho hứa vui về sau", bởi duyên kia đành lỗi hẹn và bởi "trời còn làm cho mưa rơi mưa rơi cách biệt dài lâu...".

Đã từng yêu nhau chắc hẳn ai kia tự hứa với lòng là mãi được gần nhau, mong ước được sống cùng nhau. Nhưng tất cả là số kiếp làm cho đôi lứa yêu nhau phải cách biệt. Ở đây, có phải Phạm Duy cũng như bao người cùng thế hệ ông vẫn nghĩ, vẫn cảm được sự cách chia đôi lứa là do số kiếp? Chỉ có nước mắt là thật cho cảnh ngộ duyên tình cách trở, cho hồn theo con nước trôi:

> *"Nước vẫn trôi mau*
> *mắt vẫn hoen sầu*
> *đành để hồn theo nước trôi không màu*
> *Số kiếp hay sao?*
> *không cho bắc cầu*
> *thì xin sông nước sẽ cho gần nhau..."*

"Thì xin sông nước sẽ cho gần nhau" như tiếng thở than chấp nhận. "Xin sông nước sẽ cho gần nhau" là lời hẹn hò của đôi lứa trong men tình dậy sóng, là nguyện ước được mãi bên nhau.

Không là cảnh ngóng tin nhau, chờ đợi nhau, tin là có ngày gặp nhau trong hình ảnh "Sông Tương một dải nông sờ/ Bên trông đầu nọ, bên chờ cuối kia" (Nguyễn Du, *Kiều*) mà là cảnh:

> *"Một người bèn ra ven sông*
> *buông theo nước cuồn cuộn mau*
> *Một người chìm sâu*
> *trong khi mưa Ngâu bỗng ngừng ngang đầu*
> *Cuộc tình thương đau*
> *êm êm trôi theo nước xuôi về đâu?*
> *Hẹn hò gặp nhau thiên thu cho phong phú đời người sau"*

Còn đâu "Một người ngồi bên kia sông im nghe nước chảy về đâu"? Còn đâu "Một người ngồi đây trông hoa trôi theo nước chảy phương nào"? Có chăng là cuộc tình thương đau, cuộc hẹn hò thiên thu của đôi lứa vì cuộc đời, vì số kiếp để mãi được gần nhau: "Cuộc tình thương đau êm êm trôi theo nước xuôi về đâu? Hẹn hò gặp nhau thiên thu cho phong phú đời người sau". Thôi thì, không sống cùng nhau trong cõi đời này, thì hẹn hò gặp nhau cõi thiên thu, cõi không có thương-đau-sầu-khổ. Hẹn hò như thế có mấy ai trong cõi đời này! Nhưng hẹn hò như thế cũng làm người đời sau day dứt.

"Hẹn hò gặp nhau thiên thu", tưởng mấy ai có được! Cả bài hát đượm nỗi buồn man mác mà không bi lụy dẫu đôi lứa yêu nhau lấy cõi thiên thu làm nơi hẹn ước cho kiếp yêu nhau của mình. Nghe bài hát, tôi như thấy lòng mình yêu thêm cuộc sống, bởi cõi đời này tôi vẫn cứ hẹn em, hẹn nàng trong ký ức. Và tôi tin, ở đâu đó, những đôi lứa yêu nhau vẫn mãi hẹn cùng nhau trong cõi nhân gian này.

Tháng 02 năm 2019
Phan Trang Hy

Tìm đọc Tạp chí NGÔN NGỮ

PHAN HUYỀN THƯ
Một giấc mơ dài

Năm đó, mình 13 tuổi. Là con gái áp út trong gia đình quan Tri Phủ ở Quế Lâm. Gia đình bị vu vạ, gặp cảnh pháp đình mà tan tác. Cha và các anh em trai bị giết ngay giữa sân phủ. Gia thất tan hoang. Cả dinh phủ bị niêm phong, tịch thu. Gia nhân kêu khóc, bòn rút hôi của rồi tháo chạy cả. An táng cho cha và các anh em trai xong, mẹ và bốn chị em gái dọn về mé rừng dựng chòi sống đạm bạc để tiện chăm nom mộ phần trong ba năm đợi mãn tang. Khi cả nhà gặp nạn, chỉ duy nhất có một Vú tên là Đoan ở lại chăm mẹ. Gọi là Vú nhưng thực ra chị chỉ trạc tuổi đại ca ca của mình thôi. Chị được cha mẹ cho vào phủ nuôi từ lúc lên 3. Sau này chăm chị em mình là chính. Vú người hơi thô, rất hay đỏ mặt khi thẹn, cả ngày chẳng nói năng gì, chỉ chăm chút vào công việc khăn áo, thêu thùa và lo việc hầu hạ mấy công tử, tiểu thư. Khi gặp cảnh tang thương, chị em mình cũng đã lớn, Vú xin ở lại chăm mẹ vì nói: con không có cha mẹ, không còn ai thân thích, cũng chẳng biết đâu là bản quán. Lão gia gia nhận nuôi con từ nhỏ, con đã coi các cô cậu trong đại gia mình là chủ nhân. Phu nhân cho con ở bên bà để con báo hiếu với phu nhân và lão gia. Các chị em gái trong nhà cũng đã có hai người theo chồng nên chỉ còn mình và chị kế trên đã 17. Chị vào thị trấn làm thuê cho một đại phu mở tiệm kê đơn bốc thuốc. Thỉnh thoảng lại tiện đường đi đưa thuốc cho bệnh nhân, chị ghé về thăm nhà. Rồi chị cũng chịu làm lẽ đại phu ở tiệm bán thuốc. Mình cũng xin được việc phụ trong một xưởng nhuộm ở làng bên. Hàng ngày đi làm xa, có hôm phải nghỉ đêm lại xưởng vì nhiều việc. Rồi ông bà chủ nói mình ở lại luôn thỉnh thoảng một vài tháng mới ghé về thăm mẹ. Ngày trước ở trong phủ, mình được nuôi một con gấu trúc từ lúc bé tí bé teo. Mình không rời con gấu. Ngủ dậy cũng chạy ra cũi gấu đầu tiên. Có hôm ngồi cả ngày cho nó ăn búp măng trúc non mà thủ thỉ, bỏ cả cơm trưa. Khi dọn ra chòi ở bìa rừng, chị Vú đã lén về phủ bắt được con gấu trúc ra theo mình. Thế rồi mình cũng phải đi làm thuê, chỉ có chị và mẹ ở nhà chăm con gấu trúc.

Năm 16 tuổi, vừa đoạn tang cha, ông chủ xưởng nhuộm hỏi mình cho con trai. Mình được chồng đưa lên phố huyện mở một tiệm bán tơ lụa. Mở tiệm được ba tháng thì được tin mẹ mất. Mình về thăm nhà, chỉ còn bài vị cha mẹ và các anh. Khi đi, mình mang con gấu trúc thả về rừng. Nhưng có vẻ nó cũng không còn nơi để về. Nó không thích nghi được cuộc sống hoang dã nữa, không biết tồn tại được bao lâu. Chị Vú ngồi ôm bọc đồ trước cửa cúi đầu thẫn thờ không nói gì. Lúc ấy mình mới hiểu, người thân duy nhất của mình bây giờ là chị Vú. Mình xin chồng cho chị đi theo. Chồng đồng ý. Thế là Vú lên ở với vợ chồng mình, cùng lo việc nhà lại phụ giúp việc tại cửa tiệm tơ lụa.

Chồng mình hay phải đi xa, có khi phải đi hàng tháng trời để giao hàng và nhập hàng tơ lụa cao cấp từ bên Tây tạng, có khi lại sang tận Cao Ly mấy tháng mới về. Lấy chồng mấy năm, mình không được gần chồng, lại không đậu thai nên cuộc sống buồn tẻ. Ở nhà cùng Vú, hai chị em bắc khung thêu thùa, đề thơ vào những vuông lụa tinh xảo nên khách hàng rất mê. Công việc kinh doanh suôn sẻ, thuận lợi. Có lần Vú ngủ chung với mình. Đêm đó mình mơ chồng mình về ân ái với mình. Sáng hôm sau, thấy mặt Vú đỏ lựng, ánh mắt nhìn mình long lanh khác thường. Mình cũng dần dần cảm thấy những giấc mơ ân ái với chồng khi ngủ chung với Vú trở nên quen thuộc. Lâu dần rồi thành mê mẩn. Quấn quýt không rời. Mình và Vú còn thường làm chung những bài thơ tình khao khát và đam mê, rồi lại thêu những câu thơ ấy hoạ cho cảnh trí trên những tấm lụa thêu đem treo bán.

Một lần phu quân mình về bất ngờ, bắt gặp mình với Vú đang loã lồ quần nhau trong đám tơ lụa. Chàng chết sững rồi bỏ đi. Sau lần ấy, chị Vú thu xếp tư trang vào tay nải bỏ đi biệt tích, chỉ để lại cho mình miếng lụa có bài thơ hai người đang thêu dở ...

Chồng mình lập thêm thê thiếp, sinh một bầy con xinh đẹp. Mình về lại căn chòi bìa rừng ở. Mình từ bỏ kiếp ấy năm 29 tuổi. Giờ, khách du lịch qua vẫn thấy khu lăng mộ cổ của gia đình mình. Hậu thế vẫn gọi là khu lăng mộ gia tộc họ Vương. Đêm đó, mình ngủ trong một khách sạn nhỏ ở Quế Lâm. Mình cùng chồng và con trai nhỏ cùng đăng ký đi tour du lịch ở đây.

Đoàn khách du lịch từ Hà Nội sang. Hầu như mọi người đều không biết tiếng Trung nên tất cả phụ thuộc vào cô hướng dẫn viên của đoàn. Mình nhớ, có một giấc mơ thoáng qua khi mình cùng chồng đi tìm cậu con trai nhỏ đang chạy chơi quanh khuôn viên bên ngoài khách sạn. Bất giác, mình thấy lạnh gáy. Như có một luồng điện chạy dọc sống lưng. Mình quay lại. Một phụ nữ Trung quốc đội chiếc nón có chóp cao, bế một con gấu trúc nhỏ trên tay. Ánh mắt nhỏ một mí long lanh, khuôn mặt ửng đỏ. Mình như chết đứng. Miệng cứng ngắc. Mắt không thể rời chị ta. Đến lúc chồng mình dắt tay đứa con trai nhỏ quay lại, vỗ nhẹ vào vai mình để trở về phòng, người phụ nữ kia cũng quay đi và cúi đầu xuống vuốt ve con gấu trúc, vẻ mặt vừa thản nhiên vừa bối rối. Chắc chị ta cũng đang cố nhớ trong đầu xem đã gặp mình bao giờ chưa. Mình rút tay ra khỏi tay chồng, quay lại nhìn chị ta lần nữa. Tự nhiên mình kêu lên một cái tên: Đoan! Chị ta giật mình choáng váng quay đầu lại. Chị ấy rạng rỡ cười và phẩy tay xua xua về phía mình ra hiệu là thôi, cứ đi đi...

Đúng là mình ngủ mơ thật! Mùi hương trầm, mùi hương cây cỏ rừng man mác làm mình cứ bâng khuâng mãi về giấc mơ với người phụ nữ và con gấu trúc. Chị ta tên là Đoan? Tên của chị Vú tiền kiếp của mình ư? Một tuần trôi qua thật nhanh. Buổi tối mình cùng chồng và các con theo đoàn du lịch đi chợ đồ lưu niệm để sớm mai bay về Hà Nội. Mình vào khu vực ẩm thực và bán quà tặng rất nhộn nhịp. Thấy một đoàn rất đông người Việt Nam. Cô hướng dẫn viên du lịch nói, đấy là đoàn cán bộ Việt Nam sang dự hội nghị kết hợp đi du lịch theo chế độ. Mình lại bị lạnh gáy một lần nữa khi bước vào cửa hàng tơ lụa. Một bức tranh thuỷ mặc thêu con gấu trúc và một bài thơ chữ Hán rất đẹp. Mặc dù mình không hiểu bài thơ đó viết gì. Có cả cảnh túp lều dưới chân núi và lúp xúp lăng mộ sau bụi cây...

Chân mình như khuỵu xuống. Bối rối và hoang mang cùng cực.

Không hiểu có một áp lực nào mà tim mình đập loạn nhịp, vai mình chùng xuống như đang gánh một quả núi. Mình với tay chạm vào bức lụa thêu lắp bắp muốn hỏi họ bán bao nhiêu tiền nhưng mình không biết diễn đạt thế nào... Bỗng có một đoàn khách Việt Nam kéo vào cửa tiệm, người phụ nữ dong dỏng, gò má phấn son lớn tiếng nói mình định giật đồ của chị ta. Bức tranh này tôi đã trả tiền hôm qua, chỉ có chỗ không ưng, nhờ sửa lại đường may viền, hôm nay quay lại lấy thì cô ấy lại định mua... Chẳng mấy chốc vòng trong vòng ngoài... Mình túa mồ hôi lắp lắp không nói được tiếng nào. Đúng là mình đang muốn hỏi về bức tranh gây cho mình cảm giác kỳ lạ đó, mình chưa biết là mình có mua được không, nhưng hình như mình gắn bó với nó. Mình muốn có nó. Mình không nói được gì, chỉ thở dốc dựa vào thành tủ kính bán hàng. Người đàn bà kia nhìn mình. Mình cũng thấy choáng váng, bối rối không hiểu đã gặp chị ta ở đâu chưa. Chỉ thấy bẽ bàng nên mình quay mặt sang hướng khác. Chị ta bật khóc, gọi chủ tiệm ra, bắt mình xin lỗi, bắt chủ tiệm trừ tiền, có mấy người trong đoàn chụp ảnh flash tới tấp. Có người đàn ông còn nhẩy vào sát mặt mình nói mấy câu sỉ nhục. Mình chói mắt nên lấy tay che mặt, che đầu...

Đang ồn ào, bỗng thấy mấy ông trong đoàn cán bộ hội nghị đi tới, mỗi ông vài túi nylon, tay xách nách mang, ríu ran. Họ gọi: Đoan ơi, giải quyết xong chưa? Ra xe tập trung về ăn cơm khách ở nhà ăn Hội nghị nhé! Chị tên Đoan vẫn đang khua khoắng tay thêm nếm vài câu vì cái tranh thêu. Tay cầm túi nylon đựng tấm vải cũng vung lên vung xuống rồi khuất vào đám khách Hội nghị. Mình đứng lặng người đi, không hiểu chuyện gì. Một lúc sau ông xã và các con dắt nhau đến cửa tiệm. Thằng bé con ôm con gấu trúc nhồi bông rất chặt, chắc mới được bố mua cho, đang thích thú. Ông xã nói nếu không ra khỏi chỗ này ngay thì xe ô tô sẽ không chờ nữa. Mình phải tự lo xe ra sân bay sớm mai đấy. Chợt thấy chuông điện thoại reo, mình bật điện thoại nghe thì lại thấy tiếng ông xã đang trao đổi với cô nhân viên giao dịch bất động sản ở Hà Nội về chuyện gì đó, về một địa điểm hẹn gặp hay về khách hàng quen, mình không hề biết. Không phải chuyện về căn hộ mình đang định cho thuê. Rồi họ tắt máy. Rồi chuông điện thoại lại réo giọng cái chị tên Đoan nghiến răng dịu dàng: "Thôi cứ ngủ đi.

Ngủ đi. Ngủ một giấc cho ngon đi, mai tính tiếp nghen cưng..." Rồi lại tiếng chuông điện thoại reo. Mình lúc ấy đang 13 tuổi, mặc một chiếc váy xoè, bên ngoài khoác một chiếc áo dài nhiều nút cài kiểu xường xám màu xanh lá cây, đi một đôi hài cũng xanh biếc màu lá cây chạy từ trên lầu vọng cảnh xuống vườn thăm con gấu trúc, vừa chạy mình vừa gọi Vú Đoan vang cả khu vườn lên... Rồi lại một hồi chuông điện thoại gióng giả. Mình giật mình choàng tỉnh. Mồ hôi đầm đìa. Mình đây mà. Giường nhà mình đây. Phòng ngủ nhà mình đây. Mình là người Việt Nam, có chồng và một cậu con trai 3 tuổi. Mình không mặc xường xám. Mình không hề đi du lịch, chồng mình đang đi làm. Con trai đang ở lớp mẫu giáo. Chỉ là mình mệt nên nằm mơ một giấc mơ miên man mà thôi: "Chào chị, em là Đoan, nhân viên sàn giao dịch bất động sản em muốn hỏi căn hộ nhà mình đã cho thuê chưa ạ? Em có khách Trung Quốc đang muốn vào thuê... ...A lô, a lô, chị nghe được không ạ?...."

Ba tháng sau, mình chết sững trước cảnh chồng mình và em Đoan, nhân viên môi giới bất động sản đang loã lồ quần nhau trong đám chăn gối tơ lụa tại căn hộ cho thuê của nhà mình. Không hiểu sao mình lại không thấy suy sụp vì ghen tuông, chỉ thấy hoang mang tột độ vì hình như đã thấy cảnh này ở đâu đó trong tiềm thức. Mấy ngày nữa là mình tròn 29 tuổi. Đúng là một giấc mơ dài.

Phan Huyền Thư

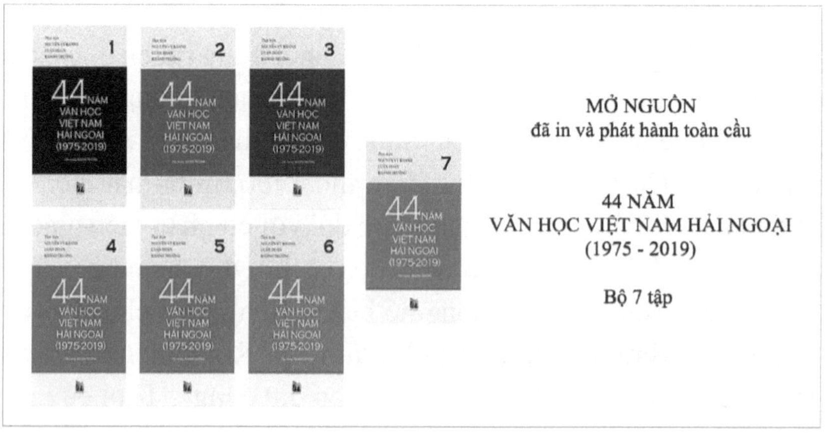

ĐỖ DUY NGỌC

Đứng lại

Hắn đang đi trên đường. Phố chật. Mùi xăng, mùi người, mùi cống rãnh, mùi rác rưởi, mùi khói xe bay lên nồng nặc. Tất cả quyện lại, hoà lẫn vào nhau thành mùi trần gian. Hắn còn ngửi thấy mùi nắng, khen khét trong không khí. Hắn buồn nôn. Có một cái gì đó cựa quậy trong bao tử, muốn trào ra. Hắn vẫn đang đi. Trên vỉa hè. Bây giờ người ta chạy xe lên luôn ở vỉa hè nên hắn vừa đi vừa né. Đi trên vỉa hè cũng chẳng khác gì đi trên lòng đường. Còn phải tránh những viên gạch vỡ. Nhiều lúc cả đống gạch vỡ. Năm nào người ta cũng lót gạch vỉa hè mới, sao chúng mau vỡ thế? Chẳng bù hồi xưa. Hắn lại nhớ ngày xưa. Hắn tiếc. Giá như cho trở lại ngày xưa, hắn sẽ sống khác bây giờ. Đương nhiên rồi. Bây giờ hắn sống kỳ cục quá. Mà cả xã hội kỳ cục chứ phải mình hắn đâu. Giờ thì không còn chọn lựa. Ừ! Cứ thế mà sống cho đến hết đời. Hắn quẹo qua một ngã tư, mấy hàng cây cụt đầu không còn bóng mát. Người ta đang muốn chặt hết cây cối trong thành phố này. Phố không có cây như người ở truồng, trông nham nhở tợn. Hắn mỉm cười với ý nghĩ này. Và hắn chợt nghĩ giá như bây giờ tất cả mọi người đều trần truồng đi giữa phố nhỉ? Chắc là vui. Ai to ai nhỏ, ai lớn ai bé, ai rậm rạp ai trơn láng đều lồ lộ ra hết. Nhưng mà cả thế gian trần trụi thì lại chẳng có gì đặc biệt, vì ai cũng trụi lủi như nhau. Thế thì chẳng vui, chẳng có chi khác biệt. Hắn đốt một điếu thuốc, rít một hơi thật sâu và rồi hắn muốn đứng lại.

Hắn muốn đứng lại, không muốn đi nữa. Đứng lại hẳn ở vị trí này. Đứng lại không phải vì mệt mỏi, không phải vì chán đi. Mà chỉ vì muốn đứng lại. Thế thôi. Hắn sẽ nhìn từng người đi ngang qua. Hắn sẽ nhìn từng chiếc xe đi ngang qua. Hắn sẽ quan sát người cảnh sát giao thông bên góc ngã tư làm chuyện mà ai cũng ghét nhưng rồi ai cũng tình nguyện làm khi phạm lỗi. Hắn sẽ phân tích thủ thuật bỏ tiền vào túi của anh công an. Anh chàng này nghĩ rằng sẽ không ai thấy, nhưng hắn thấy và thấy rất rõ. Ở cuộc đời này chẳng ai giấu giếm được điều gì, không người này biết thì cũng có kẻ khác thấy he..he. Hắn sẽ đứng đó nhìn qua bên đường để nhìn cô gái khá đẹp mặc cái váy ôm bó sát người để lộ cái mông to. Cái mông gợi tình, cái mông khiêu khích đàn ông và cái mông khiến hắn suy nghĩ về cái nằm sau lớp vải căng cứng đó. Nghĩ đến đó, hắn quay mặt đi, cảm thấy ngượng với ý nghĩ dâm dục của mình. Nếu tưởng tượng thêm chút nữa, phần dưới của hắn sẽ căng cứng. Không được thế. Hắn nhìn vào ông già sửa khoá bên vệ đường. Ông ta đang dũa chiếc khoá kẹp trong cái ê tô. Ông làm với một vẻ say sưa. Dũa vài đường, ông lại thổi bụi, mở lấy cái chìa khoá, ngắm ngắm, soi soi. Đời hắn chẳng bao giờ say sưa làm việc như ông già ấy. Cả đời hắn làm việc gì cũng hời hợt, chẳng chú tâm. Hắn sống chẳng đam mê, chẳng khát vọng, chẳng ước ao, chẳng mục đích. Sống là sống cho qua ngày, thế thôi. Hắn hờ hững với chung quanh, có thể cho hắn là kẻ ích kỷ, cũng đúng. Vì hắn chẳng quan tâm đến ai và cũng chẳng mong ai quan tâm đến hắn.

Hắn vẫn đứng bên đường. Hắn vẫn chưa muốn đi. Hắn đứng lại không phải vì chân mỏi, cũng chẳng phải chán đi. Chẳng qua hắn muốn đứng lại. Hắn đã nhìn và bây giờ hắn cũng chán nhìn. Đầu hắn giờ trống rỗng, chẳng còn một ý nghĩ. Những thứ cứ như trôi tuột đi.

Đúng lúc ấy thì hắn nghe tiếng xe rú. Tiếng bánh xe siết thắng kéo trên mặt đường một thứ âm thanh ken két. Có tiếng thét, tiếng la ở phía sau. Rồi hắn thấy có bóng một chiếc xe lướt nhanh qua trước mặt hắn. Đằng sau một đám người rú xe đuổi theo. Rồi bỗng dưng có một vật gì ném về phía hắn. Hắn chụp lấy theo bản năng và ôm vào lòng theo quán tính. Chưa kịp xem đó là vật gì thì hắn thấy cổ áo hắn bị tóm lấy, siết mạnh. Có một cái chân ai đó gạt mạnh vào chân hắn, hắn té chúi nhủi. Vật hắn đang ôm văng ra. Cái kiếng cận thị cũng văng ra. Hắn bỗng thấy cảnh vật lờ mờ. Có ai đó quặt hai tay hắn vào sau lưng. Đau điếng. Mặt hắn gục xuống hè phố, hắn thấy có cát trong miệng. Lại có cánh tay ai đè đầu hắn xuống. Hắn muốn hét mà cổ họng đông cứng. Hắn muốn ngẩng đầu lên để xem chuyện gì đang xảy ra mà không ngóc đầu lên được. Có tiếng người xôn xao: Thằng này là đồng bọn của bọn cướp mà không kịp thoát. Lại có người cao giọng hét lên từ bên kia đường: Đồ ăn cướp, đánh chết nó đi. Hắn vùng vẫy, càng vùng vẫy hắn có cảm giác tê buốt cánh tay, đầu như muốn vỡ tung và thân người như ai bóp vặn. Hắn hiểu mang máng là người ta cho hắn là thằng ăn cướp vì hắn đang cầm tang vật vụ cướp trong tay. Hết đường chối cãi.

Hắn đang ở trong đồn công an, tay bị trói quặt ra sau bằng chiếc áo sơ mi của hắn. Chiếc áo vừa thay hồi sáng để đi dự lễ khai giảng. Hắn ở trần, những chiếc xương nhô ra, xương ở hai hốc vai giương lên nhìn thảm hại. Trên người hắn có mấy vết bầm.

Một người mặc sắc phục công an bảo hắn:

- Có giấy tờ tùy thân không?

- Trong túi quần

- Lấy ra xem

- Tay tôi bị trói thế này thì làm sao tự lấy được. Các anh cứ lấy mà xem

Anh chàng công an cười hô hố:

- À quên, tay mày bị trói thì làm sao lấy ha..ha

Chiếc ví được lấy ra, y rút ra những giấy tờ của hắn. Đầu tiên là cái chứng minh cong queo, hắn chợt nhớ cái giấy này đã hết hạn cả năm rồi, hắn định làm mà lần lữa mãi. Anh chàng công an nhìn vào tấm ảnh trong giấy, rồi ngước nhìn hắn, gật gật.

Anh ta rút tiếp một thẻ nữa, và đọc rồi hất hàm:

- Giảng viên đại học lại đi ăn cướp, hay đấy. Phải báo cho bọn nhà báo mới được.

- Tôi chẳng ăn cướp. Tôi chỉ là kẻ đứng bên đường

Anh ta trợn mắt:

- Không ăn cướp mà đứng đó cả gần tiếng đồng hồ để chờ đồng bọn.

- Tôi chẳng có đồng bọn nào cả, chẳng qua là tình cờ thôi

- Người dân ở đấy nói với chúng tôi là anh đứng đó lâu lắm, mắt thì láo liên chẳng khác chi kẻ cắp. Anh chối sao được. Camera ở đó cũng có hình ảnh của anh.

Hắn có suy nghĩ là tay này khi biết hắn là giảng viên đại học thì có vẻ bớt căng thẳng và tôn trọng hắn chút chút vì đã xưng hắn bằng anh thay vì mày như lúc đầu. Giọng hắn mạnh và cương quyết hơn:

- Các anh nghĩ sai rồi. Tôi là giáo viên, tôi vừa đi dự lễ khai giảng từ trường về. Tôi làm sao là kẻ cướp được. Các anh phải biết suy nghĩ chứ. Tôi sẽ kiện các anh đấy.

- Ha... ha kiện à? Xin lỗi anh nhé. Giáo viên là cái đéo gì mà không thể là kẻ cướp. Thầy giáo thời nay là nghề có thu nhập thấp nhất và ở tầng lớp gần cuối của xã hội đấy hê... hê. Bây giờ xã hội này ai cũng có thể là quân ăn cướp cả. Kể cả giáo viên.

Hắn vươn tới, gào lên:

- Anh nói đúng, ngay những người quyền cao chức trọng cao quý hơn cái nghề giáo viên của tôi cũng là kẻ cướp đấy. Cuộc đời này bây giờ toàn kẻ cướp, nhưng phải chừa tôi ra, biết không? Phải chừa tôi ra.

Hắn gục đầu, cảm thấy nhục và tức tối. Tự nhiên bị cái chuyện thị phi oan ức mà không cãi được. Hắn thèm một điếu thuốc. Hắn tiếc cái mắt kiếng bị bể một tròng. Hắn giận mình sao lại đứng đó làm chi.

Tay công an bỏ đi bàn bạc với ai đó. Hắn nghiêng đầu trên mặt bàn. Có giọt nước mắt chảy xuống. Hắn uất. Tình ngay lý gian. Hắn lơ mơ chẳng biết bao lâu thì anh chàng công an trở lại. Y đi vòng sau ghế, cởi trói cho hắn.

- Thôi thì xem như bỏ qua cho anh. Chúng tôi xét thấy hình như anh chẳng liên quan với đám cướp

- Các anh bắt lầm người thì phải xin lỗi tôi chứ đâu phải muốn bắt thì bắt, muốn tha thì tha. Luật pháp ở đâu mà kỳ lạ thế.

Tay công an đập mạnh tay lên bàn, dí sát đầu gần mặt hắn, cười khẩy:

- Thế bây giờ anh muốn gì? Muốn về hay muốn ở nhà giam. Đây chẳng hề biết xin lỗi ai. Luật là ở trong tay chúng tôi, nhớ lấy điều đó.

Rồi y ném cho hắn chiếc áo. Chiếc áo nhăn nhúm. Hắn mặc vào và đi ra cửa sau khi nhận lại chiếc ví.

Ra đến cửa, tay công an níu tay hắn lại hỏi:

- Nè anh, tui cứ thắc mắc là anh không dính dáng chi bọn cướp, thế sao anh lại đứng cả giờ đồng hồ ở đấy nhìn qua nhìn lại làm gì? Sao anh không đi? Anh có bị tửng không vậy?

- ANH KHÔNG HIỂU ĐƯỢC ĐÂU? CHỈ VÌ TÔI MUỐN ĐỨNG LẠI.

Đỗ Duy Ngọc

MINH NGỌC

Don Quixote tháng 5

Tháng Năm sớm nhất trong ký ức tuổi thơ tôi thấp thoáng nét mặt lo âu thất thần của ba má tôi và không lâu sau đó ba tôi xách một cái túi nhỏ ra đi, tiếp theo là mấy năm ròng bốn mẹ con tay xách nách mang lặn lội đường trường thăm nuôi từ trại tù này sang trại tù khác.

Tháng Năm trong thời học sinh rực rỡ những tàng phượng đỏ trong sân trường, hoa rụng thắm cả dòng sông bên hông trường trung học. Sau khi tôi tốt nghiệp trung học, Sở Giáo Dục mới cho nữ sinh mặc áo dài trắng trở lại sau mười mấy năm cấm đoán. Tiếc ơi là tiếc. Tôi đã lên đại học, có những buổi trưa đi trên đường An Dương Vương vào giờ tan học, những tà áo trắng túa ra phất phới sáng rực khắp ngả đường, hoa phượng trên tay, trên giỏ xe tươi thắm, tôi thấy nhiều chú bác lớn tuổi dừng xe ngẩn ngơ nhìn, đưa tay quẹt nước mắt. Một thế hệ Sài Gòn lãng mạn dù trong thời chiến, thế hệ của Phạm Thiên Thư "Bước em thênh thang, áo tà nguyệt bạch, ôm nghiêng cặp sách, vai nhỏ tóc dài" đã bị vùi dập không thương tiếc sau ngày tàn chiến cuộc vẫn hồi sinh trở lại với sức sống diệu kỳ, cũng như thơ văn nhạc họa miền Nam cũ, phượng hoàng trỗi dậy từ tro tàn.

Tháng Năm là tháng nóng nhất trong năm ở Sài Gòn, lại đúng vào mùa thi cuối năm, thi tốt nghiệp. Điện cúp mỗi ngày từ sáu giờ sáng tới tám giờ tối, ngồi cố gắng học thi, đổ mồ hôi hột, không quạt máy, không máy lạnh. Rồi phát động xây dựng thủy điện Trị An, hồ hởi phấn khởi. Nhạc sĩ Tôn Thất Lập của phong trào sinh viên tranh đấu thiên tả ngày xưa nay đi đầu với bài hát có cái tựa rất khí thế: "Trị An âm vang mùa xuân". Dân đen nhen nhóm hy vọng trở lại cảnh điện nước đầy đủ như thời chiến tranh! Hóa ra cô nàng thủy điện Trị An lại đỏng đảnh quá chừng! Mùa khô – điện cúp vì mực nước xuống dưới quy định, thôi thì cũng thông cảm. Mùa mưa, cũng là mùa nóng – điện cúp vì đủ thứ lý do. Sáng phải lo dậy sớm từ năm giờ, nấu ăn, ủi quần áo, chiều phải lo học bài sớm, ăn cơm sớm vì sẽ có ít nhất hai tiếng đồng hồ trong bóng tối, ánh đèn dầu le lói trong căn nhà thật ấm cúng. Tám giờ tối, đèn bật sáng, cả xóm hò reo tở mở, hè nhau nấu nướng, ủi quần áo, mở TV, chạy bơm nước (nước chảy từ vòi rỉ rả từng giọt làm sao đủ xài?). Bỗng "phụt" tối thui, dân chúng la làng. Sở điện lực đã nói rồi, tránh dùng điện giờ cao điểm, quá tải điện cắt. Mọi người lục đục dọn dẹp đi ngủ sớm. Nửa đêm, bụt, đèn cháy lên, thiên hạ đang ngủ say càu nhàu lục đục dậy tắt đèn.

Tháng Năm 2002 tôi đang học fellowship ở Miami. Bệnh viện Nhi nằm trong khu Coral Gables, một khu dân cư thượng trung lưu yên tĩnh. Buổi chiều lái xe về, qua những con ngõ ngăn nắp êm ả, những ngôi nhà gạch kiểu Tây Ban Nha thanh lịch khuất sau sân vườn rợp bóng xoài lủng lẳng từng chùm quả xanh mũm mĩm, tôi nhớ Sài Gòn thắt ruột. Cũng tháng Năm năm đó, các văn nghệ sĩ hải ngoại chung tay tổ chức hai tuần vinh danh nhạc sĩ Phạm Duy tại trụ sở nhật báo Người Việt do bác sĩ Bích Liên bảo trợ. Chương trình hội tụ nhiều diễn giả nổi tiếng, có cả anh chàng Jason Gibbs, học giả người Mỹ am hiểu văn hóa Việt Nam hơn cả người Việt. Jason viết bài bằng tiếng Anh, gửi tôi dịch sang tiếng Việt giùm anh. Độc giả biết tên tuổi Jason Gibbs ắt hẳn đã đọc những bài khảo cứu về nhạc tiền chiến, gần đây là những bài viết thường xuyên trên trang Việt ngữ đài BBC, anh viết tiếng Việt lưu loát và rất văn chương với kiến thức dồi dào súc tích, không cần sự trợ giúp nào. Tuy nhiên lần ấy, diễn thuyết về vị nhạc sĩ anh rất ngưỡng mộ trước cử tọa đông đảo văn nghệ sĩ người Việt, anh đã giao tôi cái hân hạnh chép lại bài viết của anh ra tiếng Việt, bài dịch này đăng trên tạp chí Văn chủ đề Phạm Duy phát hành dịp đó (số tháng Sáu & Bảy 2002). Đức tính khiêm cung học hỏi ấy của bậc trí giả, ngày nay hầu như không thấy trong giới văn chương nữa.

Sau buổi hội luận, ông Bùi Bảo Trúc chở nhà văn Nguyễn Xuân Hoàng và tôi đến nhà hàng, quanh bàn có nhà báo kinh tế gia Nguyễn Xuân Nghĩa và nhiều nhà văn nhà báo khác tôi không nhớ hết, có cả nhóm bạn trẻ chủ trương tờ Việt Weekly. Ông Trúc giới thiệu tôi với nhà báo Đỗ Ngọc Yến, bác Yến cười tươi, cúi chào, nắm tay tôi bằng cả hai tay lắc lắc, tôi mắc cỡ vô cùng vì thái độ trọng thị của bậc lão làng trong báo chí với con nhóc tập tễnh viết lách. Thêm một tư cách trí giả khiêm cung ngày nay hiếm.

Đó có lẽ là lần cuối cùng anh hào hội tụ tưng bừng như vậy, vì không lâu sau đó, nhạc sĩ Phạm Duy chính thức hồi hương, và những người ngồi quanh bàn tay bắt mặt mừng hôm đó chia năm xẻ bảy đấu đá nhau trên mặt báo, trên đài phát thanh, truyền hình.

Đó cũng là thời điểm văn học hải ngoại hoạt động mạnh mẽ với nhiều tạp chí thơ văn đặc sắc đầy dẫy những tên tuổi sáng chói nhất của văn học miền Nam trước đây và những gương mặt mới đầy triển vọng, sách xuất bản với những buổi ra mắt hàng tháng ở các tiểu bang đông người Việt. Vài năm sau, các nhà xuất bản lần lượt đóng cửa, các tạp chí văn học nối nhau cáo chung. Năm cuối của tạp chí Văn, thấy tình hình tài chánh thê thảm, không nỡ nhìn nó chết, tôi đã định ăn cơm nhà vác ngà voi, đứng ra gánh để nhà văn Nguyễn Xuân Hoàng rảnh tay lo bài vở như khi xưa ông làm Tổng thư ký tạp chí Văn của ông Nguyễn Đình Vượng. Nhưng nghĩ lại thấy nản, tôi lại thôi. Không phải sợ lỗ, nhưng lúc ấy tôi có cảm tưởng chỉ còn người viết chúng tôi đọc lẫn nhau, độc giả thực thụ hình như không có mấy. Thế hệ độc giả ham đọc đã lớn tuổi, rơi rụng dần dần, còn phần người viết thì các nhà văn kỳ cựu được yêu mến qua nhiều thế hệ lần lượt ra đi, để lại khoảng trống rộng lớn mà những cây bút trẻ chưa đủ sức lấp đầy. Làm báo để làm gì, với ai và cho ai?

Từ khi Võ Phiến mở ra tờ Văn Học Nghệ Thuật năm 1978 với các cây bút ra đi trước ngày 30-4, lực lượng sáng tác dần dần đông đảo với các chuyến vượt biển hoặc xuất cảnh chính thức rồi ồ ạt các đợt HO từ cuối thập niên 80 đưa sang hầu hết những tên tuổi của làng văn làng báo ngày trước, khiến cho không khí văn học nghệ thuật hải ngoại khởi sắc sôi động được hơn hai chục năm trước khi dần dần trầm lắng tuy nhiều cây bút vẫn sáng tác đều đặn, những bàn tay Võ Phiến, Mai Thảo, Nguyễn Xuân Hoàng, Nguyễn Mộng Giác, Cao Xuân Huy, Lê Đình Điểu, Viên Linh, Khánh Trường … đã xây tường lợp ngói cho ngôi đền văn học hải ngoại với các số Văn Học, Văn, Thế Kỷ 21, Khởi Hành, Hợp Lưu. Nhiều vị đã bỏ chúng ta mà đi, trên ấy các ông lại họp nhau tiếp tục làm báo, chẳng khỏi! Chỉ buồn là dưới này nhìn quanh tự hỏi có còn hiệp sĩ Don Quixote nào vác đao nghĩa hiệp hành đạo chăng?

Nếu như thập niên 80, các vị Doãn Quốc Sỹ, Nguyễn Đình Toàn, Hoàng Hải Thủy, Khuất Duy Trác… vào tù ra khám vì tội dám gửi lén sáng tác của mình ra hải ngoại, ngay cả cô Nhạn nhân viên Bưu điện Sài Gòn cũng bị bỏ tù vì giúp chuyển thư cho họ, thì khi nhà văn họa sĩ Khánh Trường mở tờ Hợp Lưu trong thời điểm internet phát triển, bài vở gửi thoải mái, hội tụ các cây bút trong và ngoài nước, kể cả các hội viên Hội Nhà Văn, các thành phần "văn học phản kháng", cho tới các cây bút trẻ sinh trưởng ở miền Bắc, ông đã bị nhiều người trong cộng đồng người Việt hải ngoại đả kích dữ dội, tẩy chay, chụp mũ "Việt Cộng". Mặc, ông vẫn *"đường ta ta cứ đi, ruộng ta ta cứ cày, đợi ngày, ngày mai bao sáng tươi…"* (Phạm Duy). Hợp Lưu sống khá thọ, cuối cùng phải nghỉ hưu vì tình trạng sức khỏe của chủ nhân, để lại nhiều nuối tiếc cho giới sáng tác, vì sau đó không còn một tạp chí văn học nào nữa để làm "sân chơi chữ nghĩa" (chữ của Nguyễn Xuân Hoàng). Tưởng rằng đã yên, hóa ra nhà văn Khánh Trường vẫn nung nấu ý định mở lại một sân chơi không biên giới, không ranh giới. Ý định phát hành tờ Mở Nguồn được người viết hưởng ứng nồng nhiệt, nhưng Mở Nguồn lại chết từ trong trứng nước. Những tưởng ông là Don Quixote cuối cùng còn đòi nhào vô đánh cối xay gió, mà không, chắc vẫn còn và sẽ còn những Don Quixote

> *To dream the impossible dream*
> *To fight the unbeatable foe*
> *To bear with unbearable sorrow*
> *To run where the brave dare not go*
>
> *…*
>
> *This is my quest, to follow that star*
> *No matter how hopeless, no matter how far*
>
> *…*

Và tháng Năm năm nay, để với tới vì sao ngoài tầm tay: *"to reach the unreachable star"*.

Minh Ngọc

> vần vè một cõi tôi riêng
> riêng là ở chỗ hồn nhiên lạ lùng
> vần vè thế giới tôi chung
> chung nhờ biết đứng ung dung sau người
>
> **luân hoán**

Hạ Quốc Huy - **Cho quá vãng trôi đi**

"Tráng sĩ kiếm phong ngày quy ẩn
Chưa sông hồ tuổi luống hoa trôi"
(thơ Hạ Quốc Huy)

1* Ta uống say tình ta cạn hết
Quãng đời binh nghiệp đã lao đao
Ôi tiếng hát xanh xao cùng ngõ
Mà đời ta như gió thoảng hôm nào

2* Từ vạn cổ người say say đợi rượu
Từ vạn sầu tiền kiếp có mang mang
Ta cạn nốt vài ngàn cân rượu đắng
Thấy hồn đầy mật ngọt gió lang thang
3* Người hong tóc bên khung buồn lộng ngọc
Mùa đông xa lạnh ủ gói mây trôi
Trong hư tưởng ai buồn khi mưa tới
Chút u hoài chầm chậm hãy buông lơi

4* Thôi đừng khóc khi cuộc đời nghiệp dĩ
Nặng cho dù hai cánh nhỏ thiên di
Đôi lúc hỏi ấu thơ ngày tháng cũ
Chợt dại khờ theo gió vọng từ ly

5* Con bìm bịp chiều về kêu nước lớn
Dòng sông đưa sóng vỗ tít xa bờ
Ta ấm ức lật trang cổ sử
Ngao ngán sầu hồn núi gọi bơ vơ

6* Tráng sĩ sống đời trong hốc đá
Một đôi lần tính chuyện vá thiên vân

Gươm chưa bén, thôi cần chi vội vã
Rừng còn xanh lần lữa chớm thu tàn

7* Người e ấp vành môi che nắng gọi
Ráng mây vàng chưa ửng đỏ dung nhan
Mùa hạ đó có tàn cơn nắng mỏi
Và người ơi tiếc nhớ đã vô vàn

8* Tráng sĩ kiếm phong ngày quy ẩn
Chưa sông hồ tuổi luống hoa trôi
Gươm vừa bén lòng đâm già cỗi
Gõ kiếm cười rồi cũng thế thôi

9* Ta cạn thêm ngàn cân rượu đắng
Ấm môi mềm thôi quá vãng bay đi
Ta cạn thêm vài ngàn cân rượu mặn
Nồng đời ta. Soi đáy cốc lưu ly.

Hạ Quốc Huy

Lê Văn Trung - **Đốt sách**

Ta bỗng thấy đời ta hèn hạ quá
Một đêm về đốt sách cháy vô minh
Ta cháy giữa một bình minh rất lạ
Lửa điêu tàn - ngôn ngữ trắng màu tang

Ta bỗng thấy mặt trời ta chảy máu
Máu khô bầm da thịt cõi nhân gian
Ta nằm đợi thần linh về báo mộng
Đêm ma trơi, ngày quỷ lộng kinh hoàng

Từng trang sách rách bung tàn nhịp thở
Tro mù bay mờ mịt bốn phương người
Ai nằm đợi trong nấm mồ thiên cổ
Có nghe chăng ta cháy lửa ngậm ngùi ?

Có thấy chăng ta khóc từng trang sách
Lửa điêu tàn ta đốt linh hồn ta
Từng con chữ như lệ bầm trong mắt
Lửa điêu tàn, ôi lịch sử can qua

Ta chợt thấy đời ta hèn hạ quá
Đã cam lòng đốt cả trái tim đau.

Lê Văn Trung

Nguyễn Văn Gia - **Chờ ai đây cửa phủ cuối chiều**

Đã trao ấn kiếm
buồn chi nữa
Buổi xếp hoàng bào
biệt cấm cung
Hỡi ơi
vua chúa còn mơ ngủ
Thì huống hồ chi
kẻ thứ dân
Trời vẫn xanh
trên thành quách cũ
Sao lòng người
quá đỗi rêu phong
Ngô đồng kia
buồn chi ủ rũ
Chẳng vàng rơi
cho kịp thu sang
Em Tôn Nữ
hay là Quận Chúa
Chờ chi đây
cửa phủ cuối chiều
Từ dạo mùa vui
không về nữa
Chỉ nghe lá rụng
Dưới thềm rêu.

Nguyễn Văn Gia

Mộng Hoa Võ Thị - **Ru những tàn phai**

Từ khắp phương trời gom mây bay
Ta về đây
Ru những tàn phai
Nghe lồng lộng âm vang ngày đá vỡ
Trái tim run
Từ một thuở hao gầy

Tình đã chết
Hay tình đang sắp đến
Tình rong chơi
Hay tình đã xa khơi
Yêu người chưa
Yêu mặn mà mật ngọt
Tình chưa chi
Mặn đắng đến không ngờ

Người có thiên đường trên đôi môi
Ru lòng ta
Đau tình cũ phai phôi
Ai cuồn cuộn chơi vơi cùng biển sóng
Đáy hoang sơ
Chìm lắng giữa đôi bờ

Người có bao giờ yêu ta không
Hay mùa đông
Xoay tròn những cơn giông
Ta ngờ nghệch tương tư hoài bão tố
Trái tim thênh thang
Chờ xé nát thiên đàng.

Mộng Hoa Võ Thị

Trần Dzạ Lữ - **Anh sẽ đưa em về**

 Rồi anh sẽ đưa em về Phò Trạch
Găm một đời yêu dấu ở trong tim
Chợ huyện mừng vì không còn ngăn cách
Người bên ni bên nớ thuở yên bình !

Và mình sẽ có một khoảng trời riêng
Để khai sinh một thiên đàng mơ ước
Như đôi chim chực chao về phía trước
Ta liền cành liền cánh phải không em?

Giây phút nào rồi anh cũng không quên
Em thủy chung mặc áo màu tím Huế
Rất tím Huế cả lời người thỏ thẻ
Chiều ngoại thành không nửa bước rời em…

Mình tựa vào nhau để nhìn sao đêm
Anh sẽ chỉ một ngôi sao sáng nhất
Sáng rạng rỡ mà tấm lòng chân thật
Ngôi sao này chính là bóng hình em!

Đâu hôn phối, vậy mà bạn thân quen
Cứ gọi mình là đôi sam quấn quýt
Cuộc hành trình sẽ tuyệt vời đoạn kết
Không cau trầu cũng đỏ nụ nhân duyên…

Anh đưa em về một cõi vô biên
Nơi Huế thương tím màu hoa Phò Trạch
Lý qua cầu mềm lòng câu em hát
Và thơ tình anh mọc cánh bay lên…

Trần Dzạ Lữ

Trồng trăm trồng nghìn hoa thơm lên quãng vắng
Thắp triệu nến hồng lên mọi vách tường rêu
Gọi lãng quên về vàng lay với nắng
Phương nào chiều cũng chập chùng em

Cát kể về sông, cỏ lau ngàn lời hoa trắng
Sim biếc đồi hoang, sóng gọi ngàn trùng
Con đường cong cong như dòng nhạc kẻ
Viên sỏi nhỏ cũng âm từ lạo xạo đến mông lung

Vô lẽ nhà em bên kia sông, nhà em mây trắng
Vô lẽ âm sắc kia dìu dặt hoang đường
Cải đã vàng hoa cớ gì bến vắng
Khuyết một tóc người không đủ sức thành hương

Ngày xuân thế, nắng vàng ơi mải miết
Làn khói bay vòng tìm kiếm bàn tay
Nơi ngọn lửa kể với người truyền thuyết
Con mắt mơ hồ ngọn gió heo may

Ngày cho nhé, xin một đôi khoảnh khắc
Cọng cỏ mơ biêng biếc giữa sương ngàn
Trời cao rộng rót đầy tôi con mắt
Những đám mây buồn hoài cổ… lang thang.

Nguyễn Nhã Tiên

CHÂU YẾN LOAN

Trần Đình Phong,
vị đốc học đã làm vinh danh cho đất Quảng

Sau khi thu phục giang sơn, thống nhất đất nước, vua Gia Long rất chú trọng việc giáo dục, đào tạo nhân tài giúp nước, do đó năm 1802 trường tỉnh Quảng Nam được thành lập tại xã Câu Nhí, huyện Diên Phước, phủ Điện Bàn, đến năm 1835 thời Minh Mạng trường được dời về làng Thanh Chiêm.

Đốc học Trần Đình Phong

Trường tỉnh Quảng Nam do một quan Đốc học điều hành nên nhân dân quen gọi là trường Đốc Thanh Chiêm. Đa số các Đốc học của trường là người Quảng Nam, nhưng cũng có những vị ở tỉnh khác được bổ dụng đến. Dù sinh ra trên quê hương nào nhưng khi đảm nhận chức vụ cao quý này, các quan Đốc học đều dốc hết tài đức của mình vào sự nghiệp trồng người. Chính vì thế mà trường Đốc Thanh Chiêm dưới thời phong kiến nhà Nguyễn đã lừng danh là lò luyện nhân tài không chỉ cho Quảng Nam Đà Nẵng mà còn cho cả nước. Đến nay, trường Đốc Thanh Chiêm chỉ còn là vang bóng, nhưng nhân dân Quảng Nam vẫn vô cùng tôn kính và nhớ ơn một thầy đồ Nghệ đã đào tạo cho Quảng Nam nhiều nhân tài làm rạng rỡ cho quê hương, đất nước đó là Đốc học Trần Đình Phong.

Trần Đình Phong hiệu Mã Sơn người thôn Yên Mã, xã Thanh Khê, tổng Thái Trạch, huyện Yên Thành, phủ Diễn Châu, tỉnh Nghệ An; nay gọi là xã Mã Thành, huyện Yên Thành, tỉnh Nghệ An. Quê hương ông là một làng quê yên bình và có truyền thống hiếu học.

Ông sinh năm Đinh Mùi (1847), lúc nhỏ có tên là Bằng, được thầy Bùi Huy Chân, một nhà Nho đức độ thông minh trong làng trực tiếp dạy dỗ. Từ nhỏ ông đã có tài văn chương, giỏi ứng xử đối đáp và có đạo đức nên được thầy yêu mến. Tài văn chương của nho Bằng đến nay vẫn còn lưu truyền rằng: "Một hôm có một người từ xa, nghe tiếng thầy Bùi Huy Chân liền mang trầu rượu đến để xin thầy bài chúc thọ bố. Thầy giao việc đó cho nho Bằng và hẹn sẽ sửa lại sau. Nhưng khi bài văn viết xong, thầy Bùi xem lại và rất ngạc nhiên về tài văn chương của cậu và quyết định cứ để nguyên như thế không sửa chữ nào". (http://www.ubndhyenthanh.nghean.vn)

Mặc dù học giỏi nhưng hai lần thi Hương vào các khoa Mậu Thìn (1868) và Canh Ngọ (1870) dưới triều Tự Đức, ông chỉ đỗ Tú Tài, tuy thế ông không nản chí, vẫn quyết tâm theo đuổi con đường khoa cử. Mãi đến khoa Bính Tý (1876) ông mới đỗ Cử nhân cùng khoa với Phan Đình Phùng, Cao Xuân Dục. Năm Kỷ Mão, Tự Đức thứ 32 (1879) triều đình mở ân khoa, Trần Đình Phong thi đỗ Đệ tam giáp đồng Tiến sỹ xuất thân, cùng khoa với Nguyễn Duy Hiệu (Quảng Nam).

Ông được bổ làm Tri phủ huyện Thọ Xuân (Thanh Hóa).

Năm 1885 mẹ mất, Trần Đình Phong xin về chịu tang mẹ rồi mở lớp dạy học; tại quê nhà, ông đã động viên con cháu tham gia cuộc khởi nghĩa của Nguyễn Xuân Ôn.

Sau khi cư tang, ông được bổ làm Đốc học ở Quảng Ngãi, Quảng Nam, rồi về Huế nhận chức Tế tửu Quốc tử giám, được phong Quang lộc tự khanh.

Năm Mậu Thân (1908) triều Duy Tân, ông được bổ làm Biên Tu Quốc sử.

Trần Đình Phong mất năm Canh Thân (1920), an táng tại quê nhà.

Năm Quý Tỵ (1893)Trần Đình Phong nhận chức Đốc học Quảng Nam. Được vua Thành Thái bổ nhiệm vào một chức vụ hợp với sở thích của mình, ông đã đem hết nhiệt huyết và tài năng để đóng góp cho công cuộc phát triển Văn hóa, Giáo dục của xứ Quảng. Ông chỉnh đốn lại trường ốc, sắp xếp đội ngũ thầy giáo, chú ý đến những vị thầy có tài, có đức. Ông còn đến các vùng lân cận tuyển chọn các học sinh xuất sắc cho vào học ở trường Đốc Thanh Chiêm như trường hợp Trần Quý Cáp (lúc nhỏ tên Trần Nghị).

Trần Nghị nhà nghèo không có sách vở, may nhờ ở gần cụ Phụ đạo Nguyễn Thành Ý, Trần Nghị qua lại với các người con của cụ mượn sách về học. Năm 20 tuổi, đã nổi tiếng văn chương, được các bạn đồng song kính mến. Sau đó ông đến học với cụ cử Lê Cung ở Nông Sơn, một nhà nho có danh vọng trong hạt, rất đông học trò, Trần Nghị học rất xuất sắc. Năm 1895, Đốc học Trần Đình Phong nghe tiếng liền đến khảo sát và tuyển ông vào trường Đốc Thanh Chiêm, cấp lương ăn học và cho đổi tên thành Trần Quý Cáp, tự Dã Hàng, lại tự Thích Phu, hiệu Thái Xuyên.

Nhờ tài tổ chức và quản lý của Trần Đình Phong mà trường Đốc Thanh Chiêm có nhiều thầy giáo giỏi và học sinh tài năng.

Hàng tháng nhà trường định kỳ giảng sách cho học sinh, quan Đốc học vừa trông coi việc học cả tỉnh, vừa tham gia giảng tập. Đến ngày giảng sách "Học quan mặc áo khăn ngồi trên nhà học, học trò mặc áo khăn ngồi im lặng nghe giảng" (Khâm định Đại Nam hội điển sự lệ, nxb Thuận Hóa Huế 1993, Tập VII, tr 187).

Thỉnh thoảng quan Đốc học cũng mở những buổi giảng tập về những điều cao sâu trong ý nghĩa kinh sách mà những học sinh xuất sắc nêu ra.

Vào các ngày mồng 3, mồng 9, 17, 25 mỗi tháng, quan Đốc học ra đầu bài, học sinh đem về nhà làm đến kỳ hạn nộp bài (gọi là văn kỳ) hoặc làm ngay tại trường, trong một ngày phải xong (gọi là văn nhật khắc). Sau khi chấm, học sinh đến trường để nghe quan Đốc học nhận xét về các bài làm hoặc bình những đoạn văn hay, những bài đặc sắc.

Đôi khi các quan tỉnh yêu thích văn học cũng tham gia duyệt quyển bình văn hầu làm phong phú thêm kiến thức cho học sinh.

Trong tập Lô Giang Tiểu Sử ông Nguyễn Mại đã cho biết "Ta tuy làm chánh chức nhưng khi rảnh lui tới trường học cùng với ông Đốc học Trần Đình Phong duyệt quyển bình văn. ."(Lô Giang tiểu sử, bản dịch tr 129)

Mười hai năm làm Đốc học Quảng Nam (1893-1905) Trần Đình Phong đã đào tạo nhiều thế hệ nho sinh, trong đó có 6 người nổi tiếng là Phạm Liệu, Phan Quang, Nguyễn Đình Hiến, Phan Châu Trinh, Huỳnh Thúc Kháng (Huỳnh Hanh) và Trần Quý Cáp.

Dưới sự điều hành và dạy dỗ của ông, học trò Quảng Nam đã đạt được những kỳ tích ở các khoa thi làm cho giới khoa bảng cả nước ngày đó ngưỡng mộ:

Nổi bật là ở khoa thi năm Mậu Tuất (1898), niên hiệu Thành Thái thứ 10, Quảng Nam có 3 người đỗ Tiến sĩ và 2 người đỗ Phó bảng. Ba vị Tiến sĩ là: Phạm Liệu, Phan Quang, Phạm Tuấn, hai vị Phó bảng là: Ngô Chuân, Dương Hiển Tiến.

Năm vị đỗ Đại khoa này được vua ban áo mão vinh quy, được nhân dân Quảng Nam đón rước long trọng, tôn xưng là "Ngũ phụng tề phi" và được quan Tổng đốc Quảng Nam là Đào Tấn mở tiệc chiêu đãi tại nhà mát Khán Hoa Đình ở bến sông Vĩnh Điện, nhằm xiển dương thành tích học tập xuất sắc của các vị ấy, nêu gương sáng cho quần chúng noi theo. Từ đó Quảng Nam được vinh danh là đất " Ngũ phụng tề phi".

Về sự kiện này, trong Lô Giang tiểu sử, ông Nguyễn Văn Mại cho biết: "Ngày tháng 2 [Mậu Tuất, 1898] đến tỉnh. Tháng ấy, tổng đốc Quảng Nam Vương Duy Trinh về kinh sung chức Khảo thí hội, rồi đổi đi tổng đốc Thanh Hóa. Ông Mộng Mai Đào Đăng Tấn sung chức Tổng đốc Quảng Nam.

Ông Mộng Mai dưới triều Tự Đức có tiếng thi văn và giỏi hát bội. Ông vào Tổng đốc Quảng Nam liền làm một cái nhà mát tại bến sông Vĩnh Điện, thường đến uống rượu ngâm thơ, cũng có lúc đến đó xử đoán việc quan. Trước kia ông cùng ta cũng là thầy trò đường thuộc ở viện Cơ mật, nay cũng tương đắc. Tháng 5 năm ấy, nghe tin học trò tỉnh Quảng Nam vào điện thí, đậu Tiến sĩ ba người, Phó bảng hai người. Ông nói với ta: " Nhà mát chưa có tên, nay được tin mừng, ngày sau các ông tân khoa vinh quy, chúng ta nên đặt tiệc ở đó và đặt tên nhà mát là KHÁN HOA ĐÌNH. Quan Án làm cho một bài ký được không?" Ta tuân lệnh, thảo xong trình duyệt, liền khiến viết vào lụa. Khi các ông tân khoa đến dự tiệc xong, ông Tổng đốc sức cho hát cùng nhã nhạc cờ trống để bài ký đưa ông hội nguyên Trừng Giang Phạm Liệu. Ông Mộng Mai bình sanh ưa bài văn. Sau ông ra Tổng đốc Nghệ An, ta ra Tuần vũ Hà Tĩnh..."(Sđd Bản dịch, tr 98-99.)

Khoa thi Hương năm Canh Tý (1900) Thành Thái 12, tại trường thi Thừa Thiên, sĩ tử Quảng Nam đỗ Cử Nhân chiếm tỷ lệ cao nhất so với các tỉnh (14/42 chiếm tỷ lệ 34%) và từ thủ khoa đến vị thứ 4 đều là học trò Quảng Nam:

Huỳnh Thúc Kháng đỗ Giải nguyên, Nguyễn Đình Hiến đỗ Á nguyên, Phan Châu Trinh, Lê Bá Trinh.

Khoa thi Đình năm Tân Sửu 1901, Thành Thái 13, Quảng Nam có 4 người đỗ Phó bảng, còn các tỉnh khác chỉ có 1, 2 người. Bốn vị Phó bảng đó là: Nguyễn Đình Hiến, Võ Vỹ, Nguyễn Mậu Hoán, Phan Châu Trinh.

Nhân dịp này, Phó Bảng Hà Đình Nguyễn Thuật đã có hai câu đối mừng cho 4 vị tân khoa. Một câu tặng chung cho 3 ông Võ Vỹ, Nguyễn Mậu Hoán và Phan Châu Trinh:

"Niếp túc thượng hanh cù ba bảng nhứt châu sâm tứ kiệt.
Ba cung thao dị sủng nghê thường đồng nhật vũ quần tiên"

Dịch:

Tiếp bước lộ hanh thông đồng tỉnh bảng hoa vầy tứ kiệt.
Xứng thân điều ân trạch một ngày ca vũ với quần tiên"

Và một câu đối tặng riêng cho Phó bảng Nguyễn Đình Hiến:

"Đỉnh Giáp khởi vô tài mạc thị văn chương quan vận hội?
Vân trình du hữu vọng do lai khoa đệ tác đề giai!"

Dịch:

Đậu bảng Giáp cao há vô tài, không do vận hội văn chương ư?
Đường làm quan tiến mãi là từ thềm thang thi cử mà có

(Theo Khoa bảng Quảng Nam dưới thời nhà Nguyễn, tr 301, 302)

Khoa Giáp Thìn (1904), Trần Quý Cáp và Huỳnh Thúc Kháng cùng đỗ Đệ tam giáp đồng Tiến sĩ xuất thân.

Riêng Huỳnh Thúc Kháng đỗ Giải Nguyên (đỗ đầu kỳ thi Hương) khoa Canh Tý (1900) và đỗ Hội nguyên (đỗ đầu kỳ thi Hội) khoa Giáp Thìn (1904) nên được gọi là ông Nghè Song nguyên.

Trần Đình Phong không chỉ dạy văn chương, mà còn truyền thụ cho học trò của mình lòng yêu nước thiết tha, hun đúc tinh thần sẵn sàng dấn thân cứu nước. Các lãnh tụ của phong trào Duy Tân đầu thế kỷ XX như Phan Châu Trinh, Huỳnh Thúc Kháng, Trần Quý Cáp, Lê Bá Trinh, Phan Thúc Duyện v.v...những nhà cách mạng nổi tiếng đó, đều là những môn sinh ưu tú của ông.

Phong trào Duy Tân là một phong trào cách mạng sôi nổi ở Quảng Nam những năm đầu thế kỷ XX. Với chủ trương " *Khai dân trí, chấn dân khí, hậu dân sinh*" phong trào Duy Tân đã có các hoạt động tích cực, đồng bộ như mở trường tân học, tổ chức diễn thuyết, lập hội buôn, nông hội v.v..được quần chúng nhiệt liệt hưởng ứng, tạo được tiếng vang lớn khiến thực dân Pháp vô cùng lo sợ, tìm cách dập tắt phong trào.

Năm 1908, nhân cuộc biểu tình xin xâu chống thuế nổi lên ở Quảng Nam rồi nhanh chóng lan ra các tỉnh miền Trung, thực dân Pháp bắt Phan Châu Trinh, Huỳnh Thúc Kháng và những người tham gia phong trào đày ra Côn đảo còn Trần Quý Cáp thì bị tử hình tại Khánh Hòa dù kẻ thù không tìm ra bằng chứng, người đời gọi bản án đó là "Mạc tu hữu".

Hơn 100 năm tồn tại và phát triển chưa có lúc nào trường Đốc Thanh Chiêm đạt được nhiều thành tích vẻ vang như dưới thời Đốc Học Trần Đình Phong. Ông là một trí thức yêu nước xuất thân từ Nghệ An nhưng đã xem Quảng Nam là quê hương thứ hai của mình nên đem hết tài năng, nhân cách của một ông đồ Nghệ vun đắp vào sự nghiệp trồng người của Quảng Nam làm cho nền văn hóa giáo dục của tỉnh này một thời tỏa sáng, góp vào lịch sử dân tộc những tên tuổi lừng danh.

Năm Ất Tỵ (1905), Trần Đình Phong được thăng làm Tế tửu Quốc tử giám, trường Đại học hoàng gia của nước Đại Nam lúc bấy giờ, và được phong Quang Lộc Tự khanh. Trần Đình Phong đã từng bước sửa đổi lại lề lối làm việc, chấn chỉnh đội ngũ tư nghiệp, kết hợp chặt chẽ với Sùng chính viện - là thư viện quốc gia để biên soạn giáo trình, sách vở học tập nhằm đào tạo một nền quốc học có tính dân tộc.

Trần Đình Phong rất yêu thích việc dạy học nên đã đem hết tài trí, nhân cách và tâm huyết của mình đóng góp cho ngành Giáo dục. Ông là một nhà sư phạm mẫu mực, suốt đời tận tụy với sự nghiệp trồng người và đã đào tạo nhiều nhân tài cho đất nước, nhiều chí sĩ cách mạng mà tên tuổi của họ đến nay còn chói sáng trong lịch sử dân tộc.

Riêng người dân Quảng Nam không bao giờ quên ơn Trần Đình Phong,vị Đốc học đã làm vinh danh cho đất Quảng, người đã một thời đem lại cho vùng đất ông gọi là " Địa linh nhân kiệt" danh xưng cao quý " Đất Ngũ phụng tề phi"

Châu Yến Loan

hồi mới nắn nót làm thơ
thành danh thi sĩ ngon ơ, dễ dàng
lạng quạng viết theo thời gian
được người đời gọi đàng hoàng nhà thơ
cùng thi ca sống đến giờ
tôi đã là lão dật dờ chơi thơ

luân hoán

TRẦN YÊN HÒA

Tình yêu... thăng hoa

Hoán đạp chiếc xe đạp cà tàng đi lang thang trên khắp những con đường thành Sài để mua những đồ phế liệu. Một ngày thức dậy từ sáng sớm, anh ra quán cà phê lề đường kêu một ly đen, uống cho tỉnh táo, rồi ghé quán xôi bà cả Cần mua gói xôi hai đồng, vừa dựng xe đạp bên vỉa hè, vừa ăn gói xôi, vừa uống cà phê. Cuộc sống thường ngày, cứ quay đi quẩn lại như cái kim đồng hồ, một ngày đối với Hoán là như vậy.

Từ ngày anh ra khỏi trại tập trung đến nay, loay hoay với cuộc kiếm ăn khó khăn giữa một thành phố xô bồ nhộn nhịp, xa hoa phù phiếm này. Mới đầu, vì không vốn liếng, không chỗ ở, lại bị công an theo dõi hàng đêm, Hoán phải đi lang thang trong các khu nhà có những thùng rác, nơi bỏ rác của cư dân, lục lọi, tìm kiếm những bao nhựa phế thải, để bán lại ở những nơi thu mua phế liệu. Danh từ thường gọi những người như Hoán là dân móc bọc. Chàng đi từ nơi này sang nơi khác, xóm lao động này sang xóm lao động khác, kiếm ăn hàng ngày, cũng may ra tạm đủ.

Chàng nghĩ đến những ngày dài trong trại tập trung, ăn uống đói khổ, chỉ nuốt bo bo và khoai sắn khô, thế mà cũng qua đi sáu năm trong lao tù cưỡng bách. Bây giờ ra ngoài đời, mọi cơ khổ dù thế nào đi nữa chàng cũng vượt qua được.

Dần dần, Hoán để dành được một số tiền nhỏ, anh mua chiếc xe đạp cà tàng này, ghé chợ Cầu Muối mua một cái giỏ cần xé, mua thêm hai dây cao su dài và chắc, buộc cái giỏ cần xé phía sau ba ga, và anh bắt đầu đổi nghề, đi mua đồ phế liệu. Những đồ cũ, những loại soong, nồi...bằng nhôm, bằng nhựa, hay các loại vật dụng cũ như radio, đồng hồ, quạt máy...rồi đem bán lại cho những người bán chợ trời, cũng kiếm được chút đỉnh hơn hồi đi móc bọc.

*

Hoán bắt đầu dắt chiếc xe đạp chở phía sau giỏ cần xé to đùng ra đường lộ. Anh cố giữ cho chiếc xe thăng bằng rồi ngồi lên yên. Yên vị xong anh mới nhấn ga. Cặp bàn đạp bằng kim loại lâu ngày không vô dầu nhớt nên kêu lên những tiếng ken két, ken két, như tiếng một con heo bị bỏ đói, đòi chủ cho ăn. Vì chiếc xe cũ nên đạp rất nặng, Hoán phải nhướn người lên.

Một tay anh cầm ghi đông, còn tay kia anh cầm cái chuông đồng nhỏ, loại chuông của mấy tay bán cà rem dạo rao bán. Anh đi đường chạy xe đạp thấy mấy đứa trẻ con đi bán cà rem, cầm cái chuông nhỏ rung lên kêu leng keng, thấy rất tiện cho nghề của mình, khi đi mua đồ lạc son, ve chai, nên anh nhờ thằng bé bán cà rem chỉ cho chỗ bán. Nó mách nước, chú lên khu chợ trời đường Trương Minh Giảng, đi dạo vào mấy quầy hàng bán đồ linh tinh, chắc có. Hoán nghe lời, đi đến chợ trời và tìm ra ngay. Nhờ cái chuông nên anh đỡ phải rao to tiếng, rát cổ, khô nước miếng. Trước đây, chưa có cái chuông, anh phải ngoác mồm rao lên, khi đi vào mấy con hẻm sâu: "Ai có răng vàng hư cũ, đồ đồng, đồ sắt, đồ nhôm, đồ phế liệu bán không? Ai có radio, quạt máy, ti vi hư cũ, bán không? Ai có đồng hồ, cà rá vòng bạc, đồng, thau, bán không?".

Nhiều khi anh đạp xe dạo khắp hai, ba khu phố, rao rát cả cổ họng, mà không có một người nào kêu bán. Nhưng cũng có khi gặp hên, anh vớ mua lại được cái radio cũ, cái đồng hồ sứt dây nhưng còn chạy tốt, về đem bán lại cho các mối quen ở chợ trời cũng kiếm được chút đỉnh.

Nếu không thì anh đem các loại lon nhựa, lon nhôm, bán cho các chủ vựa ve chai, cũng kiếm được chút tiền lời ăn cơm hai bữa. Trong các sự chọn lựa của con người, ai cũng muốn cho cuộc đời mình nhích lên thêm chút đỉnh, cơm no áo ấm rồi sẽ tiến lên cơm ngon áo đẹp, đó là lẽ thường tình. Anh đang đứng ở hạng chót bẹt của xã hội, nên anh chỉ mong kiếm ngày hai bữa cơm no, là mừng.

Sáng nay anh nghĩ sẽ đi từ công viên khu nghĩa trang Mạc Đĩnh Chi, nơi anh tạm sống, xuống khu Thị Nghè mua hàng. Từ ngày ra trại tập trung, anh không có ai là thân nhân nữa, vợ con tứ tán, xiêu lạc nơi đâu anh không biết, nên anh phải tấp về ở thành Sài, kệ, đến đâu hay đến đó, anh liều mình leo lên chuyến tàu chợ, vào thành phố, trong ký ức mù mờ anh vẫn tự nghĩ, không biết mình phải tá túc nơi đâu đây?

Trước đây đi móc bọc hay đi lượm ve chai, anh sống lang thang, đụng đâu ngủ đó, thường thì trên các sạp hàng chợ, như chợ Trương Minh Giảng, chợ Tân Bình hay chợ Bà Chiểu. Buổi tối các chủ sạp dọn hàng ra về, thì đám lang thang bụi đời cũng mò về đây. Họ trải những bức chiếu rách ra ngủ.

Với Hoán cũng vậy, sau một ngày lao động móc bọc đổ hào quang, anh ghé lên khu gần chợ cá Trần Quốc Toản ngày xưa, ở đây có một phòng vệ sinh công cộng, có cả phòng tắm. Anh trả cho bà giữ cửa phòng vệ sinh công cộng một đồng, rồi vào phòng tắm. Tắm táp cho bay đi bụi đường, xong anh về ngủ trên sạp chợ. Coi như qua một ngày lang thang móc bọc.

Nhưng sau đó thì đám ngủ chợ bị công an ghé mắt đến, công an dẫn dân phòng đi tuần tra, đuổi hết những kẻ ngủ sạp ra khỏi chợ. Bọn lang thang như Hoán chạy tứ tán để khỏi phải bị bắt vào trại tệ nạn xã hội, trong đó có đủ thành phần, kể cả những người vô gia cư, được xếp chung như thành phần bất hảo.

Anh đi tìm mãi chỗ ngủ ban đêm, cũng nghe những bạn móc bọc mách nước, "anh về nghĩa trang Mạc Đĩnh Chi tá túc đi, vì khu này sắp giải tỏa nên công an ít để ý". Anh liền đến.

Thời gian này khu nghĩa trang này sắp có lệnh giải tỏa nên chuyện cư trú ở đây cũng dễ dãi. Anh nhắm ngay ngôi mộ của một ông tướng miền Nam, bị chết trong một chuyến máy bay thị sát chiến trường, bị súng địch từ dưới bắn lên (hay của Mỹ, hay của các phe phái tướng lãnh cầm quyền đối lập hạ sát ông, cũng không biết chừng. Thời buổi nhiễu nhương quá mà).

Những ngôi mộ khu này được xây bằng gạch ốp lát, trông rất sạch sẽ, khang trang. Chung quanh có diện tích rộng nên những kẻ vô gia cư vào đây tá túc nhiều, họ thấy hạnh phúc vì còn hơn ngủ trên những dãy sạp cá chợ Tân Bình, chợ Bà Chiểu, chủ sạp cá rửa sạp qua loa, nên còn tanh rình mùi cá.

Mỗi một kẻ lang thang chiếm một ngôi mộ, cũng có ngôi mộ rộng, hai ba người tá túc.

Hoán chiếm được ngôi mộ ông tướng, nên anh rất bằng lòng. Từ ngày có giỏ cần xé, anh đem xe đạp để vào luôn bên mộ và khóa xe lại. Sáng ra, anh dắt xe đi. Nơi đây anh coi như căn nhà của mình, nên lúc nào cũng quét dọn sạch sẽ.

Từ đường Hai Bà Trưng anh đạp xe xuống đường Hồng Thập Tự rồi chạy thẳng ra Thị Nghè. Qua cầu Thị Nghè, anh lắc chuông liên hồi và rẽ vào một con hẻm nhỏ. Anh biết khu phía trong có tổ hợp nhà máy sản xuất giấy, nếu vào đó có các thùng cạc tông thải ra, anh có thể xin hay mua rẻ.

*

Hà Thị Hiền, người đàn bà ba mươi tuổi, nhà Hiền ở phía bên trái đường Hồng Thập Tự, cũng là khu mặt tiền. Từ ngày người chồng trăng hoa bỏ Hiền và bốn đứa con, ba trai, một gái, đi theo người tình mới, thì Hiền cho người ta thuê một phần mặt bằng trước mặt tiền, để họ bán đồ điện tử. Còn mẹ con nàng lui vào phía sau, kê hai cái giường cho năm mẹ con ngủ.

Sau khi hợp tác xã giấy thành lập, Hiền nộp đơn xin làm công nhân, vì trình độ học vấn thấp nên nàng chỉ được tuyển làm tạp vụ. Sau dần dần mấy năm, nàng được đưa lên làm tổ trưởng tổ tiếp nhận những thùng giấy mới ở bên nhà máy sản xuất chuyển đến. Hiền và các nhân viên có công việc là sang giấy vào những thùng mới đẹp hơn, rồi dán bao bì, chuyển đến các nơi như chợ, siêu thị bán ra thị trường. Thời kỳ này giấy rất khan hiếm nên hợp tác xã làm ăn có chiều khấm khá.

Hoán vừa đi, vừa lắc chuông leng keng, vừa ngoác cổ rao:

- Ai có bán thùng cạc tông cũ, thùng giấy hư cũ bán, mua với giá cao. Ai có đồ nhôm, đồ sắt phế liệu, bán không?

Trong lúc đó thì Hiền từ trong văn phòng đi ra. Lúc này, xe đang xuống hàng, toán công nhân đang mở thùng giấy cũ, bỏ giấy vào thùng mới, công việc đang đến giai đoạn kết thúc, thì Hoán cũng vừa đạp xe tới và miệng rao to.

- Ai có thùng cạc tông bán không?.

Hiền liền kêu lên:

- Chú ơi. Tôi có một số thùng đây, chú có mua không?

Hoán xuống xe, dựng xe đạp vào bức tường bên hiên ngoài sân, đi tới gần Hiền:

- Cô bán thùng cạc tông hả cô? Có bao nhiêu tôi mua hết cho.

Thấy Hoán cũng còn trẻ, nên Hiền thay đổi danh xưng, nàng nói giọng hiền từ:

- Anh vào đây, thùng cũ vừa tháo ra nhiều lắm, anh mua được bao nhiêu thì mua. Vào trong nhà tôi cho xem.

Hoán đi theo Hiền vào nhà kho chứa thùng cạc tông cũ. Cũng rất nhiều. Anh hỏi giá và được Hiền cho một giá rất rẻ, rẻ hơn những nơi khác. Thật ra, số thùng này bán ra cũng như cho, vì chứa trong kho chật quá. Nếu bán được chút tiền thì Hiền cũng mua trà, mua cà phê cho công nhân giải khát lúc họ nghỉ giải lao thôi. Chứ Hiền làm ở đây đã năm năm rồi, tính nàng mau mắn, nhậm lẹ, bộc trực và thương người, cũng như không tham lam, mơ màng đến công quỹ, nên nàng được tin cẩn. Nàng làm ở đây, thứ bảy, chủ nhật nghỉ, nàng đi làm công quả ở Tịnh xá Minh Đăng Quang dưới Thủ Đức hay Tịnh Xá Trung Tâm ở Phú Nhuận. Cái tính từ bi, thương người đã ăn sâu vào tâm hồn nàng, thật là "thương người như thể thương thân". Với Hiền là vậy.

Khi vào trong nhà kho thì Hoán mới mở cái nón lưỡi trai nhàu nát trên đầu ra, Hiền nhận ra khuôn mặt chàng trông thật cứng rắn và cương nghị, dù đời sống lao động khổ sở đã làm sạm đi. Bụi thời gian và sự gian khổ đã làm khuôn mặt chàng, có đôi mắt sáng, có hàm râu quai nón cũng lu mờ đi. Nhưng nàng nhìn thấy phía trong khuôn mặt ấy, là sự cương nghị vô cùng.

Hiền hỏi cho có hỏi:

- Anh ở đâu mà đi mua ve chai đến tận đây vậy?

Hoán đáp thành thật, với vẻ mặt không vui:

- Tôi sống trong nghĩa trang Mạc Đĩnh Chi cô à, ở khu đường Hai Bà Trưng ấy. Không có nhà có cửa thì ở tạm vậy thôi.

Nghe đến đây, Hiền bỗng dưng cảm thương cho người đàn ông, một mình phải sống cùng người chết trong nghĩa trang này.

- Vậy hả anh? Ở đó có khó khăn quá không anh?

- Riết rồi quen đi cô à, riết rồi cũng coi như nhà mình thôi.

- Thôi được, có chỗ rúc ra rúc vào như vậy thì cũng mừng cho anh, anh há.

Hoán trúng mánh được mối thùng cạc tông. Anh mua hết và sắp xếp chở nhiều lần. Vì mỗi thùng có thể tích rộng, cho nên Hoán phải mở ra rồi làm cho dẹp xuống, bó lại thành bó, mới xếp vào cái cần xé. Công việc qua nhiều công đoạn. Ngày hôm nay anh chở đi chở về cũng khoảng 10 lần mới xong. Mỗi lần như vậy, anh chở thẳng tới vựa ve chai quen, họ cân, cộng tổng số rồi trả tiền cho anh, anh kiếm được cũng kha khá. Lòng anh mừng khấp khởi.

Trước khi chia tay ra về, anh nói với Hiền:

- Hôm nay tôi hên quá, thứ nhất là gặp được cô Hiền, cô đúng thật như tên là hiền hậu và tốt tánh quá. Thứ hai là tôi được mua với giá rẻ, tôi về bán lại cũng kiếm lời chút đỉnh kha khá hơn thường ngày. Cảm ơn cô Hiền nhiều nhe.

Hiền nhìn anh, nở nụ cười thật tươi:

- Cảm ơn gì anh, cũng may nhờ anh tôi dọn kho luôn, chứ để đống hàng này choán chỗ quá. Tôi cảm ơn anh mới phải chứ.

Rồi Hiền hẹn:

- Một tuần cũng hai ba lần hàng về, anh thỉnh thoảng đi mua ve chai ghé lại đây nhe, có thùng tôi bán cho anh.

Đáng lẽ câu nói này là của Hoán, vì anh đang cần đi mua hàng dữ lắm. May mà có Hiền nói trước nên anh mở cờ trong bụng.

Hoán nói:

- Vậy thì tốt quá, thỉnh thoảng hai ba ngày tôi ghé qua đây, nhe cô Hiền.

- Dạ, hai ba ngày anh cứ ghé. Tôi để dành cho anh.

- Cảm ơn cô Hiền.

Hoán đạp xe ra khỏi khu hợp tác xã giấy mà lòng lâng lâng như được uống một ly rượu mạnh. Bao lâu rồi anh chưa được tiếp xúc với một người đàn bà hiền hậu như thế này. Đi móc bọc hoặc đi mua ve chai, anh toàn tiếp xúc với những người đàn bà ba đá, nói ra một tiếng là chửi thề hai ba tiếng... Bây giờ gặp Hiền, anh thấy lòng mình có một cảm giác vui nhè nhẹ trong lòng. Anh đạp miết xe lên tới phòng vệ sinh, phòng tắm công cộng lúc nào không hay.

*

Cuộc đời là một bi kịch. Ai cũng có những ngày vui, ngày buồn, hạnh phúc và đau khổ. Hiền cũng vậy, mới ba mươi tuổi, nàng đã mang một mối hận lòng to lớn. Người chồng đã bỏ nàng để đi theo một người đàn bà khác, đã để lại cho nàng một nỗi đau. Ôm nuôi bốn đứa con còn nhỏ dại, sống với lương công nhân ba cọc ba đồng. Nàng bây giờ chỉ còn niềm vui trong công việc và đi lễ chùa. Nàng đến làm công quả trong các tịnh xá, lúc nào cũng được các ni, sư mến thương.

Sinh ra từ miền quê Củ Chi, Hiền có một tuổi thơ êm đẹp bên các anh chị. Nhưng rồi chiến tranh lan tràn, gia đình nàng phải tản cư xuống thành Sài. Các người chị, người có chồng về Bình Dương, người về Thủ Đức, họ tan tác như đàn gà con, gặp diều hâu nhào xuống, tha đi một vài con gà con, những con khác thì chạy tứ tán, thất lạc bên bờ ao, bên bờ ruộng nào đó.

Từ hôm gặp Hoán đến nay, người đàn ông đi mua ve chai, Hiền cảm thấy trong lòng mình như tỉnh như mê. Dù gì, mình cũng còn có một căn nhà để ở, còn có công việc để làm lãnh lương hàng tháng, còn bốn đứa con để an ủi, lo cho nhau, đùm bọc nhau. Còn Hoán còn gì đâu, thời trước, đi lính, dù là sĩ quan chỉ huy, có dưới quyền cả một đại đội, cũng có vợ có con, nhưng qua cuộc đổi đời, anh vào tù, lại về sống chui rúc ở thành phố, tối về ngủ trong một ngôi mộ. Sao buồn quá vậy. Thế mà anh đâu có bi quan, anh vẫn cười nói vui vẻ, rất lạc quan. Tại sao mình buồn. Buồn mà chi. Các ni, sư, trong Tịnh xá đã dạy cho Hiền bao bài giảng. Cuộc đời là vô thường, của cải vật chất là vô thường, có đó rồi mất đó. Hãy tạo nên nghiệp tốt thì sẽ nhận được điều tốt, điều lành, sau này.

Hiền tự nhiên thấy an vui trong bụng.

Hôm nay là ba ngày rồi Hoán không tới Hợp tác xã giấy. Hiền có ý chờ đợi. Số là, hai ngày qua, giấy về nhiều, các xe chở hàng đã về tấp nập, những thùng giấy được tháo ra, chất đống trong buồng chứa, chật cứng. Hiền mong Hoán tới mua số thùng này, ít gì, anh cũng có thêm được mấy đồng lời, ít gì, cũng thêm cho bữa ăn của anh chút món có dinh dưỡng. Cái tánh nàng vẫn thế, thấy ai hoàn cảnh khổ hơn mình là nàng hay lo lắng. Nhưng sao tâm hồn nàng cứ mong chàng đến vậy cà...

Trong lúc nàng đang ngóng ngó ra đường như chờ đợi, thì tiếng chuông leng keng của Hoán đã vọng tới tai Hiền, nàng mừng khấp khởi.

Hiền bươn bả chạy ra sân, ngó ra đường theo hướng tiếng chuông leng keng. Hoán đang đạp xe lò dò tới. Hiền ngoắt tay gọi to:

- Anh Hoán, anh Hoán...Hôm nay có thùng nhiều đây.

Câu hỏi đầu tiên của Hiền khi Hoán xuống xe, dắt chiếc xe đạp vào sân Hợp Tác Xã Giấy:

- Anh Hoán đi đâu mấy ngày hôm nay mà biệt tăm vậy. Thùng giấy xuống nhiều chất đầy kho, tôi mong anh Hoán quá trời.

Câu nói, tuy là một câu bình thường thôi, nhưng nghe kỹ ra, đó là một câu nói có ý mong chờ, nóng ruột, nóng lòng, chờ đợi mãi mà chàng chưa đến. Chứ nếu một người trong tâm lý bình thường thì Hoán không đến, sẽ có người khác đến mua, cái nghề mua ve chai, đồng nát, lạc xoong này, tuy là nghề hạ tiện nhất bây giờ, nhưng trong xã hội có biết bao nhiêu người làm cái nghề hạ tiện này. Nó còn hơn nghề đi móc bọc một chút, và hơn hẳn những nghề bất lương khác như móc túi, giựt dọc, lừa đảo trên xe buýt, xe hàng, bán thuốc giả, cao đơn hoàn tán giả, xin đểu... Dù sao nghề này cũng là nghề lương thiện.

Hoán xuống xe, dựng xe vào bức tường, lấy tay áo quẹt mồ hôi chảy dầm dề trên hai má và trên trán, mới thốt ra lời:

- Hai hôm nay tôi cũng đạp xe rạc cả cẳng đi mua ve chai chớ đâu. Tôi lên đến tận Gò Vấp, rồi Hóc Môn Bà Điểm mua hàng đó cô.

Hiền nghe mừng thầm trong bụng vì Hoán không bị bịnh gì, bình yên, đó là một điều Hiền vui nhất.

Hiền hỏi:

- Lên tận trển anh mua được gì nhiều không?

- Cũng được chứ cô. Mà cũng may là tôi lại gặp được một người bạn thất lạc từ lâu, từ ngày đi tù ở Thành Ông Năm. Anh đó gặp được tôi cũng mừng quá cô Hiền à.

Rồi Hoán kể cho Hiền nghe bữa gặp Phú ở Tham Lương, kể về tình thân của hai người trong trại tù cải tạo. Và cuối cùng Hoán nói:

- Anh Phú là người tốt bụng lắm, hai vợ chồng ảnh nay ăn chay trường đó cô Hiền, ảnh mộ đạo Phật lắm.

Hiền rất vui khi nghe nói những người mộ đạo như mình. Hiền

trở lại chuyện thùng giấy cạc tông:

- Hai hôm nay xe thùng giấy về nhiều lắm anh Hoán, tụi tôi tháo ra bỏ đầy cả nhà kho trong ấy, anh vào coi và đem đi hộ đi.

Hoán vội nói:

- Giá cả vẫn như cũ hả cô Hiền?

- Dạ, cũng vẫn như cũ, anh lấy được nhiều tôi bớt cho.

Hoán hí hửng:

- Thế thì tốt quá, cảm ơn cô Hiền, thế thì hôm nay tôi kiếm được thêm chén cơm chớ không phải kiếm chút cháo đâu cô Hiền há.

Hiền cười rất tươi:

- Thì có lợi cả đôi bên mà, anh kiếm miếng cơm thì công nhân ở đây kiếm ly cà phê.

Hiền nhìn Hoán cười. Hiền chú ý hôm nay Hoán bận cái áo sơ mi ngắn tay màu caro xanh lợt, trông anh trẻ hẳn ra, và không còn đội cái nón phớt rộng vành nữa, mà thay vào đó cái nón lưỡi trai mới, màu cà phê sữa đậm, trông anh phong độ hơn ngày hôm trước.

Hiền nhìn Hoán rồi làm như vô tư, cười nói:

- Anh Hoán hôm nay mới nhiều lắm đó nghe.

Hoán tự nhiên lúng túng:

- Đâu có gì đâu cô Hiền. Có gì mới cô chỉ ra cho coi thử nào.

Hiền nhoẻn miệng cười:

- Thì này, áo mới này, mũ mới này, phải không nào.

Hoán chợt thấy "âm mưu" của mình bị phát hiện, bị bại lộ, khiến anh đỏ mặt lên:

- À, thì ra thế. Cô Hiền biết không? Tự nhiên khi tôi soi gương ở phòng tắm công cộng, tôi nhìn lại mình thấy mình lùi xùi quá, như người ăn xin, nên cố chỉnh trang lại chút thôi mà. Bận cái áo đi "móc bọc" ngày cũ, soi gương nhìn thấy mình không giống ai quá, phải không cô Hiền.

Và tự nhiên, Hoán nhìn Hiền, cũng thấy hôm nay Hiền xinh hẳn ra với cái áo sơ mi màu xanh nước biển bó sát người, làm tăng phần thân thể thon gọn, mi nhon, của cô. Và nữa, cái mái tóc của Hiền cũng đã chỉnh sửa lại, hình như Hiền mới đi cắt tóc, mái tóc gọn ôm lấy bờ vai phía sau lưng, lại có những cọng tóc mai lưa thưa che phía trước khuôn mặt, khiến khuôn mặt của Hiền tròn hơn, xinh xắn hơn, dễ thương hơn. Và nữa, nàng có kẻ chì đôi viền mắt, và tô chút môi son hồng lên đôi môi. Tuy rất nhẹ, nhưng tinh ý sẽ thấy cô Hiền hôm nay khác ngày hôm qua, một cô Hiền xinh xắn, dễ thương, hiền dịu.

Hiền thấy Hoán quan sát mình hơi kỹ nên Hiền cũng mất bình tĩnh, cô đỏ mặt lên, vội nói:

- Mặt tôi có nhọ nồi hay sao mà anh Hoán nhìn kỹ quá vậy?

Hoán biết cái nhìn quan sát kỹ Hiền của mình, đã bị Hiền phát giác, nên anh nói giả lả:

- Đâu, đâu có gì... Ờ, ờ... Mà hôm nay thấy cô Hiền xinh ghê nên tôi ngắm chút đó mà... À, cô, tôi vào nhà kho lấy thùng nghe.

Cả hai người trở về thực tại, Hoán không còn nghĩ về Hiền như bài hát Tuổi Ngọc của Phạm Duy:

"Xin cho em một mớ tóc nồng. Êm như nhung, để em gối mộng. Mộng này là thần tiên. Mộng và người quyến luyến. Và chập chờn những bóng dáng quen."

Và Hoán nghĩ tiếp, lan man trong đầu lời bản nhạc Thiên Thai của Văn Cao:

"Thiên Thai chốn đây hoa xuân chưa gặp bướm trần gian. Có một mùa đào dòng ngày tháng chưa tàn qua một lần. Thiên tiên chúng em xin dâng hai chàng trái đào thơ. Khúc nghê thường này đều cùng múa vui bầy tiên theo đàn."

Bởi vì Hoán là con người lãng mạn, mê thơ, mê nhạc đến độ quên ăn quên ngủ, thời trước kia, nên anh thi vị hóa vậy mà.

Hiền thấy Hoán bần thần, vội nói:

- Anh vào kho đi, đầy một kho thùng cạc tông đó. Anh xếp gọn lại, tôi làm phụ với, hôm nay xuống hàng hết rồi tôi cũng rảnh.

Hoán cố chối từ:

- Thôi mà cô Hiền, mình tôi làm được mà, cô còn công việc của cô nữa.

Hiền vội nói:

- Không có gì đâu anh Hoán, để tôi phụ cho, chứ từng này thùng đầy kho hàng, một mình anh làm hôm nay không xuể đâu. Tôi giúp anh cho lẹ, anh còn đi từng chuyến chở đến chỗ sạp mua ve chai nữa mà, mất công lắm. Xong xe nào anh cứ chở đi, còn ở đây tôi tiếp tục xếp gọn lại cho anh. Tôi làm thế này cũng như làm việc ở Hợp Tác Xã thôi, anh đừng lo.

Thế là hai người cùng ngồi trong kho chứa thùng giấy làm việc.

Hoán thấy ngồi gần Hiền, nàng tự nhiên gây trong lòng chàng một cảm giác thoải mái, êm nhẹ, như nói chuyện với một người thân. Hiền kể những ngày ở Củ Chi, những "ngày xưa còn bé" đó mà. Tuổi thơ của con nít nhà quê, dù trai hay gái, cũng na ná giống nhau. Là chạy rong ra ngoài đồng câu cá rô, cá lóc. Là thả lờ, bắt ốc, hái rau. Tuổi thơ vô tư lự đến ngày nàng lên mười mới thấy bóng dáng chiến tranh.

Còn Hoán thì kể cho Hiền nghe những ngày tháng sinh viên, đạp xe đạp đi dạy kèm ở các nhà, khu ngã ba ông Tạ, khu Thánh Mẫu... Những buổi chiều bãi lớp ở giảng đường trường Luật đường Duy Tân, anh phải đạp xe len lỏi trong đám đông, chạy thục mạng lên đến ngã ba ông Tạ để dạy kèm cho đúng giờ. Những ngày tháng còn là sinh viên tuy gian khổ nhưng đầy ắp mộng tưởng. Anh cũng mơ sau này được làm một ông luật sư hay giáo sư, nhưng những mộng ước đó cũng tan theo mây khói khi lệnh tổng động viên toàn quốc được ban hành. Cho nên thành Sài đối với Hoán là những con hẻm sâu, là chiếc xe đạp, là những bữa ăn quán cơm xã hội đường Lê Văn Duyệt. Đó là những kỷ niệm tuyệt vời mà hai chục năm sau, anh lại bắt đầu từ số không, trở lại giai cấp chót nhất, thấp nhất của xã hội, người đi mua ve chai dạo.

Đến trưa, coi như Hoán đã chuyển được năm lần thùng cạc tông xếp bỏ trong giỏ cần xé, đi bán cho tiệm thu mua phế liệu. Còn cũng khoảng một nửa số thùng trong kho thì hai người đã thấy kiến bò trong bụng.

Hoán đề nghị:

- Cô Hiền ơi! Cô Hiền ngồi đây nghe, tôi đi kiếm mua chút gì bỏ trong bụng chứ đói quá rồi. Cô Hiền ăn gì tôi mua luôn cho.

Hiền nghe Hoán nói vậy thì cũng cảm động lắm, vì thấy Hoán lo lăng cho mình. Tuy nhiên, nàng sợ Hoán tốn tiền, cho nên nàng bảo:

- Tôi cũng đói rồi, nhưng nhà tôi gần đây mà, anh Hoán đi chuyến này nữa, tôi sẽ về nhà đem cơm lên đây ăn luôn thể, chứ mua cơm hộp làm gì cho tốn tiền. Cơm và thức ăn tôi đã nấu từ sáng cho mấy đứa con ăn đi học, còn nhiều ở nhà đó. Để tôi về mang lên cho, nhà tôi gần đây mà.

Lời đề nghị của Hiền làm Hoán ú ớ, nhưng anh thấy cũng có lý là nhà Hiền gần đây và có cơm và đồ ăn đã nấu sẵn, tiện quá rồi.

Hoán thành thật nói:

- Nếu cô Hiền có ý vậy thì cũng tốt, thôi tôi chở chuyến này nữa, về rồi mình ăn cơm.

Sau chuyến đó, Hoán trở về, cơm đã dọn sẵn trên bàn. Hoán tự dưng thấy lòng mình có một nỗi hân hoan, nhẹ nhàng. Cái hạnh phúc nhỏ nhoi như thế này mà chàng tìm hoài không có được.

Hai tuần sau, chuyện mua thùng cạc tông đã trở thành "cơm bữa" với Hoán. Và những nhân viên ở Hợp Tác Xã giấy cũng bàn vô chuyện hai người, hai tâm hồn cô đơn xáp lại với nhau là một điều nên làm.

Và trong một đêm tối trời, Hoán đạp xe từ nghĩa trang Mạc Đĩnh Chi xuống Thị Nghè, xe đạp của anh không có kèm theo giỏ cần xé. Hai người cho xe vào một quán cà phê vườn ở đường Điện Biên Phủ. Bóng đêm tối thui, mịt mùng. Trong bóng đêm, Hoán đã cầm tay Hiền, áp cả lòng bàn tay Hiền lên ngực mình. Hoán tỏ tình:

- Hiền ơi! Em là vị cứu tinh của anh, em là ân nhân của anh. Có em, anh thấy trời xanh hơn, nắng tươi hơn, gió mát hơn. Anh yêu em, Hiền ơi.

Hai người hôn nhau ngọt ngào. Nụ hôn dài và thơm quá đỗi.

Như hai câu thơ của Xuân Diệu:

Tháng giêng ngon như một cặp môi gần

...

Hỡi xuân hồng, ta muốn cắn vào ngươi!

Trần Yên Hòa

NGUYỄN HỮU HỒNG MINH

Lưng

Tạp chí Ngôn Ngữ số ra mắt, tôi cũng thử góp mặt chỉ để mở banh một từ, Lưng! Ngôn cách chính là nhân cách. Cuộc đời nhìn phía trước - dễ. Nhìn phía sau - khó! Đánh giá toàn diện càng khó! Điên đảo chân thiện mỹ! *

Tôi gọi nhà văn Nguyễn Văn Xuân bằng thầy là theo cách mọi người thôi. Ông chưa dạy tôi một ngày nào. Lớp tôi lớn lên đi học thì thầy Xuân đâu còn đi dạy nữa. Nhưng giữa ông và cha tôi có một mối tình thân đặt cao hơn bình thường vì hai ông đều là giáo sư, có nhiều học trò quý trọng và cả hai người đều có nghiệp văn. Thầy Xuân là một nhà văn phong thổ đặc sắc, đặc thù Quảng Nam nổi tiếng. Ông có tác phẩm truyện ngắn đăng trên báo Tiểu thuyết Thứ bảy ở Hà Nội từ năm 16 tuổi. Cha tôi ngoài nghiệp dạy học còn là một nhà thơ. Hai ông còn giống nhau nhiều thứ về gia cảnh. Vợ đau con dại gian nan dầm dề sau 1975.

Sau giải phóng không hiểu sao vợ thầy Xuân và mẹ tôi bị một căn bệnh trầm cảm như nhau. Cả hai người mất trí nhớ dần dần không cứu vãn phục hồi được. Thân phận của người trí thức giữa thời tao loạn ấy khốc liệt trầm kha không thể nói hết. Riêng tôi đã phải tìm đọc thêm rất nhiều tư liệu các phía để biết đó thực sự là cuộc "nội xâm" hay "ngoại xâm". Và cho dù thế nào thì cuộc "cách mạng đỏ" ấy quá man rợ, phi nhân và tàn khốc. Cái mà nhạc sĩ Trịnh Công Sơn gọi thẳng là "nội chiến từng ngày" và gia tài của mẹ "một bọn vong nô, một lũ bội tình". Nỗi sợ hãi tràn ngập mỗi gia đình trí thức lúc bấy giờ. Thầy Xuân có một sạp nhỏ để cô buôn bán trong chợ Hàn nhưng cách mạng vừa về đấu tố sao đó cô bị hất ra không cho buôn bán nữa. Thầy cũng bị xem xét lại về chuyện đi dạy vì các giáo sư miền Nam lúc đó đều bị quy vào loại "có vấn đề". Cả gia đình lao đao bên vực. Vợ thầy phát bệnh điên càng nặng. Ông phải chạy đôn chạy đáo. Và thường đạp xe đi lang thang đôi khi chỉ để ra khỏi nhà cho khuây khỏa. Để tôi nhớ thầy nhiều do ông hay đạp xe lên nhà tìm cha tôi hỏi thăm, chuyện trò về việc dạy học, phân bổ gì đó. Thầy đi chiếc xe đạp nhỏ, dáng cao gầy lêu đêu. Chân thầy dài mỗi lần đạp nhấn pê-đan gối nhõn lên tới ghi-đông. Đặc biệt cái lưng thầy vẫn thẳng ro. Không khòm, không cúi. Hay thật! Tấm lưng thầy vẫn thẳng ro như thế không sê suyễn gì cả khi ngồi chụp hình với tôi. Thằng bé con ấy sau gần mấy mươi năm. Lúc này thầy đã gần tám mươi tuổi. Hãy nhìn vào bức ảnh để thấy. Không có sự khoan nhượng, mặc cả, phiên phiến nào cho những thứ vô đạo. Thẳng lưng. Và cười! Cái lưng thẳng không chỉ là chỉ dấu người quân tử giữ gìn tiết tháo khi còn sống giữa phong ba mà còn rất khỏe cho những người thợ đóng cỗ quan và di quan ra nghĩa địa bởi nó "êm ru", không "lồi lõm" không cần "chêm đệm" gì cả! Một lần gặp gỡ hai ông ngồi im lặng rất lâu. Như chìm sâu vào mặc tưởng. Sau đó tôi nghe ông nói với cha về nỗi thực tại đã qua, bất lực: -"Tuổi già chán lắm! Chính tôi mà còn chán cả tôi!..." Nghiên cứu về cổ địa, văn hoá, tục tính, tập tính đất và người Quảng Nam không thể không đọc nhà văn, nhà nghiên cứu Nguyễn Văn Xuân. Những cuốn Khi những lưu dân trở lại, Phong trào Đông Du, Chinh phụ ngâm bị khảo... và nhiều tác phẩm khác. Đọc khí văn của thầy viết truyện lịch sử để sau đó đọc cây bút khác thấy buồn cười. Đó là mệ văn chứ không phải cổ văn.

Thầy mất, Đà Nẵng có một con đường mang tên Nguyễn Văn Xuân nằm ở vùng ven ngoại ô. Con đường này dẫn về mộ của chí sĩ Ông Ích Khiêm không xa. Sinh thời thầy Xuân cũng có viết về danh tướng Ông Ích Khiêm và thích nhân vật này. Đây cũng là nhân vật có nhiều đánh giá rất trái ngược nhau giữa công tội, trung nghịch trong nhiều nghiên cứu lịch sử. Tôi cũng chưa tìm hiểu kỹ tại sao nhà văn Nguyễn Văn Xuân lại thích Ông Ích Khiêm. Có lẽ người cùng quê? Còn điều gì khác? Thậm chí trong một số bài viết ông có vẻ bênh vực, phản biện ngược lại với những đánh giá của nhà văn, học giả Phan Khôi tưởng đã có thể khép lại một nghi án lịch sử. Những trao đổi của Nguyễn Văn Xuân cho thấy để kết luận về một con người rất khó. Giải mã nó không thể sơ lược qua một vài thông số, sự kiện. * Lưng, nhìn về phía sau! Có gửi gắm nỗi lòng hay tâm sự điều gì sâu kín về cuộc đời nhiều thăng trầm nhưng thoáng nhìn qua cứ ngỡ là lặng lẽ của ông chăng?...

Nguyễn Hữu Hồng Minh

Sài gòn, 4.2019

----

* Chú thích ảnh: Nhà văn Nguyễn Văn Xuân và nhà thơ, nhạc sĩ Nguyễn Hữu Hồng Minh (Ảnh: Trần Nguyên Anh, Đà Nẵng 2003)

NGUYỄN CÔNG TIẾN

người xưa trở lại

"Trung tá Tomas Rath - người phát ngôn của sở cảnh sát - đã xác nhận trước báo giới địa phương rằng: Chủ tịch hội người Việt của thành phố, là nghi can số một trong vụ án xảy ra tại nhà hàng "Chinatown"(phố Vysocany), đã bị bắt tại nhà riêng lúc 5 giờ sáng ngày..."

Bà Thương không đọc tiếp nữa, bà chăm chú nhìn hai tấm hình trong báo *"Người Việt"* đăng tải. Đó là bức ảnh chụp một người đàn ông châu Á, hai tay bị khoá về phía trước, đang bị dẫn giải giữa hai cảnh sát đặc nhiệm bịt mặt. Tấm ảnh kia chụp nửa người nghi can: một khuôn mặt có chiều ngang quá dài, còn chiều dọc lại quá ngắn. Mái tóc đã lổn nhổn những sợi bạc, chải lật về phía sau, xịt "gôm" cứng đét. Cặp kính cận đậu hờ trên sống mũi, nằm ngay dưới cái trán đã thấp, lại hói ngược tới tận đỉnh đầu.

Năm tháng qua đi, bà Thương đã để cho câu chuyện cũ trôi vào dĩ vãng. Thời gian đã giúp bà xóa dần được những mảng tối cuộc đời. Giờ đây, bước vào ngưỡng cửa của cái tuổi "tri thiên mệnh" bà đã thoả mãn với hạnh phúc bên chồng con. Nhưng hôm nay, bất ngờ đọc bản tin trên báo, những gì năm xưa lại như một cơn lũ tràn về, khiến lòng bà se sắt. Con người trong ảnh đây, khuôn mặt đã bị lớp bụi thời gian phủ lên làm biến dạng, bấy nhiêu năm đã trôi qua, nhưng với bà, nó hình như vẫn không có gì thay đổi. Quá khứ xa xăm đã bị lãng quên, kỷ niệm buồn đau đã được chôn chặt trong lòng, nay chúng lại trở dậy như từ dưới đáy mồ.

* * *

Mùa thu năm 1989, sau khi bức tường Berlin sụp đổ, bị cắt ngang hợp đồng lao động ở Cộng hòa dân chủ Đức, Thương và Hùng quyết định nhận mỗi người ba nghìn Mác (tiền đền bù phá hợp đồng) và về nước… Sau khi xây xong ngôi nhà ba tầng to nhất phố huyện, họ làm lễ cưới. Đám hỉ rình rang tới vài ba ngày mới cuốn phông màn. Còn vốn, họ mở cửa hàng bán xe đạp. Qua mấy năm, cặp vợ chồng vẫn vò võ một mình. Ngồi ăn cơm chỉ có bốn mắt nhìn nhau buồn rười rượi. Mẹ Hùng sốt ruột, ra hầm vào hứ. Hễ có ai hỏi thì bà lại đánh cái thượt:

- Ôi dào ôi!… *"trươn"!*

Ở quê của Thương, người ta vẫn gọi những con trâu cái không chửa được là "trâu trươn". Nghe được lời mẹ chồng, Thương đau lòng lắm. Cô và Hùng cũng đã chạy hết thầy này tới thợ nọ, nhưng vẫn không ăn thua gì. Rồi cả năm trời nay, cửa hàng kinh doanh không có lãi. Thêm vào đó, tin tức làm ăn như "sóng thần" bên Đức truyền về, làm họ càng sốt ruột. Bàn đi tính lại, Thương và Hùng quyết định bán nhà để quay trở lại miền đất hứa xa xôi.

Người tìm đến mua căn nhà của vợ chồng Thương là một trí thức người Việt, đang định cư tại Cộng hoà Séc. Ăn mặc sang trọng, nói năng lịch lãm, anh ta rất trân trọng gửi Hùng tấm các-vi-dít với dòng chữ in nghiêng rất đẹp:

Mai Tuấn Hoàng
Thạc sỹ triết học
Giám đốc công ty TNHH Lemexport.

Trong khi Hùng vừa xoay xoay tấm "cạc" trong tay, vừa nói chuyện với khách thì Thương cáo mệt, lui vào nhà trong nằm nghỉ.

Sau ba lần thương lượng, Tuấn Hoàng hứa như đinh đóng cột rằng, sẽ bảo đảm trọn gói cho Thương và Hùng quay lại Đức. Chính anh ta sẽ làm thủ tục cho hai người sang Séc làm việc trong công ty Lemexport. Vậy là ngôi nhà được sang tên một cách chóng vánh.

Bước chân lên tới bậc cao nhất của cầu thang máy bay, Hùng hồ hởi: "Tạm biệt nhé quê hương nghèo khó!". Thương chẳng vui cũng chẳng buồn, cô cố nén suy tư của mình vào thật sâu bên trong. Thương nhớ tới cha mẹ ở quê: "Đi như thế này, biết đến bao giờ mới được trở về? Ai còn? Ai mất?". Mới nghĩ như vậy thôi, mà Thương đã hai hàng nước mắt!

Chuyến bay tới Nga hôm ấy, khách đa phần là người Việt. Nhóm

"Đức quay", ngoài vợ chồng Thương, còn có vài người khác. Đón họ ở sân bay Matcơva là hai người còn trẻ. Một người chừng 30 tuổi, khoác chiếc Na-tô Com-măng-đô rất hầm hố, cắt đầu đinh. Đôi mắt ti hí với những cái liếc lành lạnh. Trước khi tất cả được nhồi vào trong hai chiếc Lada màu sữa, người đưa đường rít hai hàm răng: "Nhất cử, nhất động, mọi người phải tuân theo chỉ lệnh của chúng tôi, ai làm khác, sẽ lĩnh hậu quả". Xe nổ máy, Thương cảm thấy thanh thản lạ. Lúc đầu là những cánh rừng bạch dương phủ trắng tuyết, từng ngọn cây im lìm và nhẫn nhịn dưới cái lạnh nghiệt ngã; sau đó là phố phường hiện dần ra bên ngoài cửa kính với những cái cổng cũ kỹ, những ô cửa sổ chốc lở. Người và xe bắt đầu tấp nập. Có một đoàn dài phụ nữ, khăn mũ trùm kín mặt, nhẫn nại đứng xếp hàng dưới mưa tuyết.

- Chỉ là để mua một ổ bánh mì thôi đấy.

Người lái xe má tóp, tóc để chấm vai giải thích cho mọi người biết. Thì ra, nước Nga hùng cường đang trở lại nạn đói thời 1917 - cái thời mà mọi người tin chắc rằng: *đấu tranh này là trận cuối cùng*... Xe chạy về khách sạn *Hoa hướng dương*, nó nằm cách sân bay chừng 20 km. Nhóm người được dồn vào hai phòng khách, họ tuyệt đối không được nghe điện thoại để đề phòng bị bọn "đầu đen" trấn cướp. Bọn này đến từ vùng núi Caucasus, chúng chuyên săn lùng những người Việt Nam bé nhỏ, tội nghiệp nhưng lại có nhiều tiền. Đêm hôm ấy, cùng với Hùng đứng bên cửa sổ, cô còn nghe thấy có cả tiếng súng nổ trong các con hẻm của Matcơva - thành trì và hy vọng tột đỉnh một thời, đối với nửa kia của thế giới.

Trưa hôm sau mọi người được ra phố, Thoa rủ cô Soa người Hải Dương đi xem chợ, nhưng Soa kêu mệt nằm lại trong phòng. Mãi đến chiều không thấy Soa đâu, đang hỏi nhau, thì có người bảo nhìn thấy cô ta đi đâu đó với tay dẫn đường. Thằng bé Lâm vô tư nói với mọi người rằng: "Trưa nay cháu nhìn thấy cô Soa ngủ với chú đưa đường". Thằng bé nói xong, chưa kịp ngậm miệng thì đã bị ông bố vũ phu vả ngay cho một cái: "Trẻ con! biết gì mà nói, câm mồm!". Mọi người lặng đi, mỗi người theo đuổi một suy nghĩ riêng của mình. Hình như họ thấy ngượng với thằng bé mười ba tuổi.

Tối đó, Thương chờ Soa ngoài hành lang. Cô nói có ý trách:

- Vì em mà thằng cu Lâm bị đòn oan.

- Sao lại vì em?

Thương kể lại cho Soa nghe câu chuyện buổi chiều. Soa im không nói gì, lúc sau cô bảo:

- Ôi dào! Văn nghệ ấy mà, mất gì của mình đâu chị.

- Nhưng sao khi ngồi nhà chờ sân bay, em nói với chị rằng, đi sang với chồng bên Đức?

Soa kéo Thương ra phía cầu thang, ở đây kín đáo và chẳng ai có thể nghe thấy họ nói gì.

- Vâng! Đúng như vậy chị ạ, chồng em đã sang Đức được mấy tháng rồi. Cưới nhau mới được vài tuần, anh ấy đã đi. Đêm nằm một mình, nhớ, không tài nào ngủ được.Viết thư về cho em, anh ấy bảo: Vay mượn cũng phải đi, càng nhanh càng tốt. Visa của em chỉ vào được Nga. Đoạn từ đây sang Đức, chồng em phải trả tiếp năm*"cây"*cho người của họ bên ấy. Hôm qua, lúc em vào nhận phòng khách sạn, thằng khốn nạn ấy vuốt má rồi cợt nhả: "Cho" anh, thì sớm được sang với chồng, nếu không thì chết mục xác ở đất này". Không còn cách nào khác chị ạ. Tiền thì em không có, chỉ có cái thân…

Nói đến đây, giọng Soa có vẻ lạc đi. Thương ái ngại nhìn bờ vai của cô gái run rẩy, rồi tự hỏi: Sẽ còn chuyện gì xảy ra nữa, cho tới khi cô ta đến được với chồng?

Năm ngày sau khi tới Matcơva, nhóm "Đức quay" được lệnh ra ga xe lửa để đi Praha. Người đưa đường lần này là một thanh niên trắng trẻo, ăn vận kiểu thành phố khá lịch sự. Anh ta khoác chiếc *ba-đờ-suy* màu lông chuột, khăn quàng cổ bằng dạ trắng và đương nhiên đôi giày màu nâu được đánh xi tươm tất. Ngoài nhiệm vụ dẫn nhóm của vợ chồng Thương sang Séc, người thanh niên này còn có một trọng trách là áp tải hàng: một chiếc va ly màu đen, to và nặng, được kiềng thêm hai đai da bên ngoài. Chiếc va ly này được hai nhân viên đường sắt đưa ngay lên buồng xa trưởng. Nó sẽ nằm ở đây tới khi tàu đến được Vacsava. Người ta bảo, các *"soái"* ở Nga buôn vàng sang Balan, rồi lại "đánh" computer từ Balan về Nga. Tích luỹ "tư bản" kiểu như vậy, họ trở nên giàu có. Nhiều người trong số đó có cả bằng Đốc-tờ. Ngồi ở một chiếc ghế còn trống, trong toa xe hạng ba lạnh giá, nhìn họ làm việc với nhau, Thương đoán rằng, bên trong chiếc va ly màu đen kia toàn là vàng.

Tàu chuyển bánh. Như một con trăn mốc khổng lồ đói ăn đi săn mồi, nó hùng hục quăng mình trên sa mạc tuyết trắng mênh mông, nhằm hướng Tây lao tới. Con đường dài tưởng như bất tận phía trước, đôi khi làm những kẻ tha hương nản lòng. Mỗi lần đi qua những ga lẻ nằm rải rác trên mảnh đất đông Âu nghèo khó, Thương lại chạnh lòng nhớ về những cái tên "Chí Chủ, Vũ Ẻn, Ấm Thượng…", với tiếng rao bán quà bánh dễ thương, mỗi khi cô đi tàu về quê thăm mẹ.

Một lần vượt qua biên giới của Ukraina hay của Balan, là một lần tàu lại bị cảnh sát biên phòng sục sạo. Trong khi tim mọi người đập thậm thình, thì nhân vật đưa đường vẫn thản nhiên, mắt không rời cuốn tạp chí "*Nauka*" bằng tiếng Nga:

- Yên tâm đi! Bao trọn gói cả rồi.

Anh ta nói chuyện với họ thậm chí bằng cả thổ ngữ, nghe như gió thổi. Thỉnh thoảng người mới lên có vé đến đòi chỗ, ai đó lại phải đứng dậy. Trong nhóm, chỉ vài người được mua vé đàng hoàng.

Đến Praha, người ra đón họ tự giới thiệu là trợ lý của giám đốc Tuấn Hoàng. Đi cùng anh ta còn một người nữa, trạc tứ tuần, dáng cù lần, mặt mũi xấu xí. Anh ta theo xe, dường như chỉ để khuân vác. Người này, suốt chặng đường về khu Prag-10, không nói một câu nào.

Tuấn Hoàng rạng rỡ với chiếc cà-vạt đỏ chói, thòng xuống quá thắt lưng bụng, lủn củn đi bắt tay từng người:

- Chúc mừng tất cả đã tới Cộng hoà Séc an toàn! Mọi người yên tâm, chúng ta đã đặt được một chân vào miền đất hứa.

Mừng là phải, nhẩm nhẹ trong đầu: mười người, trung bình mỗi người năm nghìn "*đô*", chuyến này mà trót lọt, Tuấn Hoàng đút túi cả chục chứ chẳng chơi. Anh ta đôn đáo, cắt đặt công việc cho các nhân viên của mình đâu vào đấy.

Những người khác thì được gửi vào trong các gia đình người Việt ở Prag, nhưng riêng vợ chồng Thương, được Tuấn Hoàng ưu ái đưa về văn phòng công ty của mình ở thành phố Luochomutov, cách Praha hơn 100 km về phía Tây-Bắc. Thành phố nằm gần đường số 7 . Đây là con đường độc đạo dẫn lên biên giới. Khuôn viên rộng chừng 1000m2, có tường bao quanh, đã được Tuấn Hoàng mua từ năm ngoái. Văn phòng là một căn nhà nhỏ, phía trước nhìn ra mặt đường. Cửa sau thông ra một cái vườn rộng, cuối vườn là một căn nhà cũ kỹ, có một tầng áp mái. Bây giờ đang là mùa đông, tuyết phủ trắng khu vườn. Từ xa, Thương đã nhìn thấy rèm cửa lay động, hình như có người đang theo dõi họ.

Vợ chồng Thương sẽ nghỉ trong căn nhà này. Chủ căn nhà chính là người đàn ông xấu xí đã đón họ ở ngoài ga. Tên anh ta là Bường. Vợ Bường còn rất trẻ, dáng mảnh mai với nước da xanh mai mái. Cô tên Loan, nhà ở Phú Thọ. Còn Thương là người Ấm Thượng, nên họ nhận ngay ra đồng hương. Bữa đó, Loan làm cơm tối sớm hơn mọi ngày, bốn người quây quần vui vẻ.

- Em mừng quá, lâu rồi, hôm nay nhà mới lại có khách, mà lại cùng quê. Ở đây chỉ thui thủi một mình, buồn lắm chị ạ.

Họ ríu rít nói chuyện với nhau về những vùng đất quen thuộc ở miền ven sông có *"rừng cọ, đồi chè"*. Vừa dẫn Thương lên trên gác, Loan vừa thủ thỉ.

- Chị sướng thật, được đi cùng chồng. Sang đến bên ấy, chẳng mấy mà trở nên giàu có. Cuộc sống vợ chồng em bên này bấp bênh lắm.

- Loan và anh Bường sang bên này lâu chưa? Quan hệ với anh Tuấn Hoàng như thế nào?

Thương bắt đầu gợi chuyện.

Loan không trả lời ngay, cô bật đèn ngủ, cùng Thương ngồi dựa lưng vào thành giường. Sau khi kéo chăn cho hai người, cô bắt đầu kể cho Thương nghe cái "đoạn trường" của mình:

- Chuyện của em buồn lắm chị ơi. Em đã đi đằng đẵng ba năm trời nay, nhưng vẫn chưa tới được nước Đức.

Năm ấy, sau khi thi trượt đại học, em ở nhà phụ cho mẹ bán hàng ở chợ Mè. Bên nội, em có một bà cô ruột, là công nhân lao động ở Đức. Cô hứa sẽ cho bố mẹ em vay tiền để chạy cho em sang đấy. Thư về cô viết: "Sáng mở mắt ra, uống xong cốc cà phê là đã có 100 Mác. Sướng chửa. Chỉ khoảng vài tháng là hoàn được vốn cháu ạ". Vậy là em quyết định đi.

- Hồi ấy mất bao nhiêu?

Thương hỏi cắt ngang.

- Sáu "*cây*" chị ạ. Trả trước một nửa.

Nằm ở Nga đến tuần thứ hai, mọi người lần lượt đi cả. Riêng em phải ở lại. Hỏi, thì chúng chửi: "Đ…mẹ con này lắm mồm. Cứ chờ đấy!". Tối hôm ấy, nằm một mình trong khách sạn, em hoang mang vô cùng. Đang lúc sợ hãi, thì thằng Phúc"sẹo" vào…

Thằng này người Hải Phòng, mấy năm trước đã từng chạy sang Hồng Kông. Ở đấy nó làm tay sai bảo kê sòng bài cho các ông trùm người Trung Quốc, trong băng nhóm Triều Châu khét tiếng. Sau đó, lũ lâu la bảo kê lại chạy đi tứ xứ làm ăn. Thằng Phúc"sẹo" được đồng bọn ở Nga rước sang, chuyên hành nghề cờ gian bạc bịp và đâm thuê chém mướn. Sau này quen thông thổ, nó lập băng bảo kê các cửa hàng ở "*Mát*", rồi tổ chức đường dây đưa người. Em đi chuyến này, chính là theo đường dây của thằng Phúc"sẹo".

Lúc đầu nó dỗ ngon ngọt rằng, ở đây với nó sẽ có cuộc sống sung sướng, nó sẽ cho nhiều tiền…Em quỳ xuống chắp tay lạy nó, nhưng nó vẫn sấn sổ giật phăng quần áo của em ra. Tuy rất khiếp sợ và chân tay đã bủn rủn, nhưng em vẫn cố sức cào cấu chống trả. Chị bảo, sức lực mình mấy nả so với thằng du côn lực lưỡng ấy. Em vừa mới rút được chiếc trâm ra thì bị nó đá một cái dập đầu vào tường, rồi nó túm tóc lôi em ra bên cửa sổ. Từ trên cao mười tầng, nhìn xuống mặt đất hun hút đen ngòm, em ngất đi. Tỉnh dậy, thấy mình loã lồ trên giường, em biết không còn gì để giữ nữa…Cho đến lúc chết, em cũng không thể quên được những giây phút đen tối ấy. Tối hôm sau, nó dẫn em xuống tầng hầm, ở đó có khoảng chục tên vằn vện đang ầm ĩ sát phạt đỏ đen, rồi hất hàm hỏi rất nhẹ: "Thế nào, thích ngủ trên phòng cùng anh hay ngủ dưới này?".

Sống với thằng Phúc"sẹo" được vài tháng, khi giữ lại được người con gái khác, nó đem bán em cho thằng Thi"phò" là trùm một đường dây bên Séc. Nhưng trước khi bán đi, nó còn cho thằng đệ tử vày vò em suốt một đêm.

Loan không nói được nữa, nước mắt của cô đã đầm đìa hai bên tay áo. Thương quay sang ôm lấy bạn, cô để cho Loan gục đầu vào vai mình mà nức nở. Sợ cô ta quá xúc động, Thương vỗ về:

- Chị hiểu em Loan ạ. Em không cần phải kể tiếp nữa đâu. Chị hiểu em mà.

- Không chị ạ, em phải kể cho chị nghe, để chị hiểu thêm về số phận của những kẻ tha hương như chúng ta bên này. Đã mấy năm nay, em phải chôn chặt những đớn đau, nhục nhã trong lòng. Ngay cả chồng mình, em cũng không cho biết. Nhưng hôm nay, em sẽ kể cho chị.

Lúc ấy, em đã có ý định chạy trốn và báo cảnh sát. Nhưng chúng kèm em rất riết, thằng Thi"phò" rút dao kề vào cổ em doạ: "Khôn hồn thì câm mồm theo tao, bép xép, tao cho cả nhà mày vào rừng". "Vào rừng" có nghĩa là sẽ bị chôn sống một cách từ từ; cũng có thể bị cắt gân chân hay đốt gan bàn chân... Đó là cách ra tay thông thường của các băng đảng bên này. Chị biết không, trong các nghĩa trang ở *"Mát"*, đã có cả trăm ngôi mộ của người Việt không người nhận. Họ là những nạn nhân của tất cả các loại mánh lới và bạo lực mới, nảy sinh ra trên mảnh đất này.

Thi "phò" trước kia cũng là dân hợp tác lao động ở Nga. Do vô kỷ luật, vi phạm hợp đồng nên bị đuổi về nước. Y trốn ở lại, sống giang hồ rồi nhận làm tay chân cho Phúc "sẹo". Thời gian sau, định sang Đức làm ăn, nhưng đi đến Séc, y gặp thằng bạn buôn bán ma tuý, nên ở lại cho đến nay.

Thằng Thi "phò" cũng như thằng Phúc "sẹo", đó là một đám côn đồ mất hết tính người. Ngoài việc bảo kê, đưa người, bán buôn ma tuý... thằng Thi "phò" còn nhận những hợp đồng đâm thuê, chém mướn gây án mạng bên Đức. Ngược lại, khi cần "thanh toán" ai, chúng lại thuê các sát thủ bên Đức sang. Cảnh sát không có sự trợ giúp của công an Việt Nam, nên rất khó tìm ra chúng. Nhưng nhục nhã và khốn nạn thay cho lũ này, chúng chỉ quen thói "nồi da xáo thịt", còn khi gặp bọn đầu trọc, hay bọn đầu đen thì lại chạy "vãi" cả ra quần.

Những người Việt lương thiện sống trên mảnh đất này, phải chịu ba bốn tầng áp bức. Họ kiếm được đồng tiền gửi về quê hương, nhiều khi phải đổi cả máu và nước mắt chị ạ.

Ở với thằng Thi"phò" đến hôm thứ ba, nó bắt em giấu ma tuý trong người, ra bán ngoài chợ đường biên. Em bắt đầu mất ăn mất ngủ vì nỗi lo sợ bị cảnh sát bắt ngoài đường. Về nhà, thấy em chưa giao được thuốc, là nó đánh… Có hôm nó lên cơn, giày vò em như thú vật. Nghĩ tới cái phận "đoạn trường" của mình, lại phải sống với lũ mặt người dạ thú, uất quá em cứ khóc ròng rồi hét lên: "Giết đi! giết chết tôi đi!". Mặt nó vẫn lạnh tanh. Xong việc, nó bóp cổ em gần chết rồi chửi: "Mẹ mày, làm bố mất cả ngon"… Chị ơi! Đã có lúc em nghĩ tới tự vẫn.

Thương không nói gì, cô nắm chặt tay như sợ Loan tuột đi đâu mất. Không gian im ắng lạ thường. Họ nghe được cả tiếng nói chuyện rì rầm của Hùng và Bường bên dưới. Loan dùng vai áo để thấm nước mắt, ngừng một lát rồi kể tiếp:

- Đang trong cơn hoang mang tuyệt vọng, may mắn làm sao, em đã gặp anh Bường.

Anh Bường ngày xưa đi bộ đội. Đâu như đánh nhau ở Quảng Trị, bị sức ép của bom nên đầu óc không còn được bình thường như trước. Tai lại bị điếc mất một bên. Là người cùng họ, nên anh Tuấn Hoàng đã đưa anh Bường sang đây. Vì anh Bường chậm chạp và quá thật thà, nên chỉ được giao làm những công việc nặng và tạp nhạp trong công ty, chịu nhận lương thấp.

Vài lần gặp em bán ma tuý ngoài chợ, biết được hoàn cảnh xót xa của em, anh Bường đã vay thêm tiền của anh Hoàng, rồi sang xin thằng Thi"phò" cho chuộc em ra. Được sống tự do, ơn sâu nghĩa nặng, em đã nhận lời lấy anh Bường làm chồng. Mặc dù hình thức và tâm trí không bằng người, nhưng anh ấy có một tấm lòng chân thật và ấm áp. Anh Bường thương em lắm, anh động viên em giữ gìn sức khoẻ, anh sẽ cố làm để đủ tiền trả nợ, sau đó hai vợ chồng sẽ chạy sang Đức. Vì mấy lần phải phá thai, sức em yếu lắm, không giúp được nhiều cho anh ấy, nên đã hai năm trôi qua, chúng em vẫn không kiếm đủ tiền để trả nợ cho anh Hoàng. Bây giờ lại bụng mang dạ chửa… em thấy cái số mình sao khổ vậy. Nhìn về phía trước, em chỉ thấy trắng một màu tuyết lạnh chị ơi.

Thương ngậm ngùi chia sẻ lòng mình, để an ủi cô gái:

- Riêng gì em đâu, chị mang tiếng hai lần đi "Tây", nhưng vẫn còn lận đận mịt mờ lắm, chưa biết tương lai thế nào.

- Chị còn may mắn được đi cùng chồng, em thấy cũng yên tâm. Ngày em đi, một thân một mình, giữa hang hùm nọc rắn khổ nhục vô cùng. Nhưng trưa nay, lúc chị đi trong vườn, thấy chị trắng và đẹp như thế này, em sợ lắm…

Thương khẽ rùng mình, nghe Loan nói, cô cảm giác như có chuyện gì đó đang sắp "vận" vào người, nhất là từ khi Tuấn Hoàng đến hỏi mua nhà. Cô bắt đầu sợ…

Đến tối ngày thứ ba, thì Thương cũng thở phào nhẹ nhõm khi thấy chiếc Robur Elo phủ bạt kín mít và chiếc Skoda Favorit bốn chỗ ngồi, lọc xọc chui vào sân. Lúc đó khoảng 18 giờ. Trên xe lố nhố bóng người lên xuống.Trong văn phòng, giám đốc Tuấn Hoàng quần áo kín mít, đang nói gì đó với hai lái xe người Séc.

Vợ chồng Loan tiễn họ ra ngoài, bốn người nắm chặt tay nhau. Loan ôm ghì lấy Thương, nói trong nước mắt:

- Chị đi nhé, cầu mong cho mọi người bình an. Khi nào có điều kiện, quay lại thăm chúng em.

Vợ chồng Thương đã giữ đúng lời hứa. Sau này, khi Cộng hoà Séc vào được Liên minh châu Âu, họ đã trở lại thành phố này. Nhưng, người xưa không còn ai ở đấy nữa.

Người đưa đường nói như ra lệnh:

- Ưu tiên ba phụ nữ đi Skoda. Tất cả im lặng và tuyệt đối nghe theo hướng dẫn của chúng tôi.

Chiếc Robur ra trước, ước khoảng vài phút , chiếc Skoda bám sau. Họ nhằm hướng biên giới.

Nơi đổ bộ của nhóm "Đức quay" là một căn nhà gác rừng nhỏ tồi tàn, được làm bằng gỗ thông, nằm ngay bìa rừng, cách đường biên khá xa. Gian nhà này cũng đã được Tuấn Hoàng thuê lại từ năm trước. Theo lời người đưa đường, họ sẽ phải đi trong sáu tiếng đồng hồ, để vượt qua những cánh đồng và rừng thông bị tuyết phủ trắng, mới tới được đất Đức.

Chiếc Robur đã quay đầu. Mọi người chuẩn bị hành trang đã xong. Hùng lo lắng hỏi người đưa đường về chiếc xe sau, thì nhận được câu trả lời: "Chỉ biết, nhóm nào đi theo nhóm ấy, không hỏi nhiều!". Rồi ra lệnh: "Lên đường!". Tốp người đen xì câm lặng, dấn những bước chân xào xạo trên tuyết, họ khuất dần vào khu rừng thông tối mờ xơ xác. Gió rít thê lương trên những ngọn cây và đâu đó, vọng lại tiếng quạ kêu khàn khàn thảm thiết.

Thương chợt choàng tỉnh dậy, xung quanh đen như vẩy mực. Cô còn đang chưa biết mình ở đâu, thì cánh cửa xe bật mở.

- Người này xuống!

Một người đội mũ trùm đầu che kín mặt, lôi Thương ra ngoài rồi ấn cô vào trong một căn phòng.

Chiếc Skoda quay đầu, nó phi như bị ma đuổi ra khỏi chiếc cổng gỗ. Thương đứng bên rèm một mình ngơ ngác, rồi cô giật mình: kia như là ngôi nhà nhỏ của vợ chồng Loan… mảnh vườn… và đây là văn phòng của…

- Kìa Thương! đứng gần cửa sổ lạnh lắm. Lại bên lò sưởi cho ấm.

Tuấn Hoàng đến từ lúc nào, đang cởi áo khoác. Y tiến lại phía Thương ra chiều vồn vã…

Hoá ra, xe đã quay đầu từ lúc nào, mà cả ba người ngồi bên trong đều không biết. Nhớ lại những chuyện Loan đã kể, linh tính báo cho Thương biết có chuyện chẳng lành, cô nghiêm mặt hỏi Tuấn Hoàng:

- Tại sao lại đưa chúng tôi trở lại thế này?

- Phát hiện cảnh sát kiểm tra, lái xe phải quay đầu ngay. Ngày mai anh sẽ tìm đường khác.

- Tại sao xe kia đi thoát? Anh cố tình giữ chúng tôi ở lại phải không?

Thương gằn giọng, mắt nhìn thẳng vào mặt Tuấn Hoàng.

- Kìa em! chỉ ở đây một tối thôi, mai lại đi tiếp cơ mà. Anh hứa sẽ đền bù tiền.

Tuấn Hoàng trở nên rất mềm mỏng. Vừa nói, y vừa tiến lại cầm tay Thương.

- Em cứ yên tâm ở đây với anh, sẽ có nhiều tiền.

Thương giật mạnh tay, nói như quát:

- Buông tôi ra, anh vẫn là kẻ hèn mạt ngày xưa. Tiếc rằng, tôi đã không kể cho chồng tôi nghe về con người thật của anh.

"Ngày xưa", đó là cái ngày Tuấn Hoàng đang còn học bên Tiệp. Nghỉ hè, có người bạn làm đội trưởng một đội lao động bên Đức mời sang chơi. Những ngày ấy, cánh đội trưởng, phiên dịch sống sướng như vua con. Những gì thuộc vào hàng "độc"… họ muốn là được. Bạn của Tuấn Hoàng lúc đó "cai quản" cả mấy chục cô gái làm trong xí nghiệp may ở Schwarzenberg. Có khách quý ở Tiệp sang, cần người đến nấu nướng, phục vụ…Vì là đồng hương, lại xinh đẹp, tay đội trưởng liền "sức" cho Thương đến để tiếp khách. Suốt ba ngày, bạn bè đãi đằng nhau thịnh soạn.

Tối hôm ấy, trước khi Tuấn Hoàng trở về Tiệp, họ làm bữa linh đình. Tới khi "*chén rượu, cuộc cờ*" đã gần tàn, tay đội trưởng bỗng nhiên mở một cuộn băng phim tươi mát. Rồi không hiểu vô tình hay hữu ý, hắn bỏ xuống phòng câu lạc bộ đánh "tá lả" với công nhân. Còn lại hai người, Thương thực sự ngượng và bối rối, cô không biết nên về hay ở. Tới khi nhân vật nữ trong phim bắt đầu cất tiếng rên, thì Thương xô ghế đứng dậy. Tuấn Hoàng nhào ngay lên chặn lối:

- Xem đã em! Có gì đâu, văn hoá giải trí ấy mà.

Rồi không để cho Thương kịp phản ứng, y ôm ghì lấy cô. Cái mõm có cặp môi dày thâm xịt, điên cuồng cày xới trên má Thương, hắn rên ư ử:

- Anh yêu em! Thương ơi, anh yêu…

Thương vừa né tránh, vừa gắng sức gỡ được một tay ra, rồi bất ngờ giáng thẳng vào mặt Tuấn Hoàng một cái tát. Cô vùng dậy, xô y ngã ngồi xuống ghế rồi giật cửa chạy ra ngoài.

Không ngờ, gần chục năm sau, Tuấn Hoàng lại xuất hiện mua căn nhà của vợ chồng Thương nơi phố huyện. Vì sợ Hùng đổi ý bỏ chuyến quay lại Đức, cô không dám kể cho chồng nghe lại chuyện này…

Tuấn Hoàng vẫn cố sán lại gần Thương.

- Mấy năm qua, lúc nào anh cũng nhớ tới em. Anh sẽ cho em…

- Anh Hoàng! anh đừng để tôi phải tát vào mặt anh lần nữa.

Thương cảnh cáo.

Nhưng Tuấn Hoàng vẫn lao tới, y đẩy Thương dựa lưng vào cạnh bàn rồi rít chặt lấy cô. Thương vô cùng sợ hãi cố sức vẫy vùng, cô chống tay lên mặt bàn, quờ quạng… Bất chợt tay cô chạm vào cái kéo cắt giấy, cô chộp lấy rồi dí ngay vào cổ Tuấn Hoàng:

- Buông ra! Nếu không…tôi đâm anh chết ngay lập tức.

Nhìn mắt Thương long lên, Tuấn Hoàng biết cô sẽ làm thật. Cái chất trí thức lưu manh hèn nhát, không quen với những hành động mạo hiểm giang hồ, đã chế ngự được Tuấn Hoàng, y chững lại. Thương run lên bần bật, nước mắt trào ra, tay vẫn nắm chặt cây kéo, cô đổ gục xuống bên bàn… Nhớ lại ngày bước chân ra đi, Thương mang "Truyện Kiều" ra bói, mở đúng câu:

"Một mình lưỡng lự canh chày
Đường xa, nghĩ nỗi sau này mà kinh"

Có lẽ ứng vào đoạn này chăng?... Cho đến khi Tuấn Hoàng khoác áo đi ra, Thương vẫn không biết rằng, có một người khác đang đứng bên ngoài cửa sổ.

Đã quá muộn, Bường kéo rèm định đi ngủ, bất chợt anh phát hiện ra văn phòng của Tuấn Hoàng vẫn còn ánh đèn. Đó là điều chưa từng xảy ra. Bởi vì, hàng ngày tới mười tám giờ, là ông chủ đã phóng xe về Prag với cô vợ "Tây". Bường khoác áo, cầm theo cây gậy, anh tiến sát tới cửa văn phòng. Ở đây anh đã nghe được tiếng của Thương. Bường vòng ra sau nhà, qua khe hở của tấm rèm, anh nhìn thấy đúng lúc Tuấn Hoàng vẻ sợ hãi, đang đi lùi ra phía cửa. Bường đã hiểu hết mọi chuyện. Chờ cho xe của Tuấn Hoàng đi khỏi, anh gõ vào kính ra hiệu cho Thương. Nhưng cửa chính đã bị khoá ngoài. Bường quay về gọi Loan, họ bắc ghế trèo qua cửa sổ. Thương ôm lấy Loan khóc tầm tã như mưa.

Chuyện đã rõ. Giờ họ chỉ còn việc bàn bạc, xem cứu Thương bằng cách nào. Ngồi đến quá nửa đêm, cuối cùng Bường đập tay lên trán:

- Hay ta nhờ anh Thắng?

- Đúng rồi, sao mình lại không nghĩ tới anh Thắng nhỉ?

Loan mừng rỡ reo lên.

Thắng trước kia là tiểu đội trưởng của Bường, anh ta sang lao động bên Tiệp trước Bường mấy năm. Bây giờ gặp lại, họ thân nhau như anh em ruột. Hiện nay hai vợ chồng Thắng bán quần áo ở mãi chợ

đường biên Bozi Dar, khu này nằm đối diện với thị trấn Oberwiesen-
thal - địa danh du lịch trượt tuyết nổi tiếng của Đức.

Theo kế hoạch, ngay đêm ấy Thương thoát ra ngoài. Cô được vợ
chồng Thắng đón về, giấu ngay trong nhà.

Sáng hôm sau, Tuấn Hoàng dẫn được Thi "phò" tới văn phòng
thì không thấy Thương đâu nữa. Chúng vội xua lâu la đi lùng sục
trong chợ và các ngả đường. Sợ Thương báo cảnh sát, Tuấn Hoàng
quay xe chạy một mạch về Prag.

Chờ tới ngày thứ ba, thấy tình hình không còn nguy hiểm nữa,
Bường và Thắng đã dẫn Thương vượt biên sang Đức an toàn. Đặt
được chân lên mảnh đất màu mỡ với ánh mặt trời chói chang, lòng
Thương dạt dào hạnh phúc như được trở về với đất mẹ. Nhưng…
Thương đâu có ngờ, để đi tiếp được chặng đường hai mươi năm sau
đó, vợ chồng cô đã phải trải biết bao cay đắng nhọc nhằn, cho đến
ngày hôm nay, họ mới có được ngọt bùi trong cuộc sống.

* * *

Bà Thương nhắm mắt lại, những giọt nước mắt lăn dài hai bên
gò má đã thâm đen nhiều vết nám. Bà cứ ngồi im như thế, miên man,
để cho quá khứ buồn đau lắng sâu tận đáy lòng: *Ở đời, người ta có
thể đem nhà cửa, tiền bạc, thậm chí cả sinh mạng ra để đổi lấy hạnh
phúc. Nhưng không ai có thể mang lương tâm ra, để đổi lấy sự no đủ
cuộc đời.*

Lát sau, bà lật trang đọc tiếp: *"Trong một cố gắng bắt giữ chiếc
xe BMW màu đen - mang biển số Đức - chạy ra từ sàn nhảy Disko,
cảnh sát Praha đã phát hiện ra: dấu vân tay của người đàn ông gốc
Á điều khiển xe, trùng hợp với dấu vân tay của sát thủ đã gây ra thảm
án tại nhà hàng nói trên, cách đây 15 năm. Trước cơ quan điều tra,
tên này đã khai ra kẻ chủ mưu chính là Mai Tuấn Hoàng - Giám đốc
công ty Lemexport - Nhà kinh doanh "máu mặt" nhất, trong cộng
đồng người Việt của thành phố.*

Cảnh sát đang làm rõ nguyên nhân của vụ giết người".

Halle/S. 2012 - 2018, Mùa Thu-Nhâm Thìn.
Nguyễn Công Tiến

LÊ HÂN - LÊ VĨNH TÀI - M.H. HOÀI LINH
PHƯƠNG - QUAN DƯƠNG - NGUYỄN AN BÌNH
- NGUYỄN HÀN CHUNG - HƯ VÔ - TRẦN VẠN
GIÃ - NGUYỄN VŨ SINH

Lê Hân - **An bình**

gió bay giữa trời tháng tư
lang thang rối rắm hình như vướng gì
gió thì đâu có dính chi
họa chăng lòng chợt vân vi một thời

đâu cần nhắc chuyện qua rồi
buồn thì cũng có mà vui cũng nhiều
bây chừ cũng chỉ bấy nhiêu
sáng vui chiều thở ra điều bi quan

tự nhắc ta đang hưởng nhàn
in sách làm báo tàng tàng thử xem
còn chưa lọt khỏi qua em
cuộc sống vẫn vậy lem nhem bình thường

Lê Hân

Lê Vĩnh Tài - **Thơ có "biển"**

biển đang trong cơn bão…
san hô xếp chồng lên nhau
như những xác người

hết mùa hè đỏ lửa thì đến mùa đông
đất nước là cảm hứng của viên đạn đồng
màu đỏ
tan hết thì còn màu xám

cảnh giác với gió và ảm đạm
mệt mỏi chờ đợi sự ấm áp
từ cái bè gỗ ngày vượt biên
lửa nướng từng người chất đống như ánh sáng
xua đi những gì đe dọa

mặt trời như
than hồng như màu đỏ
như ngày xưa như máu
lẫn vào hoa.

Biển ở đâu?

có ai đang bơi không?
và tại sao bài thơ phải có nghĩa?

bài thơ
nó phải chiến đấu với ma quỷ
nấp bắn trong những chiếc tàu ngầm

bài thơ, nó bị thương
mất một cánh tay
và hư một mắt
nên nó không còn đủ ý nghĩa

bạn hãy để ý
nó cũng không cần ra vẻ quan trọng
sự vắng mặt của nó
làm biển không còn nhìn thấy

biển chỉ có thể ngửi
làm con cá không thể bơi

và bạn
chỉ còn làm tình với cái chết
và những kẻ mắc bệnh lậu tâm hồn...

Lê Vĩnh Tài

M.H. Hoài Linh Phương - **Thềm xưa**

Tôi còn đứng lại thềm xưa
Để thương và nhớ, để chờ một tên…
Mịt mù lối cũ, đường quen
Ấu thơ xa khuất trên miền lưu vong

Sao nghe trong giấc mơ hồng
Môi hôn vẫn ngọt, vẫn nồng ngần bao…
Học trò tuổi ngọc trăng sao
Thơ tôi viết mãi phương nào… chiến tranh
*
Bể dâu đứt đoạn ngàn xanh
Nửa vầng trăng vỡ, cũng đành… riêng tôi.

M.H. Hoài Linh Phương
Washington D.C tháng 03/2019

Quan Dương - **Một ngày mưa**

Một ngày mưa em bỏ tôi đi
Tôi thả buồn theo nhưng vội vàng lượm lại
Khi em đi em mang theo ráo trọi
Nếu không lượm lại buồn
Tôi chẳng biết chơi với ai

Tôi để dành buồn dùng để khuấy cà phê
Khuấy hà tiện mỗi ly mỗi muỗng
Gặp những buổi trời mưa
như sáng nay chẳng hạn
Tôi đem buồn ra khuấy thả ga

Khi không còn em
má nhìn tôi không ra
Cà phê đắng uống hoài không chịu nổi
Buồn trước mặt cứ lượn qua lượn lại
Muốn chửi thề
nhưng không dám.
Sợ em nghe

Tôi ngụm từng ngụm buồn
nhả ra ngoài mưa
Mưa dạt lại cuốn buồn tròn thành hạt
Từng hạt buồn chọi trúng hồn tím ngắt
Tôi thẫn thờ ngày tháng rượt theo đuôi

Một ngày mưa em bỏ tôi đi
Tôi thả buồn theo
Mưa thúi đất.

tháng 3/2019
Quan Dương

Nguyễn An Bình - **Ở đâu còn có ngày mưa?**

Ở đây có chút mưa phùn
Bay qua cửa lớp nghe lòng bâng khuâng
Ở đây có chút nắng vàng
Hôn lên má đỏ ngày tàn cuối năm.

Ở đây có chút niềm riêng
Lá bàng rụng đỏ lối quen sân trường
Ở đây có chút bụi đường
Năm năm áo trắng còn thương người về.

Ở đây có mái tóc thề
Thương nhau quấn quít đường về quẩn quanh
Ở đây lá phượng còn xanh
Mà mơ hoa trổ trên cành cây non.

Ở đây lối cỏ đã mòn
Trước sân im tiếng trống trường chờ ai
Ở đây có những tháng ngày
Nghe em cất tiếng giảng bài thật êm.

Ở đâu… mới có ngày xưa
Và em bóng cũ trong mưa chợt về?

Nguyễn An Bình

Nguyễn Hàn Chung - **Đàn bà cũ**

Đàn bà cũ lấy chồng rồi sẽ mới
Sẽ thẹn thùng như cô gái thanh tân

Đàn ông cũ nàng không màng tưởng tới
Chỉ trừ khi ngồi với bóng một mình

Đàn ông cũ không bao giờ còn mới
Vì đêm đêm cứ ôm bóng tưởng hình

Đàn bà cũ anh không hề chờ đợi
Chỉ trừ khi ngồi sững trước cơm canh

Có thương tưởng người đàn bà quá cũ
Có bi thương những đổ vỡ chia lìa

Mới thấu hiểu gã đàn ông rất cũ
Cứ đi tìm nỗi khuất phía xa kia

Nguyễn Hàn Chung

Hư Vô - **Tôi chở mây về em tháng 5**

Mùa thu thay áo khuya vàng võ
Tôi chở mây về em tháng 5
Hồn phơi tiền tích ngàn dâu bể
Một đời chưa ráo lệ tình nhân.

Những ân cần em còn gìn giữ
Không có đời sau cũng nợ nần
Buồn chung thuở tóc dài lận đận
Thả đêm che khuất dấu môi trần.

Phủi lớp bụi đường thời lang bạt
Trên áo vai xưa chút nhọc nhằn
Tôi về mưa rắc hương đầy mắt
Giữa mùa lá ngập bước chân hoang.

Hàng cây đứng đợi em vườn cũ
Ru khúc thu buồn tôi tháng 5
Chỗ còn di tích mà em đã
Cùng tôi bày biện nỗi thăng trầm...

Hư Vô

Trần Vạn Giã - **Tình khúc bên sông**

Anh như cỏ dại ven đường
Ngả theo ngọn gió vô thường thế thôi
Trầu cau có bỏ nhau đâu
Mà sao bạc trắng màu vôi ngày về

Bên này sông cách bờ đê
Bên kia sông cách câu thề thủy chung
Tìm chi cái khổ tận cùng
Tiếc chi ngọn lửa cháy bùng cơn đau

Cũng là tấc đất, ngọn rau
Cũng là tóc trắng phau phau bạc đời
Cũng là đường cũ một thời
Nơi đồi sim tím góc trời chiều nay

Lòng anh không ớt mà cay
Đò ơi chim sáo đã bay mất rồi.

Trần Vạn Giã

Nguyễn Vũ Sinh - **Phố biển**

Mai ta sẽ về phố biển ơi!
Tìm dấu chân xưa phố thưa người
Qua ngõ thân quen, con đường cũ
Biết còn nghe tiếng lá khô rơi?

Tìm quán xưa quen, chỗ ta ngồi
Lặng nhìn những giọt cà phê vơi
Nơi đây nào thấy con sóng vỗ
Ngỡ lòng như dậy tiếng biển khơi!

Ai qua trên phố giọng cười vui
Đêm đêm đèn hoa vẫn sáng ngời
Dù biển quặn đau từng con sóng
Màu thiên thanh ấy vẫn trong tôi!

Ta sẽ về khi phố mưa rơi
Ngắm hạt mưa bay giữa lưng trời
Ta qua phố mưa dầm vai áo
Ướt dấu sầu trên ngón chân côi…

Ngỡ mình như vỏ ốc nhỏ nhoi
Trên bãi cát êm đợi sóng bồi
Nghe gió trùng khơi muôn đời thổi
Vang tiếng chân ai lạ mặt người!

Nguyễn Vũ Sinh

THIẾU KHANH

Vương đạo và vị Hùng Vương thứ 19

Nói đến vị Hùng Vương thứ 19 tức là mặc nhiên chấp nhận có 18 vị Hùng Vương trước đó.

Đây là nói về mặt logic chớ hầu như tất cả sử sách của ta đều dành chỗ trang trọng cho các vị hiền nhân minh triết này trong thời kỳ sơ khai khuyết sử của dân tộc. Trong Việt Nam Sử Lược (VNSL), học giả Trần Trọng Kim tỏ ý nghi ngờ tính xác thực của thời đại Hùng Vương trải dài trong 2622 năm với 18 đời "Vua," bắt đầu từ năm 2879 trước Công nguyên (CN), tức cách đây (năm 2019) 4898 năm, và kết thúc sau khi Thục Phán đánh chiếm nước Văn Lang của Hùng Vương thứ 18 để sáp nhập với nước Tây Âu hay nước Âu Việt lập ra nước Âu Lạc vào năm 258 trước CN.

Có người, không biết dựa vào đâu, đã kể vanh vách tên của 18 vị "Vua" Hùng, như thể ngay từ thời khởi thủy xa xăm đó người Việt đã có tổ chức quốc gia chặt chẽ và đã có sách vở để ghi chép tên mỗi vị "Vua."

Thật ra, *Vương* không phải là vua. *Hùng Vương* không phải là "Vua" Hùng.

I. *VƯƠNG* LÀ MỘT TỪ TIẾNG VIỆT – *VƯƠNG* LÀ MỘT BẬC THÁNH NHÂN

Để hiểu rõ vị thế của các vị Hùng Vương trong tinh thần văn hóa và lịch sử dân tộc, trước hết cần làm rõ ý nghĩa nguyên thủy của từ VƯƠNG.

Trong bài viết *"The Birth of Vietnam, Dịch và ngẫm nghĩ,"* người viết đã có đề xuất điều này, nhưng ở đây có lẽ cần được lặp lại để nội dung bài viết được rõ và nhất quán.

VƯƠNG là một từ cổ có mặt và được dùng trong cả hai ngôn ngữ, Hán và Việt, trong suốt lịch sử hàng ngàn năm. Tuy được người Tàu viết thành chữ từ rất sớm, nhưng theo ý nghĩa và sự sử dụng trong đời sống thực tế thì *Vương* là một từ tiếng Việt, trong ngữ hệ Nam Á (vì người Việt nói ngôn ngữ Nam Á, *Austroasiatic languages*), chớ nó không phải tiếng Hán.

Chữ Vương (王) được người Tàu cổ thể hiện bằng ba vạch nằm ngang được cho là tượng trưng Tam Tài (thiên, địa, nhân) và một vạch dọc nối liền ở giữa ba vạch ngang ấy, ngụ ý một "đấng" nối thông tam tài, tức kết nối con người với trời và đất. Con người có khả năng nối thông tam tài đó phải là một nhà đại hiền triết, hay một bậc thánh nhân hiểu thấu lẽ huyền vi của vạn vật, chớ không phải một người cai trị thế tục, không phải một ông vua.

Trong *Lục thư* (sáu cách viết chữ Hán), dạng chữ *Vương* này được gọi là *chữ Khải* (Khải thư) mới phát triển từ khoảng thế kỷ III.

Sách Hán Tự Tố Nguyên của Lý Lạc Nghị cho thấy chữ *Vương*-giáp-cốt-văn (王), tức loại chữ khắc trên mai rùa xương thú cổ hơn chữ *Khải* khoảng một ngàn năm, có hình dạng một người đứng dang tay như một vị pháp sư cầu khẩn với trời đất. Và một chữ *Vương*-kim-văn – tức chữ khắc trên đồ dùng bằng kim loại (thường là đồ đồng) xuất hiện vào khoảng thời gian giữa hai chữ Vương kia, mà theo Lý Lạc Nghị, có hình dạng lưỡi rìu, loại vũ khí vừa là dụng cụ đặc trưng của người Việt cổ. Với chữ *Vương*-kim-văn (王) tuy vẽ hình chiếc rìu lưỡi loe (hoặc loại rìu lưỡi xéo) ta cũng thấy sự gợi ý của khái niệm "nối thông tam tài" sẽ dẫn đến chữ *Vương*-Khải-thư của nhiều thế kỷ sau.

Gần 5000 năm trước, dân tộc ta vẫn còn trong tình trạng rất sơ khai, tuy đã định cư nhưng chắc là chưa có tổ chức quốc gia sớm như thế, nên chưa thể có Vua. Hoặc giả, từ cái mốc 2879, người Lạc Việt đã có tổ chức quốc gia nhưng không phải dạng nhà nước quân chủ đứng đầu là một ông vua, mà theo một hình thức nhà nước đặc biệt dưới sự lãnh đạo của một vị *Vương*.

Sách Lĩnh Nam Chích Quái viết: "Âu Cơ và 50 người con lên ở đất Phong Châu, suy phục lẫn nhau, cùng tôn người con cả lên làm vua, hiệu là *Hùng Vương*, lấy tên nước là Văn Lang, đông giáp nam hải, tây tới Ba Thục, bắc tới Động Đình hồ, nam tới nước Hồ Tôn (nay là Chiêm Thành). Chia nước làm 15 bộ (còn gọi là quận): Việt Thường, Giao Chỉ, Chu Diên, Vũ Ninh, Phúc Lộc, Ninh Hải, Dương Tuyền, Lục Hải, Hoài Hoan, Cửu Chân, Nhật Nam, Chân Định, Văn Lang, Quế Lâm, Tượng Quận. Chia các em cai trị."

Sách Đại Việt Sử Lược viết: "Vào thời Chu Trang Vương (696 – 682 trước CN) ở bộ Gia Ninh có một dị nhân dùng pháp thuật thu phục tất cả các bộ lạc, tự xưng là Hùng Vương, đóng đô ở Văn Lang, hiệu là nước Văn Lang… Truyền được 18 đời, đều gọi là *Hùng Vương*."

Một dị nhân dùng pháp thuật là hành động của một pháp sư là người có những sự giao tiếp với các lực siêu nhiên và siêu hình. Điều đó phù hợp với tính cách kết nối con người với trời đất của một bậc *Vương*.

Trong thời đại còn mông muội của nhân loại, con người chịu ảnh hưởng nặng nề dưới các lực tự nhiên chưa được hiểu rõ nên các điều ma thuật rất phổ biến và người ta rất tôn trọng những người có tài năng sử dụng ma thuật mà về sau được gọi là pháp sư. Dị nhân tự xưng mình là *Hùng Vương*. Có lẽ Chu Trang Vương đã có dịp chứng kiến sự xuất hiện của vị Hùng Vương thứ 18, cho nên ngay từ đó ông ta đã có kết luận: *"Truyền được 18 đời, đều gọi là Hùng Vương."*

Vào khoảng năm 1968, trong giới nghiên cứu sử học tại miền Nam nổi lên một cuộc tranh cãi về chuyện *Lạc vương* hay *Hùng vương*, nhân có người giở lại đề xướng trước kia của Henri Maspéro, một sử gia người Pháp, cho rằng không có *Hùng Vương* mà chỉ có *Lạc Vương*, và rằng các nhà chép sử Tàu đã chép nhầm tự dạng *Lạc vương* (雒　王) ra *Hùng vương* (雄王) khiến các sử gia Việt nhầm lẫn. Thời đó nhà văn kiêm nhà nghiên cứu Bình Nguyên Lộc đã bật cười: "Một ông Tây chê các ông Tàu viết nhầm chữ… Hán!"

Chữ Hùng (雄) trong *Hùng vương* vừa là một cái Họ (ví dụ Hùng Vương được hiểu là vị "vua" họ Hùng), cũng vừa có nghĩa là người hay vật đứng hàng đầu. Theo tác giả sách *"The Birth of Vietnam,"* giáo sư tiến sĩ sử học Keith Weller Taylor, *"từ Hùng có nguồn gốc từ một danh hiệu của người **thủ lĩnh** đến nay vẫn còn tồn tại trong ngôn ngữ của các dân tộc nói tiếng Môn-Khmer sống tại các vùng núi ở Đông Nam Á, cũng như trong tiếng Mường, thứ ngôn ngữ miền trung du gần* *gũi chị em với tiếng Việt."*

Trong sách "Lịch Sử Việt Nam – Từ Nguồn Gốc Đến Thế Kỷ XX" Gs Lê Thành Khôi cũng cho rằng "Tiếng Việt với các phương ngữ Mường có [cùng] một từ vựng trên cơ sở Môn-Khmer." Theo giáo sư ngôn ngữ học người Mỹ Gérard Diffloth, tiếng Việt thuộc chi Việt – Katu, nhóm Môn-Khmer, ngữ hệ Nam Á. Vậy, *Hùng*, tuy được viết dưới dạng chữ Hán nhưng nó cũng là một từ Nam Á, hoặc từ tiếng Việt cổ. Từ đó, viết *Lạc vương* là đúng, đó là vị *Vương* (pháp sư) của người Lạc Việt. Mà viết *Hùng vương* cũng đúng. *Hùng vương* là vị Lạc vương thủ lãnh, đứng trên các Lạc Vương. Điều này cho ta hiểu dưới Hùng vương còn có các Lạc vương. *Lạc vương* là vị *vương* của mỗi cộng đồng người Lạc, hay mỗi bộ trong 15 bộ của nước Văn Lang. Và *Hùng vương* là vị *Lạc vương* đại thủ lĩnh đứng cao hơn hết.

Trong khung cảnh xã hội sơ khai nhiều ngàn năm trước, một con người có khả năng "nối thông tam tài – kết nối con người với trời đất" là một nhân vật rất có uy thế và ảnh hưởng lớn đến cuộc sống của mọi người, và nhân vật đó lãnh đạo cộng đồng dân cư bằng uy tín thần quyền hay đạo đức của họ, chớ không phải cai trị bằng quyền lực vũ lực. Mỗi cộng đồng dân cư địa phương (tức mỗi "bộ") luôn luôn có một vị pháp sư (*Vương,*) nhưng phải vài trăm năm mới xuất hiện một vị Đại pháp sư pháp thuật cao cường, có đủ quyền lực tinh thần và uy tín về tri thức để trấn áp và thống lãnh toàn bộ các *vương* trong cả nước, và được tôn xưng, hay tự xưng là *Hùng Vương*. Điều đó giải thích tại sao trong suốt 2622 năm mà chỉ có 18 vị Hùng Vương. Đương nhiên mỗi vị Hùng Vương đều có tên tuổi, nhưng qua hàng ngàn năm mà không có phương tiện ghi chép người ta không thể nhớ được, chỉ nhớ thứ tự xuất hiện của họ. Bởi các Hùng Vương xuất hiện cách xa nhau như thế trong thời gian, nên họ không bao giờ có triều đình với các quan văn võ như triều đình của Tàu, cũng chẳng thể có chuyện cha truyền con nối được.

Vào khoảng thiên niên kỷ III trước CN, các bộ tộc người Hán du mục, đã có tổ chức xã hội với người đứng đầu xưng *Đế,* từ vùng Tây Bắc nước Tàu tràn xuống phía dưới sông Hoàng Hà. Những dân mới đến thấy tại đây đã có các tộc dân người Việt (Bách Việt) mà họ gọi chung là *Yüeh* của nền văn minh định cư nông nghiệp đang phát triển dưới sự lãnh đạo của các *Lạc vương* và *Hùng vương*. Những bộ tộc người Hán đã ở lại chung sống với dân bản địa và tiếp nhận ảnh hưởng của nền văn hóa *Vương đạo* (Đạo của các Vương) của các tộc người Việt. Nhưng bọn người mới đến vốn là dân du mục, với bản tính hung hãn, họ liên tục gây chiến tranh và nuốt dần lãnh thổ của các tộc Việt trong Bách Việt, biến các quốc gia này thành các nước chư hầu của họ.

Theo truyền thuyết, không chịu được bản tính hung tàn của giống dân du mục, người Lạc Việt mà ranh giới bờ cõi phía Bắc lên tận hồ Động Đình trên bờ nam sông Dương Tử rút dần xuống phía nam vượt qua Ngũ Lĩnh, nằm cách xa tầm với của bọn người Hán nên còn kéo dài và duy trì cơ chế Hùng Vương cho đến khi đất nước Âu Lạc lọt vào tay Triệu Đà, một tay phiêu lưu người Hán.

Nhiều người Việt không di tản ở lại sống với người Hán. Số người Việt rất đông. Lâu ngày, tiếng nói của người Hán chịu ảnh hưởng của cấu trúc ngữ pháp tiếng Việt, họ gọi các thủ lãnh của họ là Đế Cốc, Đế Nghiêu, Đế Thuấn, Thần Nông … vân vân, (thay vì theo trật tự tiếng Hán là Cốc đế, Nghiêu đế, Thuấn đế, Nông thần…). Không những thế, bị hấp dẫn bởi tinh thần *Vương đạo* tốt đẹp của người Việt, các thủ lĩnh người Hán cũng từ bỏ Đế hiệu để xưng *Vương* như người Việt.

Trong tinh thần văn minh nông nghiệp của người Việt, *Vương* là một người đại minh triết, đại hiền triết, như một thánh nhân thay mặt trời đất bảo vệ và yêu thương con người và vạn vật. Có lẽ chính ý tưởng *Vương* gần với ý nghĩa một đấng gần gũi với trời, thay trời hành đạo, đã hấp dẫn giới cai trị Tàu. Họ từ bỏ ngôi vị *Đế* thống trị giống dân chăn súc vật chẳng cao sang để thay bằng ngôi vị *Vương* và xưng mình là thiên tử (con trời).

Sau khi diệt xong nhà Thương, Cơ Phát lập nên nhà Chu, xưng hiệu Vũ Vương, bắt đầu một triều đại kéo dài 800 năm, triều đại dài nhất trong lịch sử nhân loại, với 12 đời vua Tây Chu, và 25 trong số 26 đời vua Đông Chu đều xưng Vương hiệu. Riêng ông vua cuối cùng của triều Đông Chu vì quá suy yếu không dám xưng vương, chỉ xưng Đông Chu Quân, rốt cuộc bị nhà Tần bắt và giết vào năm 249 trước CN, chấm dứt triều đại nhà Chu.

Tất cả các Vua nhà Chu bắt chước người Việt xưng *Vương*, nhưng không xưng *Hùng Vương*. Vì họ chỉ xưng *Vương* thì các vua chư hầu của họ không ai được xưng *Vương* nữa, mà chỉ được mang các tước công, hầu, hoặc bá, tùy theo mức độ quan trọng của các thuộc quốc đó. Thoạt đầu nhà Chu có đến tám trăm nước chư hầu; các chư hầu này liên miên đánh phá tiêu diệt thôn tính lẫn nhau, đến cuối thời Chiến quốc rút lại còn 7 nước. Lúc bấy giờ nhà Chu suy vong, các chư hầu nổi lên xưng vương đồng loạt.

Các đời vua nhà Chu tuy xưng *Vương*, nhưng họ luôn ý thức *Vương* là một khái niệm ngoại lai. Nó là của người Việt. Về sau, người Tàu vẽ một chữ *Quốc* chỉ đất nước của tộc người có khái niệm *Vương* đó bằng cách vẽ hình chữ *Vương* trong một ô vuông. Đó là chữ Quốc (国) của người (Lạc) Việt. Chữ Quốc mà người Tàu gọi là chữ Quốc "đơn" với thái độ phân biệt đối xử, được dùng để chỉ duy nhất đất nước của người Việt thôi; họ không dùng chữ Quốc đó để chỉ một quốc gia nào khác. Thậm chí, khi tìm cách thay thế chữ quốc phồn thể (國) khó nhớ khó viết của họ, họ không thèm dùng chữ Quốc "đơn" có sẵn (vì nó là của người Việt) mà thêm một chấm vào chữ *Vương* trong chữ Quốc "đơn" biến chữ *vương* thành chữ *"ngọc"* với ngụ ý Trung Quốc (中国) là đất người của ngọc ngà châu báu, chớ không phải của *Vương đạo. Vương đạo* là của người Việt.

Khái niệm "*Vương*" của người Việt mang tính nhân văn rất cao, và nền văn hóa *Vương đạo* chỉ phù hợp với chủng người Việt trong nền văn minh nông nghiệp hiền hòa sống hòa bình với nhau. Họ, các *Vương* hay *Hùng Vương* của người Việt, là bậc hiền triết, đấng thánh nhân, có thể giữ vị trí lãnh đạo xã hội bằng uy tín đạo đức của mình, chớ không phải cai trị bằng vũ lực. Một người ở ngôi vị *Hùng Vương* vẫn để cho các *vương* khác tồn tại trong mỗi cộng đồng dân cư trong cả nước, chớ không dẹp bỏ họ. Trái lại khi một thủ lãnh người Hoa xưng *vương*, ông ta tức khắc tiêu diệt hết các vương khác, để không ai được xưng con hay cháu chắt gì cả của ông Trời. Tuy ngôi vị *Vương* đưa một thủ lĩnh người Hán lên vị trí cao cả là "thiên tử," con trai độc nhất của ông trời, nhưng cũng chính ngôi *Vương* này đã bộc lộ nhiều điểm không thích hợp với tộc người du mục, khiến đế chế của họ bị suy yếu và dẫn đến tan rã: *Vương* thì không dùng vũ lực, cho nên các "thiên tử" nhà Chu không có vũ lực trong tay, đất nước của thiên tử bị chia sẻ manh mún, thiên tử bị các chư hầu ăn hiếp và lấn át mà đành bó tay không làm gì được.

Đó là lý do khiến các nước chư hầu của nhà Chu tuy thấy *Vương đạo* có tính nhân văn tốt đẹp và luôn đề cao nó, nhưng họ không theo, mặc dù Khổng Tử mang nó đi thuyết giảng đến mòn giày lỏng gối mà chẳng vua chúa chư hầu nào thèm nghe. Cuối cùng, khi Tần vương Doanh Chính thống nhất Trung Hoa, ông ta lên ngôi Hoàng Đế, xưng Thủy hoàng đế (Hoàng đế đầu tiên) của truyền thống mới, không thèm đếm xỉa đến các ông Đế trước kia trong lịch sử của họ đã nhiễm văn hóa Việt. Từ đây ngôi vị *Vương* được các Hoàng đế ban cho các con trai thứ của mình. (Con trai trưởng thì được phong Đông cung Thái tử để nối ngôi cha). *Vương* từ một ngôi vị cao quý nối thông tam tài, đáng lẽ đứng trên các vua chúa trần gian, trở thành một tước vị thế tục, không còn mang tính thiêng liêng hay minh triết hiền triết gì nữa. Một ông con thứ của Vua thì minh triết đến đâu, và làm sao có thể đứng ra kết nối con người với trời đất cơ chứ!?

Những điều đó xác nhận *Vương* là một từ tiếng Việt, của riêng tộc người Việt. Và nó là một từ mang khái niệm hoàn toàn ngoại lai đối với người Trung quốc và văn hóa Trung quốc.

II. 18 BÀ HÙNG VƯƠNG

18 BÀ Hùng Vương không phải là những bà vợ của 18 ÔNG Hùng Vương, mà bản thân các bà ấy là Hùng Vương. Hoặc nói cách khác, tất cả 18 vị Hùng Vương trong lịch sử đều là Phụ Nữ!

Trong sách Việt Nam Sử Lược, học giả Trần Trọng Kim viết: "Quyền chính trị (của các "Vua Hùng") thì cứ cha truyền con nối gọi là phụ đạo." Viết như thế là nói theo các sách vở của Tàu mô phỏng hình thức triều đình của Tàu, và hoàn toàn không chính xác với tình hình thực tế của lịch sử Việt Nam.

Trước hết, Hùng Vương không phải là Vua, nên không có tính cha truyền con nối. Hùng Vương chỉ là một bậc hiền triết, một pháp sư trưởng của cả nước, làm trung gian giữa con người và trời đất qua các nghi lễ cúng tế, như còn thấy trong vai trò của các thầy mo hay thầy cúng trong các cộng đồng dân tộc thiểu số hiện đại. Hùng

Vương không bao giờ làm công việc cai trị, cũng không có ban bệ triều đình với những *lạc hầu lạc tướng* theo kiểu triều đình người Tàu như sử chép.

Ở phần chú thích trong bài viết của mình trong cuốn sách nghiên cứu của nhiều tác giả "Thời Đại Hùng Vương – Lịch sử - Kinh tế - Chính trị - Văn hóa – Xã hội," học giả Nguyễn Đổng Chi ghi nhận: "Một sứ giả Trung quốc đến Việt Nam năm 990 về miêu tả cho thấy một ông vua và một triều đình sinh hoạt rất bình dị, ví dụ: *Lê Hoàn đi chân đất xuống nước và câu cá bằng một cần câu bằng tre dài; mỗi lần nhà vua câu được một con cá thì quần thần nhảy lên và reo mừng…*" Trừ ngành quân sự ra chưa có ngành nào hoàn chỉnh và phát huy tác dụng một cách đắc lực."

Vào cuối thế kỷ X mà tình trạng triều đình của nền quân chủ Việt Nam còn ở mức độ sơ khai như thế; thế thì từ hơn ba ngàn năm trước đó, Hùng Vương đã không phải là vua, làm gì có triều đình với quyền lực chính trị cha truyền con nối?

Thứ hai, từ thời thượng cổ vô sử cho đến vài thế kỷ đầu công nguyên, người Việt hoàn toàn sống trong chế độ mẫu hệ; người ta chỉ biết mẹ và quyền lực của mẹ chớ không hề biết cha mình là ai, nói chi đến việc công nhận quyền "phụ đạo cha truyền con nối" của một ông Hùng Vương… đực rựa!

Các sách sử của ta ít khi nói gì về chế độ mẫu hệ này. Mà có nói thì cũng luôn luôn với tư thế người đàn ông của chế độ phụ hệ. Trong tác phẩm "Lịch Sử Việt Nam…" Gs Lê Thành Khôi ghi nhận: "Lạc Long Quân, sau khi lấy Âu Cơ, vẫn tiếp tục sống với mẹ và để vợ lo toan việc dạy dỗ toàn bộ con cái của hai người: như vậy đây là một hệ thống theo mẫu hệ."

Chúng ta biết, ngay cả trong thế kỷ 21 này, ở một số dân tộc thiểu số còn theo mẫu hệ, người con trai không cưới vợ, mà người con gái chủ động cưới chồng. Có thể nói "Lạc Long Quân trưởng thành rồi mà vẫn còn sống với mẹ," thì được, vì trong chế độ mẫu hệ, người đàn ông con trai nào cũng phải chịu sự bảo vệ và quyền lực của mẹ. Nhưng nói "Lạc Long Quân cưới Âu Cơ" thì đó là cách nói của người đàn ông trong chế độ phụ hệ, với thái độ xem nhẹ hoặc không quan tâm đúng mức về sự tồn tại của chế độ mẫu hệ của người Việt thời sơ khai gần 5000 năm trước. Do đó, người ta càng không nói gì về nỗ lực khá vất vả của chính quyền nhà Hán nhằm cải tạo chế độ phụ hệ cho người Việt sau khi chúng chiếm được đất nước Nam Việt và đánh bại cuộc khởi nghĩa của Hai Bà Trưng.

Sở dĩ Hai Bà Trưng và các tướng lãnh của bà, cũng toàn phụ nữ, dễ dàng vận động hàng vạn quân sĩ, chắc chắn là toàn thanh niên nam giới, theo mình trong cuộc khởi nghĩa, không phải chỉ vì các bà có chính nghĩa và lòng dân sục sôi yêu nước chống xâm lăng, mà do hàng ngàn năm qua người ta sống trong chế độ mẫu hệ, quen phục tùng phụ nữ, xem sự phục tùng đó một điều tự nhiên, nhất định phải thế. Đặc biệt là hai Bà Trưng khởi nghĩa và cầm quân đánh giặc ngay khi chồng bà Trưng Trắc là Thi Sách vẫn còn sống chớ không phải vì Thi Sách bị Tô Định giết mà bà đứng dậy báo thù chồng như sách sử của ta từng ghi lại. Tiến sĩ Keith Weller Taylor cho biết không thấy có bằng chứng nào về việc Tô Định giết Thi Sách để hứng chịu sự phục thù của hai Bà Trưng. Sở dĩ các sách lịch sử từ trước tới giờ viết như thế là vì các *"định kiến phụ hệ của những thế kỷ về sau không chấp nhận sự kiện một phụ nữ lãnh đạo một cuộc khởi nghĩa và được tôn là nữ vương trong khi chồng bà còn sống. Các nguồn tư liệu Trung quốc nói rõ Thi Sách phục tùng sự lãnh đạo của vợ"*. Câu nói trào phúng "Nhất vợ nhì trời" không phải người ta vô cớ nói cho vui mà có phản ảnh vị trí quan trọng của người phụ nữ Việt Nam trong thời mẫu hệ.

Theo Tiến sĩ Keith Weller Taylor, cho đến thế kỷ đầu Công nguyên, *"tinh thần mẫu hệ của thời này còn được xác nhận mạnh mẽ hơn nữa với sự kiện là mộ và đền thờ của thân mẫu bà Trưng Trắc vẫn còn đó mà tuyệt không thấy có di tích gì cả của phụ thân bà."*

Gần hai trăm năm sau Bà Trưng, cuộc khởi nghĩa của Bà Triệu trong thế kỷ III cũng cho thấy ảnh hưởng của mẫu hệ vẫn còn rất mạnh mẽ. Là một thiếu nữ 19 tuổi, không có "gia thế" như hai bà họ Trưng mà có chỗ nói là "con gái quan Lạc Tướng ở Mê Linh", cô gái Triệu Thị Trinh "chỉ muốn cưỡi cơn gió mạnh, đạp luồng sóng dữ, chém cá trường kình ở biển Đông, lấy lại giang sơn, dựng nền độc lập, cởi ách nô lệ, chứ không chịu khom lưng làm tì thiếp cho người", đã phất cờ khởi nghĩa quy tụ hàng vạn đàn ông thanh niên sẵn sàng nghe lệnh mình xông ra giết giặc. Những người nông dân nghe theo lời hiệu triệu của "Bà" Triệu lúc bấy giờ, cũng giống những nông dân Nam Kỳ gần 17 thế kỷ sau đứng lên chống Pháp được vẽ lại dưới ngòi bút của cụ đồ Nguyễn Đình Chiểu:

Ngoài cật có một manh áo vải, nào đợi mang bao tấu bầu ngòi
Trong tay cầm một ngọn tầm vông, chi nài sắm dao tu nón gỗ.

Vốn là nông dân ứng nghĩa, họ không chống nổi binh lực tinh nhuệ của địch quân. Họ bị đánh bại. "Bà" Triệu tuẫn tiết khi mới 23 tuổi.

Chính do ảnh hưởng mạnh mẽ của chế độ mẫu hệ đã khiến hàng vạn đàn ông nghiêm chỉnh tuân lệnh một cô gái 19 tuổi. Ngay cả người anh "bà" là Triệu Quốc Đạt cũng giao binh quyền của mình cho em, và sẵn sàng nghe lệnh của em gái.

Vào thế kỷ III của công nguyên, tức là đã bị thế lực đô hộ chuyển sang phụ hệ vài thế kỷ rồi mà vẫn còn như thế, huống hồ trong khung cảnh xã hội mẫu hệ hơn hai ngàn năm trước đó.

Tập quán mẫu hệ khiến người ta chỉ biết mẹ mà không biết cha còn kéo dài rất lâu về sau. Trong nhiều truyền thuyết về những nhân vật thế kỷ X, thậm chí thế kỷ XI, người ta vẫn còn kể về những người phụ nữ chỉ vì ăn một trái cây lạ, uống một ngụm nước dòng suối thiêng, hay dẫm vào vết chân người khổng lồ, hoặc chỉ nằm mơ thấy thần nhân thôi mà cũng mang thai. Hoặc, hoang đường hơn nữa, có người bị giao long (tức cá sấu), rái cá, trăn, rắn "hiếp" mà có thai. Đại Việt Sử Ký Toàn Thư chép một bà họ Phạm đi chơi chùa Tiên Sơn, mộng thấy thần nhân rồi có thai, sinh ra Lý Công Uẩn, là người về sau mở ra triều đại nhà Lý, tức vua Lý Thái Tổ. Từ điển Di tích Văn Hóa Việt Nam (Nxb Khoa học Xã hội, 1993), mục "Bái Uyên (Đình)" kể chuyện về thời nhà Lý, bà vú nuôi của vua Lý Thần Tông tắm sông "bị giao long quấn lấy người, sau thụ thai sinh được một trai…" và nhiều mục truyện tương tự khác. Cho đến một ngàn năm sau thời hai Bà Trưng mà ảnh hưởng mẫu hệ vẫn còn rơi rớt như thế, làm sao từ ba đến gần bốn ngàn năm trước đó lại có thể có các ÔNG Hùng Vương? Làm sao mà các ÔNG Hùng Vương có thể giữ quyền lực chính trị "cha truyền con nối gọi là phụ đạo" được?

Sau khi sống quen trong chế độ phụ hệ rồi, người ta quên mất chế độ mẫu hệ trong quá khứ, và dùng con mắt phụ hệ để nhận định sự việc. Người ta phải "giết" ông Thi Sách đi rồi mới chịu chấp nhận ngọn cờ khởi nghĩa của hai Bà Trưng! Ngay cả Tiến sĩ Keith Weller Taylor, một người Tây phương đã quen với vai trò và vị trí của phụ nữ trong xã hội hiện đại, và dù đã nắm các sử liệu trong tay như thế mà cũng còn có vẻ phân vân như thể không tin lắm vào quyền lực tuyệt đối của phụ nữ Việt Nam trong chế độ mẫu hệ. Ông viết: "*Trong xã hội Lạc người phụ nữ **có vị thế tương đối cao**. Như chúng ta sẽ thấy, khi các hào trưởng Lạc nổi lên chống lại ảnh hưởng ngày càng nặng nề của Trung quốc, các cuộc nổi dậy của họ đều do phụ nữ lãnh đạo.*"

Và "*Xã hội Việt Nam thời thượng cổ **có thể là không phải chịu sự kiểm soát của phụ nữ**, nhưng rõ ràng là phụ nữ có các quyền thừa kế cho phép họ đảm nhiệm các vai trò lãnh đạo chính trị.*"

Tuy Hùng Vương có thể là những nhân vật mang tính thần quyền và không chính thức giữ vai trò chính trị, nhưng xét tính chất quan trọng của nữ quyền trong chế độ mẫu hệ như ta thấy qua các ví dụ trên, vai trò Hùng Vương mà ảnh hưởng chi phối toàn thể quốc gia trong thời thượng cổ đó, chắc chắn phải nằm trong tay phụ nữ. Các Hùng Vương, vì vậy, đã do phụ nữ đảm nhận. Trong lịch sử đã có 18 BÀ Hùng Vương mà có thể do các sử gia về sau chịu ảnh hưởng phụ hệ nên đã không (dám) nhìn nhận và thậm chí không (dám) chép thẳng ra.

Có phải vì phụ nữ đã giữ vai trò pháp sư từ thời thượng cổ nên cho đến tận ngày nay trong giới đồng bóng thường chỉ có những người phụ nữ "ngồi đồng" mà ít khi có nam giới? Và có thể nào những Mẫu Thoải (Thủy), Mẫu Thượng Ngàn, Bà Chúa Liễu, Bà Thánh Mẫu, và vô số nữ thần khác trong thần thoại Việt Nam là những tàn dư của các (bà) *Vương* trong chế độ mẫu hệ đó không?

III. VỊ HÙNG VƯƠNG THỨ 19.

Cuối đời Hùng vương thứ 18, có người tên Thục Phán không biết từ đâu mang ba vạn quân tới đánh chiếm nước Văn Lang lập ra nước Âu Lạc và xưng An Dương vương. Sự kiện này khá mù mờ, mỗi sách nói một khác.

Sách Đại Việt Sử Lược viết ngắn gọn: Cuối đời nhà Chu, Hùng Vương bị con vua Thục là Phán đánh đuổi rồi lên thay.

Sách Việt Sử Toàn Thư của Phạm Văn Sơn nói rõ hơn: Thục Phán là con thứ của Vua Thục ở Tứ Xuyên, sau khi nước bị Tần diệt đã chạy sang cướp lấy hai nước Tây Âu và Văn Lang để lập nên nước Âu Lạc.

Đại Việt Sử Ký Toàn Thư chép nhiều chi tiết hơn: "An Dương Vương, họ Thục, tên Phán là người Ba Thục, ở ngôi 50 năm, đóng đô ở Phong Khê (nay là thành Cổ Loa). Giáp Thìn, năm thứ 1 (257 trước CN) , (Chu Noãn Vương năm thứ 58), Vua [tức An Dương Vương] đã thôn tính nước Văn Lang, đổi quốc hiệu là Âu Lạc. Trước kia vua nhiều lần đem quân đánh Hùng Vương, nhưng Hùng vương binh hùng tướng mạnh, vua bị thua mãi. Hùng Vương bảo vua rằng: "Ta có sức thần, nước Thục không sợ ư?" Rồi Hùng Vương bỏ không sửa sang võ bị, chỉ ham ăn uống vui chơi. Quân Thục kéo sát đến nơi, hãy còn say mèm chưa tỉnh, rồi thổ huyết nhảy xuống giếng chết, quân lính quay giáo đầu hàng Thục vương".

Sách Khâm Định Việt Sử Thông giám Cương Mục chép lại Đại Việt Sử Ký Toàn Thư, cũng nói tương tự.

Sách Việt Nam Sử Lược của Trần Trọng Kim chép: GỐC TÍCH NHÀ THỤC: Nhà Thục chép trong sử nước ta không phải là nước Thục bên Tàu, vì rằng cứ theo sử nước Tàu thì bấy giờ đất Ba Thục (Tứ Xuyên) đã thuộc về nhà Tần cai trị rồi, thì còn có vua nào nữa. Vả, sử lại chép rằng khi Thục vương Phán lấy được nước Văn Lang thì đổi quốc hiệu là Âu Lạc, tức là nước Âu Lạc gồm cả nước Thục và nước Văn lang. Song xét trong lịch sử không thấy đâu nói đất Ba Thục thuộc về Âu Lạc. Huống chi lấy địa lý mà xét thì từ đất Ba Thục (Tứ Xuyên) sang đến Văn Lang (Bắc Việt) cách bao nhiêu đường đất, có bao nhiêu núi sông ngăn trở, làm thế nào mà quân Thục sang lấy nước Văn Lang dễ dàng như vậy? Sử cũ lại chép rằng An Dương Vương họ là Thục, tên Phán. Như vậy chắc hẳn là nhà Thục, tức là một họ nào độc lập ở gần nước Văn Lang, chớ không phải là nước Thục bên Tàu."

Sách Lịch Sử Việt Nam (tập 1) của Ủy Ban Khoa Học Xã Hội Việt Nam, (NXB Khoa học Xã hội, HN, 1971, (trang 68) ghi: "Vào nửa sau thế kỷ III trước công nguyên, nhân sự suy yếu của triều đại Hùng Vương cuối cùng, Thục Phán, một thủ lĩnh người Âu Việt ở miền núi, đã phát nhiều đạo quân tiến đánh kinh đô Văn Lang (miền

Lâm Thao, Bạch Hạc, Vĩnh Phú) và đánh đổ triều Hùng."

Trong "Lịch Sử Việt Nam – Từ Nguồn Gốc..." Gs Lê Thành Khôi dẫn truyền thuyết của người Tày ở Cao Bằng, cho Thục Phán là "vua xứ Nam Cương nằm ở phía đông Văn Lang trên vùng Cao Bằng hiện nay và phía tây Quảng Tây."

Tiến sĩ Keith Weller Taylor cũng đề cập thuyết này và không biết ông tham khảo từ tư liệu nào cho rằng Thục Phán đã mang ba vạn quân đến đánh Hùng Vương, nhưng chính ông đã căn cứ vào các dữ liệu ngôn ngữ và dân số để bác bỏ thông tin đó. Ngôn ngữ của người dân nước Văn Lang không có biến đổi hay có thêm yếu tố mới nào để chứng tỏ có nhiều người lạ ở nơi xa đến. Và dân số trong nước cũng không tăng lên. Không có ba vạn người nào ở đâu mới đến cả.

Thế thì sự mù mờ về gốc gác xuất xứ của Thục Phán cho thấy ông không phải là người ngoài thâm nhập vào nước Văn Lang. Ông chính là một vị Đại Pháp sư mới trong nước Văn Lang – lần này xuất hiện vị đại pháp sư mới là một người đàn ông.

Sau hơn một ngàn năm Bắc thuộc cộng với hơn một ngàn năm đất nước giành lại được nền độc lập tự chủ, chúng ta không có cơ hội tiếp xúc tinh thần *Vương đạo*, và chúng ta đã quá quen thuộc với khái niệm *Vua* là một nhân vật chính trị nên không còn nhớ hay cảm nhận ý nghĩa nguyên thủy của từ *Vương* nữa. Hoặc chúng ta đồng hóa khái niệm Vương là Vua. Do vậy, đọc ba từ *An Dương Vương* chúng ta chỉ "thấy" đó là một ông vua bình thường, và đã không cảm nhận đó là một vị Hùng Vương trong tinh thần và ý nghĩa nguyên thủy – Vị Hùng Vương thứ 19!

Vương Lực, nhà ngôn ngữ học nổi tiếng của Trung Quốc, nói *Vua* là âm cổ của *Vương*. Như thế hàm ý *Vương* hay *Vua* cũng chỉ là một người, chỉ khác là cách phát âm của cùng một từ đó qua thời gian. Điều này đáng tin đến mức độ nào cũng chỉ trong phạm vi nghiên cứu ngôn ngữ học. Thực ra hai từ này chỉ hai thực thể khác nhau. Có thể ngày nay *Vương* đã bị hiểu cùng nghĩa với từ *Vua*, chỉ một nhà lãnh đạo chính trị, đứng đầu quốc gia trong nền quân chủ. Nhưng *Vương* của gần 5000 ngàn năm trước là một pháp sư, sử dụng pháp thuật, có thể cảm thông với trời đất, là trung gian nối kết con người với thiên địa.

Có lẽ vị Hùng Vương thứ 18 đã qua đời từ lâu và Thục Phán xuất hiện như một "dị nhân" mới, tiếp nối truyền thống với tính cách của một vị Vương "nguyên thủy." Ông tự xưng mình là *Vương* trong tinh thần và ý nghĩa đó. Ông là một "dị nhân" sử dụng pháp thuật, và pháp thuật cao cường của ông đã thể hiện trong việc trấn áp Bạch kê tinh phá hoại công trình xây dựng thành Cổ Loa của ông. Việc sử dụng móng thần Kim Quy để làm lẫy nỏ cũng là một dạng pháp thuật. Ông đến sau khi vị Hùng Vương trước không còn nữa, cho nên không hề có một cuộc chiến tranh giành ngôi đoạt nước nào với vị Hùng Vương trước đó cả.

Sở dĩ sách sử nói ông đánh chiếm nước Văn Lang, tiêu diệt "vua Hùng" thứ 18, vì trong tư tưởng các sử gia mang tinh thần phụ hệ, hiểu Vương là Vua; mà thông thường, hễ một ông vua mới xuất hiện trong một đất nước mà không phải từ dòng dõi vua cũ, tất là trước đó ông ta đã đánh diệt vua cũ để chiếm lấy nước. Thế nhưng không một cuốn sử nào ghi lại được một cuộc chiến tranh giữa Thục Phán và Hùng Vương 18 một cách cụ thể. Sách Đại Việt Sử Ký Toàn Thư có nhiều chi tiết hơn các sách khác về chuyện xâm lăng chiếm nước này, nhưng lại rất vu vơ và hời hợt, thậm chí tính bịa đặt bày ra lộ liễu.

Trong thời kỳ chế độ mẫu hệ nghiêm nhặt, và do 18 vị Hùng Vương trước ông đều là phụ nữ, đưa đến sự mặc định trong ý thức người đương thời: truyền thống Hùng Vương phải là phụ nữ. Mà An Dương Vương là đàn ông. Tính nam giới của ông gây xáo trộn truyền thống, nên ông không thể xưng mình là Hùng Vương. Ông xưng *An Dương Vương* để phân biệt mình với các Hùng Vương vốn là phụ nữ.

Đến nay dường như chưa có ai nghiên cứu ý nghĩa của hai từ *An Dương* này. Có thể nào nó cũng vô nghĩa như tên quận Cửu Chân? Nếu thế, có khả năng đó là một từ Việt cổ được người Tàu phiên âm, và các sử gia ta chép lại mà qua hàng ngàn năm không ai còn nhớ nghĩa gốc của nó nữa.

Nhưng theo ý nghĩa nguyên thủy, *Hùng Vương là vị Lạc Vương hàng đầu*, vị đại pháp sư, đại hiền triết lãnh đạo quốc gia, thì An Dương Vương chính là vị Hùng Vương thứ 19. Ông còn là vị Hùng Vương đầu tiên có tầm cỡ một nhà trị quốc có sách lược, xây dựng kinh thành làm chỗ định đô, xây dựng quân đội và chế tạo vũ khí để bảo vệ đất nước, những việc mà 18 vị Hùng Vương trước đó chưa từng làm.

Sở dĩ ông có những hoạt động như thế vì thời đại đã đổi khác. Sau hàng ngàn năm định cư, người dân Lạc Việt hiện giờ dưới sự lãnh đạo của ông sắp phải đối diện với hiểm họa xâm lăng từ phương bắc. Nhiều ngàn năm trước, để tránh sự hung hãn của giống người du mục, người Lạc Việt đã rời bỏ vùng Động Đình hồ, lùi dần về phương nam. Giờ đây cuộc sống cả nước đang phát triển phồn vinh với nền văn minh lúa nước và văn hóa vương đạo rực rỡ bên này dãy Ngũ Lĩnh, không thể bỏ mà đi đâu nữa, mà cũng không còn chỗ nào để lùi nữa. Một vị Hùng Vương nam giới xuất hiện vào lúc này là rất phù hợp.

Nói thời đại Hùng Vương chấm dứt với cái chết của vị Hùng Vương thứ 18 vào năm 257 trước CN có lẽ là không chính xác. Vị Hùng Vương thứ 18 đã xuất hiện từ thời Chu Trang Vương và có lẽ đã qua đời vào thế kỷ VI trước CN rồi. Thời đại Hùng Vương chỉ chấm dứt sau khi nước Âu Lạc của An Dương Vương bị Triệu Đà cướp lấy vào năm 208 trước CN.

Thiếu Khanh
(1 Apr. 2019)

NGUYỄN THIẾU DŨNG

Tương quan giữa Truyện Kiều và Kinh Dịch

Từ trước đến nay nói đến Truyện Kiều các nhà nghiên cứu thường chỉ đề cập đến mối quan hệ giữa Truyện Kiều và Phật Giáo, Nho Giáo, Lão Giáo chứ chưa ai đá động đến mối liên hệ sâu xa giữa Truyện Kiều và Kinh Dịch. Sự thực ma lực của Kinh Dịch chi phối khá sâu sắc đối với Truyện Kiều.

Lúc nằm dưỡng bệnh ở quê nhà Nguyễn Du đã chịu ảnh hưởng Kinh Dịch khi viết:

An đắc huyền quan minh nguyệt hiện
Dương quang hạ chiếu phá quần âm

(Ngọa bệnh)

Nguyễn Huệ Chi đã viết khi dịch hai câu này: "Lúc chưa ra làm quan, sự ngột ngạt trong tâm hồn khiến Nguyễn Du đã có lúc phải kêu gọi ánh sáng:

Ước gì vầng trăng sáng xuất hiện ngay trước cửa
Ánh sáng dọi xuống xua đuổi mọi bóng tối

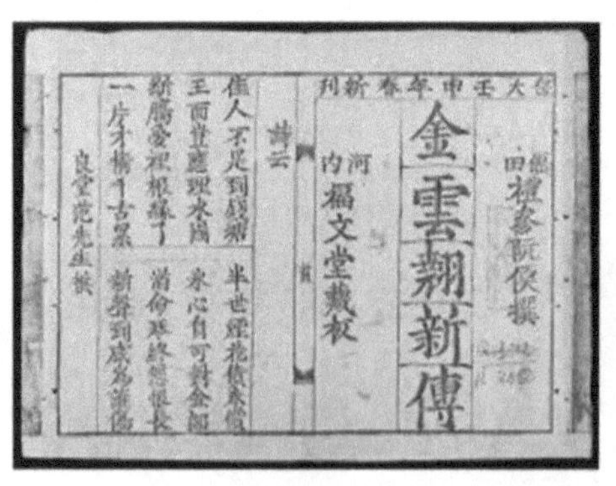

Thực ra đây là cách chơi chữ của Nguyễn Du. Câu này Nguyễn Du ám chỉ quẻ Phục. Quẻ Phục trong Kinh Dịch ghép bởi hai quẻ đơn: quẻ Khôn-Địa có 3 hào âm; quẻ Chấn-Lôi có 2 hào âm và một hào dương, thành ra quẻ Địa-Lôi-Phục có 5 hào âm ở trên và một hào dương ở dưới cùng. Phục là hồi phục, ở đây là ước muốn lành bệnh, 5 hào âm là quần âm, dương quang là hào dương. Theo Dịch lý mọi vật đến cùng cực thì biến đổi, quẻ Thuần-

Khôn có 6 hào âm nghĩa là đã đi đến cùng cực, lúc đó một hào dương sẽ xuất hiện ở dưới cùng (vị trí hào sơ) biến đổi quẻ Thuần-Khôn thành quẻ Địa-Lôi-Phục, sau đó dương sẽ lần lượt tiến lên thay thế hào âm ở các vị trí hào 2, 3, 4, 5, 6. Khi âm bị thay thế hoàn toàn đó là đến thời quẻ Càn, thuần dương, dương đến cùng cực thì sẽ biến đổi, một hào âm sẽ xuất hiện ở dưới đổi quẻ Càn thành quẻ Cấu, vòng chuyển đổi liên tục không ngừng.

Cách chơi chữ tài hoa này, không biết có được Nguyễn Du vận dụng trong khi viết Truyện Kiều hay không. Điều này khó biết được, ngay cả đến Phạm Quý Thích người đã từng viết "Chu Dịch vấn đáp toát yếu" bạn thân của Nguyễn Du cũng không nhắc đến. Nhưng sự kiện này lại bàng bạc ẩn giấu khắp Truyện Kiều như một sự thật hiển nhiên khiến ta không thể bỏ qua.

Một hiện tượng khá thích thú là Truyện Kiều và Kinh Dịch đều được quần chúng tôn sùng và dùng làm sách bói khá linh nghiệm. Có thuyết cho rằng Kinh Dịch vốn là sách bói toán sau được nâng thành sách triết đứng đầu ngũ kinh. Kinh Dịch gồm thâu vũ trụ trong 64 quẻ, mỗi lời hào được thiết kế theo kiểu bói toán với những lời phán ấn định giá trị cho mỗi sự kiện, cảnh ngộ, tình tiết là tốt hay xấu, có lợi hay hại, có lầm hay không, vì vậy Kinh Dịch làm sách bói là chuyện hiển nhiên, nhưng sao một Truyện thơ như Kiều lại có thể thành sách bói, làm sao những nhân vật như Kiều, Từ Hải, Giác Duyên lại được con người tìm đến nhờ giải đáp những vấn nạn trước cuộc đời đa đoan kính tín như Tiên, như Phật: "Lạy vua Từ Hải, lạy vãi Giác Duyên, lạy Tiên Thuý Kiều...”. Truyện Kiều tuy là truyện phóng tác, nhưng nguyên tác của Thanh Tâm Tài Nhân không đủ sức thần hóa như của Nguyễn Du, điều đó hẳn nhiên đã nói lên sức sáng tạo tuyệt vời của bậc thi thánh Việt Nam mà mỗi câu thơ như đồng cảm với tâm trạng, cảnh ngộ, thân phận nhân sinh trong “cõi người ta”. Một trong những bí ẩn làm nên sức thu hút của Truyện Kiều chính là Nguyễn Du đã thiết kế Truyện Kiều trên đất Kinh Dịch, mỗi nhân vật trong truyện Kiều lại có sức chứa hình tượng của một quẻ đơn trong tám quẻ đơn cơ bản cấu tạo nên Dịch.

Toàn bộ Truyện Kiều có thể tóm lại trong một quẻ Phục, Phục là hồi phục, là trở về. Đó là chuyện một người con gái khuê các gặp nạn, phải đem thân lưu lạc giang hồ, sau 15 năm lại được trở về đoàn tụ với gia đình, với người yêu, phục hồi nhân phẩm, tuyết sạch giá trong. Khi Thúy Kiều gieo mình xuống sông Tiền Đường, Nguyễn Du đã dùng quẻ Phục để chuyển mạch: *“Trong cơ âm cực dương hồi khôn hay”* (Kiều, 2646). Bố cục Truyện Kiều cũng được cấu trúc theo dạng quẻ Phục:

Ở phần mở đầu Truyện Kiều, khi giới thiệu gia đình Kiều, Nguyễn Du nói đến Vương Quan trước, tiếp đến là Thúy Vân rồi mới đến Thúy Kiều, không theo thứ bậc chị trước em sau. Trúc Viên Lê Mạnh Liêu cho rằng ngày xưa trọng nam khinh nữ nên giới thiệu Vương Quan trước “tả Thúy Vân trước Kiều là cố ý dồn hết cái đẹp cho em để đến khi tả chị chỉ dùng hai chữ

Quẻ Phục	Truyện Kiều
Hào 6 Thượng Lục	Kiều gặp Kim Trọng, gia đình Kiều mắc nạn
Hào 5 Lục Ngũ	Kiều bán mình vào thanh lâu lần thứ nhất
Hào 4 Lục Tứ	Kiều gặp nạn Hoạn thư
Hào 3 Lục Tam	Kiều bị bán vào thanh lâu lần thứ hai
Hào 2 Lục Nhị	Kiều gặp Từ Hải mắc nạn Hồ Tôn Hiến
Hào 1 Sơ Cửu	Kim - Kiều tái hợp

“phần hơn” là đủ. Cách làm đó Lê Mạnh Liêu khen là cao diệu. Chính xác, nhưng đó là cái nhìn mặt nổi về thi pháp, còn một cách nhìn tiềm phục cũng đáng lưu ý là Nguyễn Du đã giới thiệu ba chị em nhà họ Vương theo trình tự cấu trúc một quẻ Dịch. Quẻ đơn có ba vạch, vạch trên cùng tượng trưng cho hàng thiếu niên (em út) chỉ Vương Quan, vạch giữa chỉ hàng trung niên (em thứ) Thúy Vân, vạch dưới cùng chỉ hàng trưởng bối (cả) Thúy Kiều. Tại Hàn Quốc cũng có một bản dịch tác phẩm của Thanh Tâm Tài Nhân nhưng Thúy Vân là con út chứ không phải Vương Quan.

Kinh Dịch có 8 quẻ đơn:

- Quẻ Càn còn gọi là quẻ Thiên có tượng là Vua, là Vương, là cha
- Quẻ Khôn còn gọi là quẻ Địa có tượng là Hoàng Hậu, là mẹ
- Quẻ Khảm còn gọi quẻ Thủy có tượng là nước, là trăng, con trai thứ
- Quẻ Ly còn gọi quẻ Hỏa có tượng là lửa, con gái thứ
- Quẻ Tốn còn gọi quẻ Phong có tượng là gió, chị cả
- Quẻ Chấn còn gọi quẻ Lôi có tượng sấm, con trai trưởng
- Quẻ Cấn còn gọi quẻ Sơn có tượng là núi, con trai út, quân tử
- Quẻ Đoài còn gọi quẻ Trạch có tượng là đầm ao, con gái út

Trong Truyện Kiều, Viên ngoại họ Vương, cha Thúy Kiều tương ứng với quẻ Càn, mẹ Thúy Kiều tương ứng với quẻ Khôn.

Vương Quan, tương ứng với quẻ Cấn là con trai út. Cấn còn có tượng là hiền nhân quân tử phù hợp với cách mô tả của Nguyễn Du:

"Một trai con thứ rốt lòng
Vương Quan là chữ nối dòng nho gia"

Thúy Vân tương ứng với quẻ Ly vì là con gái thứ. Ly là mặt trời có hình tượng tròn đầy cao quý phù hợp với vóc dáng Thúy Vân:

"Vân xem trang trọng khác vời
Khuôn trăng đầy đặn, nét ngài nở nang"

Kim Trọng và Thúc Sinh cả hai đều là người tình của Thúy Kiều, họ còn ở tuổi trung niên, tương ứng với quẻ Khảm có tượng là mặt trăng, cho nên giữa họ và Thúy Kiều có mối liên kết qua hình tượng mặt trăng.

Kim Trọng buổi ban đầu đến với Thúy Kiều: "Đề huề lưng túi gió trăng". Trăng là Kim Trọng, gió là Thúy Kiều, câu thơ như một dự báo, một định mệnh của Dịch.

Gặp Kim Trọng, Thúy Kiều về ôm mối tương tư, nhìn trăng lại nghĩ đến duyên phận, đến người mới gặp đã phải lòng:

"Một mình lặng ngắm bóng nga
Rộn đường gần với nỗi xa, bời bời"

"Người đâu gặp gỡ làm chi
Trăm năm biết có duyên gì hay chăng"

Khi bán mình cho Mã Giám Sinh theo về "cõi khách xa xăm", ánh trăng lại gợi cho Thuý Kiều nhớ về Kim Trọng:

"Đêm khuya ngắt tạnh mù khơi
Thấy trăng mà thẹn những lời non sông"

Thúy Kiều đã đồng hóa Kim Trọng với trăng và sâu sắc hơn theo Dịch Kim Trọng chính là Khảm là Trăng.

Trăng cũng là Thúc Sinh, khi Thúc Sinh đi "khuất mấy ngàn dâu xanh", một mình cô đơn Thúy Kiều nhìn trăng không khỏi nhớ đến Thúc Sinh:

"Vầng trăng ai xẻ làm đôi
Nửa in gối chiếc, nửa soi dặm trường"

Từ Hải - người anh hùng "Đội trời, đạp đất ở đời" đã được Nguyễn Du cô đúc tương hợp với quẻ Chấn, quẻ này có tượng là sấm, là chúa tể. Khi Từ Hải nổi giận, Từ Hải là hiện thân của sấm sét: *"Bất bình nổi trận đùng đùng sấm vang"*. Thúy Kiều nói với Từ Hải cũng là nói với Sấm *"Trộm nhờ sấm sét ra tay"*. Đội quân của Từ cũng là đội quân của sấm sét: *"Binh uy từ đấy sấm ran trong ngoài"*.

Thúy Kiều là chị cả tương ứng với quẻ Tốn có tượng là gió. Mệnh vận cả đời Kiều gắn liền với gió, bao nhiêu gió trong Truyện Kiều hầu như thổi dồn vào đời Kiều đẩy cô gái ngây thơ phong gấm vùi dập xuống chốn bùn nhơ. Ngay từ đầu Truyện Kiều phong ba đã nổi: *"Phút đâu ngọn gió cuốn cờ đến ngay"*. Người báo mệnh cho Kiều, Đạm Tiên, đã mang gió táp đến trong buổi xuân xanh của đời nàng: *"Ào ào đổ lộc rung cây, ở trong dường có hương bay ít nhiều"*. Đời Kiều hiếm khi được cảnh "gió mát trăng thanh", "gió quang mây tạnh" mà chỉ toàn cảnh "gió giật mây vần", "gió táp mưa sa", "gió thảm mưa sầu". Kiều đã dự cảm mình sẽ hóa thân thành gió *"Trông ra ngọn cỏ lá cây, Thấy hiu hiu gió thì hay chị về"*. Kim Trọng tương tư Kiều đã đồng hóa nàng với gió *"Mành tương phân phất gió đàn, Hương gây mùi nhớ, trà khan giọng tình"*, *"Bẻ bài rầu rĩ tiếng tơ,*

Trầm bay lạt khói, gió đưa lay rèm, Dường như bên nóc bên thềm, Tiếng Kiều đồng vọng, bóng xiêm mơ màng". Ở thanh lâu, Sở Khanh lừa Kiều diễn cảnh "quyến gió rũ mây" đẩy nàng đến mức *"dập dìu lá gió cành chim"* khiến Kiều đau đớn ê chề *" mặt sao dày gió dạn sương"* chẳng còn thiết tha với cuộc sống *"thờ ơ gió trúc mưa mai"*, cho đến khi gặp lại Kim Trọng, mặc dầu khát khao hạnh phúc lứa đôi, nàng cũng không dám nhận lại quá khứ: *"Một lời tuy có ước xưa, Xét mình dãi gió dầu mưa đã nhiều. Nói càng hổ thẹn trăm chiều, Thà cho ngọn nước thủy triều chảy xuôi"*.

Số phận những nhân vật trong Truyện Kiều cũng không thoát khỏi sự chi phối của những quẻ chiếu mệnh.

Kim Trọng bước vào nhà Kiều là tai hoạ liền ập đến vì Kim Trọng là quẻ Khảm-Thủy hợp với Vương Ông quẻ Càn-Thiên thành quẻ Thiên-Thủy-Tụng là tranh chấp, kiện tụng. Cả nhà Kiều mắc họa thằng bán tơ, tan cửa nát nhà.

Kiều quẻ Tốn-Phong gặp Kim Trọng tạo thành thế Phong-Thủy-Hoán (thay đổi) khiến nàng phải chịu cuộc biến động lớn, thay đổi hoàn toàn thân phận *"Khi sao phong gấm rủ là, Giờ sao tan tác như hoa giữa đường"*. Cũng thế khi Kiều gặp Thúc Sinh, đời nàng một lần nữa lại đổi thay. Số mệnh quẻ Hoán lại chiếu đến đời nàng khiến nàng phải chịu cảnh *"làm cho nhìn chẳng được nhau"*. Điều này lý giải tại sao Kim-Kiều không thể nên vợ nên chồng. Ảnh hưởng quẻ Hoán đeo đẳng họ suốt đời, đến nỗi sau 15 năm lưu lạc họ may mắn gặp lại nhau, hạnh phúc vẫn không mỉm cười với họ, cho dù chàng độ lượng *"hoa tàn mà lại thêm tươi, trăng tàn mà lại hơn mười rằm xưa"* nhưng nàng không làm sao nguôi quên quá khứ *"Thiếp từ ngộ biến đến giờ, Ong qua bướm lại đã thừa xấu xa"*. Họ đành *"Đem tình cầm sắt đổi ra cầm kỳ"* chịu sự an bài của số phận.

Kim không lấy được Kiều nhưng có duyên phận với Thúy Vân. Thúy Vân kết nghĩa với Kim Trọng là do sao Hỏa (quẻ ly) chiếu mệnh hợp với Kim Trọng quẻ Khảm-Thủy thành quẻ Thủy-Hỏa-Ký-Tế. Ký Tế là xong, nhưng chỉ xong, chỉ yên phận với Thúy Vân thôi, còn với Kim Trọng thì chưa. Theo Dịch quẻ kép được ghép bởi hai quẻ nội và ngoại, trong Thủy-Hỏa-Ký-Tế, Thúy Vân quẻ Hỏa là quẻ nội, chủ thể. Đối với Kim Trọng thì không thể vì Kim Trọng hợp với Thúy Vân lại thành quẻ Hỏa-Thủy-Vị-Tế, Vị Tế là chưa xong, ở đây Kim Trọng quẻ Thủy là quẻ nội giữ vai trò chủ đạo. Kim Trọng vẫn còn vương vấn Thúy Kiều.

Chỉ có Từ Hải có thể đưa Thúy Kiều lên "ngôi mệnh phụ đường đường" vì Kiều quẻ Tốn-Phong hợp với Từ Hải quẻ Chấn-Lôi thành Phong-Lôi-Ích nghĩa là Từ Hải có thể mang lại lợi ích cho Kiều. Cả hai là "*trai anh hùng, gái thuyền quyên*" họ hợp lại cũng thành quẻ Lôi-Phong-Hằng nên mới có cơ "*Phỉ nguyền sánh phượng, Đẹp duyên cỡi rồng*".

Dầu ý thức hay hoạt động theo sự dẫn dắt của vô thức trong Truyện Kiều vẫn chảy mạnh dòng máu Kinh Dịch. Nguyễn Du đã cơ cấu Truyện Kiều trên nền Kinh Dịch hết sức tài tình, hết sức linh diệu, khó nhận thấy bàn tay thao tác của bậc đại thi hào. Mỗi tình tiết, mỗi số phận của nhân vật đều phản ánh một cách sinh động hình tượng quẻ chiếu mệnh, tự nhiên như hơi thở. Đọc Truyện Kiều không thể không chú ý đến hai lớp vận động, lớp trên các nhân vật đang chuyển dịch theo số phận, lớp dưới các quẻ Dịch tương ứng đang vận hành. Phù sa Kinh Dịch đã góp phần làm nên sắc màu rực rỡ cho hoa trái Truyện Kiều

Nguyễn Thiếu Dũng

càng già càng bớt nhớ nhà
càng lơi nhớ nụ hồng hoa nhân tình
quanh đi quẩn lại nhớ mình
từ thời để chỏm rung rinh phơi truồng
lim dim nhớ thuở mới luồn
tình vô em ở sau vườn sáng trăng
nhớ hoài những chuyện ăn quen
nhịn không quen để thành thằng hư trai

luân hoán

pho tượng thứ mười bốn

Dẫn truyện

Phạm Nhan là tướng của quân Nguyên cùng Ô Mã Nhi dưới quyền Thái Tử Thoát Hoan sang xâm lược nước ta. Bị đại bại ở trận Bạch Đằng, Phạm Nhan bị Hưng Đạo Vương Trần Quốc Tuấn xử chém. Trước khi chết, Phạm cầu xin Hưng Đạo Vương được ăn một món ngon. Vương cả giận, vỗ bàn quát mắng:

"Quân đi cướp nước người khác như nhà ngươi có xử tội chém chăng nữa thì cũng chỉ đáng uống máu đàn bà đẻ mà thôi!"

Đao phủ khai đại đao. Đầu Phạm Nhan rơi xuống. Phút chốc bỗng chiếc đầu biến mất và trên cổ Phạm Nhan lại mọc chiếc đầu khác thản nhiên cười sằng sặc trước đôi mắt kinh hãi của quan quân. Hai lần đao phủ khai đao đều như vậy. Hưng Đạo Vương cả giận, rút phắt thanh Thượng Phương Bảo Kiếm mà Vua ban cho đang đeo bên mình truyền cho đao phủ dùng thanh bảo kiếm để xử chém tên tướng giặc. Nhát gươm hạ xuống, đầu Phạm Nhan văng sang một bên. Dòng máu lênh láng phun ra từ cái xác cụt đầu của y bỗng dưng vón lại thành một cục máu đen xì, phập phồng hổn hển như người rồi rít lên một tiếng như xé lụa, cục máu chui xuống đất mất dạng. Nhiều năm sau, ở ngoại thành Thăng Long những người lính đã chứng kiến cuộc hành hình kỳ lạ đó đã bắt gặp lại cục máu này đang hổn hển thở dưới một thân đa lớn, nơi ấy bây giờ là một huyện thuộc ngoại thành Hà Nội.

... Vào khoảng cuối thế kỷ 19 đầu thế kỷ 20, đặc biệt ở vùng nông thôn VN, các cụ cao niên luôn dặn con hoặc cháu gái không được phơi đồ đã giặt khi hoàng hôn đã nhập nhoạng buông xuống. Họ sợ rằng hồn ma Phạm Nhan sẽ "ám" con cháu của họ. Hóa ra oan hồn Tần Cối và lũ tay chân còn theo quấy nhiễu dân tộc VN cho đến tận ngày nay...

Vào Truyện

Tần Cối làm quan to dưới triều Tống Cao Tông ngầm giao du với giặc Kim, bày mưu kế giết hại trung thần là Nguyên Soái Nhạc Phi và con là Nhạc Vân. Người đời sau căm giận y nên đúc tượng y và vợ bằng đồng quỳ bên mộ Nhạc Nguyên soái, mỗi lần đến viếng mộ Nhạc tướng quân người hành hương lại dùng cái chùy đánh vào đầu tượng Tần Cối và vợ để tỏ lòng khinh ghét kẻ câu kết với giặc. Trải qua bao gió mưa sấm sét của trời đất và cơn thịnh nộ của người đời, tượng Tần Cối cũng chết đi sống lại nhiều lần. Mỗi lần một pho tượng bị hư hỏng do người đánh hoặc trời đánh là người dân lại đúc một pho tượng mới để tiếp tục chịu hình phạt. Đã mười ba lần như vậy. Có một lần mưa to gió lớn, pho tượng đúc Tần Cối đang còn dang dở bị một tia sét dữ dội đánh trúng, linh hồn Tần Cối thoát được ra ngoài. Mạt cưa mướp đắng, y đầu thai vào nhà họ Phạm vốn là một dòng họ cao tay phù thủy, thủ hạ của Cao Biền ngày trước. Khi lớn lên, y lấy tên họ là Phạm Nhan, cùng với Ô Mã Nhi theo chân Thoát Hoan xâm lược Đại Việt vào thế kỷ thứ 12. Khi rơi đầu dưới Thượng Phương Bảo Kiếm của Hưng Đạo Vương, linh hồn y hóa thân thành một cục máu. Cái cục máu đen kịt ấy ẩn thân dưới đất rất lâu, lâu vô cùng và trôi đi rất xa. Xuân Hạ Thu Đông triền miên trôi qua, nhiều con sông đã cạn và nhiều ngọn núi đã mòn. Nhiều nhan sắc nghiêng trời lệch đất đã nhăn nheo, biết bao nhiêu son sắt thề bồi đã bỗng dưng trở thành bạc nghĩa. Những bóng trăng chứng kiến cho bao điều hứa hẹn cũng tan như mây chiều, như những cơn sóng mỏi mòn đập vào bờ cát.Vạn vật đều đã đổi thay, chỉ riêng quỷ thần và con người là không thay đổi. Nhưng con người thì khôn ngoan hơn, quỷ quyệt hơn. Quỷ quyệt đến mức mà quỷ thần cũng thành cái món hàng trao đổi được, mua chuộc được. Con người quỷ quyệt đến mức tạo ra được cả thánh thần. Các đấng thiêng liêng không còn nơi nào để ở. Con người mạnh hơn. Nơi nào con người thích thì ngay ngày mai có thể đã thành bình địa. Thánh thần khăn gói ra đi. Nhưng đi về đâu? Cây đa sống nhờ ông thần nhưng ông Thần cũng tựa vào cây đa. Ngày nay con người mạnh hơn thần thánh thì nhổ phăng cái gốc đa đi, giữ mà làm gì ? Những cái gốc đa chiếm chỗ của sân golf, của nhà hát giao hưởng, cái gốc đa soi mình bên sông để chiều chiều còn nghe được tiếng chuông giác ngộ cho các cô hồn còn sống lẫn các cô hồn đã chết cần phải đập bỏ. Người mạnh hơn. Người chết đi thì cũng phải có đất đai cho người chôn cất, cần có chỗ cho lăng mộ, cho bia tưởng niệm ghi lại công lao của người chết, lại cần cả chỗ cho lũ cô hồn sống dở chết dở, hàng ngày bị bóp hầu bóp họng đến dâng hương. Nhưng đó là chuyện của người và của cô hồn đang sống. Còn cô hồn chết đã lâu rồi, chết trong chiến trận lại tìm về nơi khác. Cái nơi mà quỷ thần trú ngụ thường là nơi linh địa. Con đường nhỏ hẹp bao quanh là các ngọn núi cao hiểm trở mà mới đây có một nơi còn được gọi là Ải Nam Quan đúng là một nơi như thế. Nơi ấy quỷ thần sống chung với người. Vào ban đêm hay những buổi chiều mưa gió người dân ở đây chẳng còn kinh sợ gì với tiếng ngựa hí dồn dập, tiếng người gào thét và tiếng gươm đao loảng xoảng vọng lại. Mà tiếng nói cũng rất kỳ lạ, có những thứ tiếng không phải là ngữ âm Đại Việt.Cái thứ tiếng "lạ" ấy nghe na ná như những người dân bên kia đường biên giới nói chuyện hàng ngày. Ở đây là một không gian xuyên suốt qua nhiều thế kỷ. Tiếng ngựa hí có lúc pha lẫn với tiếng xích xe tăng nghiến răng ken két trên những dốc núi, tiếng trống trận dồn dập trong gió chiều lại nghe có tiếng thét xung phong văng vẳng và những tràng súng nổ. Nhiều chục năm, nhiều trăm năm trôi qua như vậy. Người dân cả hai bên đường biên nghe riết rồi quen, chỉ biết chép miệng rồi đốt một cây nhang, cúng một chén cơm nhạt quay đầu vái tứ phương rồi đâu lại vào đấy cả. Dân nghèo rách rưới mới ra chốn cuối mây đầu núi này mà sống, sung sướng gì mà quấy rầy nhau? Mà những vong hồn chết trận này đều là cha chú, là con cháu của cả hai bên, lẽ nào lại không biết thương cái đám người khốn khổ đói rách bám lấy cái nơi với tay là chạm vào mây, hạt lúa hạt bắp làm ra quý như vàng, quanh năm lạnh cắt da mà vẫn phải sống? Những triều đại hưng thịnh rồi suy vong. Những con người quyền uy lẫm liệt, tiền hô hậu ủng một thời nhưng khi chết không toàn thây, tử vô địa táng. Những quý phu nhân lên xe xuống ngựa, màn loan trướng huệ cũng theo thời thế mà trâm gãy bình rơi.* Cái lẽ vô thường của trời đất, cái vòng ân oán trả vay sinh tử ngay trước mắt nhưng cái nghiệp chướng của mỗi sinh linh lại mù quáng trong cái nghiệp của mình, máu chan thêm máu oán chồng thêm oán chẳng bao giờ dứt.

… Cái giọt máu Phạm Nhan mang dòng máu phản trắc của Tần Cối thuở xa xưa nhớ thuở huy hoàng ngày trước nên khi đầu thai chỉ đổi họ chứ không đổi tên nên có tên mới là Tổng Cối. Người Đại Việt không còn hào kiệt, đám lưu dân thất thổ nơi quê người cũng không còn hào kiệt. Những con chim quốc kêu khan giọng cho đến chết cũng chẳng ai nghe. Tiếng chim buồn thảm kêu " Quốc quốc " hàng ngày rồi cũng câm bặt. Tổng Cối, hóa thân của Tần Cối thời mồ ma Tống Cao Tông ngày nay quyền uy nghiêng trời lệch đất. Nhưng mỗi lần mưa to gió lớn lại nghĩ đến ngày còn là pho tượng đồng quỳ bên mồ Nguyên Soái Nhạc Phi đưa đầu ra cho sét đánh vì tội mãi quốc cầu vinh mà kinh hoảng. Một đêm nằm mơ thấy mình hóa thân thành pho tượng đồng được đúc lại lần thứ mười bốn, bị người dân căm phẫn đánh cho một chùy như trời giáng vào mỏ ác, giật mình thức dậy thấy tóc đã bạc trắng trên đầu. Lại nghe chung quanh có tiếng người đi như sóng, tiếng thét vang trời đòi nợ máu và tiếng gươm đao chát chúa bên ngoài mỗi lúc một gần

Bèn thét gọi tả hữu nhưng chẳng thấy một ai, lại nghe bốn phía tanh nồng mùi máu.

Như Không

Trần Vấn Lệ - **Trăng ơi Đà Lạt**

Đêm trăng hồi đó... đã xưa rồi
mà vẫn còn trong ký ức tôi!
Nguyệt - cái tên em. Trăng cũng Nguyệt
Đêm trăng hồi đó, nhớ chia đôi!
Tôi nói bâng quơ, em có giận?
Em nhìn mây trắng, nói mây bay
Tôi thì... tôi nói mây là tóc
em, một em là Nguyệt chẳng hai!
Em cười. Em đẹp hơn trăng nhé!
Đêm đó, đêm Đà Lạt sáng trưng
Hai đứa đi bên hồ nước biếc
môi em bỗng nở đóa hoa hồng...

"Đóa trăng, anh ạ, đóa trăng nha
tưởng tượng trời đang nở đóa hoa
tưởng tượng tình mình trăng trải lụa
em từ trong lụa bước chân ra..."

Em nói dễ thương, thơ chắc vậy
tôi từ đêm đó... bỗng làm thơ
Ôi em, ai khiến đời thay đổi?
Ai gối đầu trăng, ai viễn mơ?

Ba bốn mươi năm nhớ nghẹn ngào
Tình yêu hy vọng có đời sau?
Đêm nay ngồi ngó trăng trên biển
Trăng / Nguyệt ô kìa trăng rất cao...

Tôi thổi mây tan một góc rừng
lòng buồn, ngó lại thấy mênh mông...
Em không là núi không là biển
tôi gọi ai chừ? Hỡi Núi Sông!

*

Có những người trai để hết đời
mình vào sông núi...để đầy vơi
Em à nước mắt trong tròng mắt
chắc cũng đầy vơi... cũng thế thôi!

*Tôi ngó quanh hàng dương liễu biếc
Ôi hàng dương liễu liễu dương hàng!
Bao giờ Đà Lạt tôi về lại?
để ngó trăng lòng tôi chứa chan...*

Trần Vấn Lệ

Cao Nguyên - **Hai con cá**

Nhớ xưa
anh với em
như hai con cá nhỏ
lội ngược dòng nước lũ
hồn nhiên

Em nay mãi lội
những vòng tròn
trong chậu nước lặng êm
phải lội để khỏi chìm lặn
anh ơi!

Một con cá đỏ nhỏ
lội ngược dòng nước lũ màu tro
trơn chiếc cầu gỗ cũ

Cao Nguyên

Phạm Cao Hoàng - **Ước mơ của Duyên**
đã không bao giờ trở thành hiện thực

một thi sĩ ngoài 70 tuổi
đang sống ở Việt Nam
mô tả xã hội Việt Nam bây giờ:
người nghèo nghèo đến cháy lưng
người giàu giàu đến vô cùng bao la [1]

chiều 30 Tết
những người *giàu đến vô cùng bao la*
ngồi trong những biệt thự biệt phủ màu đỏ
chờ nhận những phong bì chúc Tết
cả năm họ không phải làm gì vất vả lắm
nhưng cuối năm tiền lại vô như nước
đầu năm lộc vô đầy nhà

chiều 30 Tết
những người *nghèo đến cháy lưng* vẫn còn bươn chải ở phương xa
người may mắn thì về quê sum họp
từ Thái Nguyên, Cao Mỹ Duyên về Điện Biên nghỉ Tết
dành chút thời gian ra chợ giúp mẹ bán hàng
một giọng nói đàn ông qua điện thoại đặt mua hàng
13 con gà giao ở địa điểm X...
Duyên nhìn mẹ:
con giúp mẹ đi giao hàng mẹ nhé
và nhẩm tính:
nếu một con gà lời được 10 ngàn
thì 13 con gà sẽ lời được 130 ngàn,
đủ để mua một nải chuối một bình bông
đặt lên bàn thờ ông bà tổ tiên trong 3 ngày Tết
mẹ gật đầu: *ừ, con đi, con gái ngoan của mẹ,*
đi nhanh còn về lo cúng tất niên và đón Giao Thừa
và mẹ vui khi nhớ lời Duyên:
mẹ cứ để chị L. lấy chồng xa,
còn con mai mốt ra trường sẽ lấy chồng gần,
ở gần chăm sóc mẹ

Duyên đi nhanh đi nhanh đi thật nhanh
một tiếng, hai tiếng, ba tiếng, rồi cả đêm không thấy Duyên trở lại
mấy ngày sau mẹ ngất xỉu khi nghe tin dữ:
bọn mua gà lừa Duyên đến nơi vắng vẻ
trong hai ngày hai đêm
bọn chúng bảy người thay nhau làm nhục rồi siết cổ giết Duyên
xác bỏ nằm trong một căn nhà hoang
tội nghiệp cho Duyên
ước mơ được ở gần chăm sóc mẹ đã không bao giờ trở thành hiện
thực [2]

đâu đó trên đất nước này
nhiều kẻ đã gây ra tội ác
hãm hiếp rồi giết chết
nhưng ác tập thể như bảy tên này thì quả là chưa từng thấy bao giờ
trong bữa tiệc xác chết hai ngày hai đêm do bọn chúng bày ra
có ma túy, có rượu, có những tiếng cười hô hố
Duyên năm đó
đớn đau và sợ hãi
chúng là ai mà độc ác đến kinh hoàng
chúng ở đâu ra mà độc ác đến kinh hoàng

giá như bọn chúng là những phật tử thuần thành
hay những con chiên ngoan đạo
thì ước mơ của Duyên đã không dang dở
nhưng Duyên ơi,
Duyên đã không may trong buổi chiều định mệnh đó
bọn chúng không phải là con chiên không phải là phật tử
bọn chúng không phải là con người
mà chúng là bảy con quỉ dữ
bảy con quỉ vô thần ở vùng đất Điện Biên.

Phạm Cao Hoàng
Virginia, 30.3.2019

----

[1] *Thơ Lê Phương Nguyên*
[2] *Cao Mỹ Duyên, 22 tuổi, quê ở Điện Biên, sinh viên năm cuối đại học Thái Nguyên. Nhân dịp về quê ăn Tết, chiều 30 Tết Kỷ Hợi 2019, Duyên giúp mẹ lái xe gắn máy mang lồng gà đi giao cho khách hàng. Bọn mua gà khống chế, bắt giữ Duyên. Trong hai ngày hai đêm bọn chúng 7 người thay nhau hãm hiếp rồi siết cổ giết Duyên.*

Sỹ Liêm - **Tìm trong bụi cát bóng hình lãng quên**

Bàn tay cong ngón trỏ kêu
Chỉ vào khuôn mặt quạnh hiu gọi mình
Trả lời: Mắt tủi lặng thinh
Tìm trong bụi cát bóng hình lãng quên

Khai quật mồ mả không tên
Từ tâm lòng đất tim rền rỉ đau
Theo từng nhịp thở hư hao
Nghe cô độc đến cấu cào nghĩa trang

Tận trong bia mộ máu loang
Buồn phun nỗi nhớ thương tang tóc sầu
Em nằm thân xác chôn sâu
Cõi ma quỷ ám đêm thâu lạnh về

Ta gào thét vọng đam mê
Lộng kêu gió hú hồn bê bết tình
Vết chia ly cắt tầm nhìn
Sương tan loãng khói khổ nghìn trùng bay

Em đi tìm kiếm Như Lai
Riêng ta Phật Tổ lưu đày tụng kinh
Duyên trần bỏ nợ ba sinh
Kiếp sau luân chuyển hiển linh? Khóc ròng!

Sỹ Liêm

Đặng Tường Vy - **Xin đừng bước vội**

Xin đừng nói tiếng chia xa
Trong mưa có nắng, trong ta có tình
Tử sinh, sinh tử vô hình
Trong sinh có tử, trong mình có ta

Xin đừng nói tiếng chia xa
Trong vàng lá đổ sinh ra xanh mầm
Tận trong sâu thẳm lặng câm
Trăm nghìn nhịp đập nói thầm yêu anh

Xin đừng bước vội qua nhanh
Trong tan có hợp, trong thành có hư
Trong ảo ảnh, có chân như
Trong em gói cả trăng thu tặng người

Tình em nốt nhạc không lời
Nhẹ nhàng, len lỏi, tình rơi giếng tình
Con tằm khát lá tồn sinh
Riêng em khát tiếng: Ơi mình, mình ơi!

Đặng Tường Vy

Phạm Hồng Ân - **Cám ơn tặng phẩm em**

cám ơn em, tặng phẩm
gói bằng lá gai thơ
những đường gân buốt đẫm
giọt máu tình vừa khô.

tôi tiền kiếp là rắn
lột xác hóa thành người
em lỡ ăn trái cấm
đành thất tiết vì tôi.

vòng đua thơ quay ngược
từng ngôn ngữ rụng đầu
đường quay tôi tới trước
bắt kịp mùa vọng nhau.

xin một đời là sông
ôm phù sa em cuốn
những mảng đất thành luống
trụ bờ đợi bờ trông.

xin một đời là tượng
trầm tư trên vách đền
ngó cánh chim em lượn
tìm bóng tình linh thiêng.

xin một lần treo cổ
dòng thơ tôi lạc đường
mỗi ngôn từ độc tố
tàn phá từng mùi hương.

cám ơn tặng phẩm em
gói bằng gai thơ nhọn
đâm buốt hồn linh mọn
từ nỗi nhớ êm êm...

Phạm Hồng Ân

Hạ Đình Thao - **Đại Lộc bây giờ trời có mưa bay**

Mùa xuân này anh không về Đại Lộc
Chợt thấy lòng lưu luyến chút heo may
Chợt thấy sầu như núi đứng riêng tây
Nơi phố lạ anh một mình lầm lũi...

Nhìn áo ai bay mà lòng dịu vợi
Mùa xuân này, ai chọn màu áo em
Ai đưa em về thăm nội ngoại hai bên
Nhớ lắm bây giờ ơi con đường dốc
Chưa thấy anh về (biết em có khóc)
Anh ở bên trời tơ mưa vây quanh

Trời chớm xuân rồi sao trời không xanh
Người chờ đợi người sao người không đến
Em vẫn vời xa làm sao hò hẹn
Đại Lộc bây giờ trời có mưa bay
Đại Lộc bây giờ nắng có nhạt phai
Ai đón đưa em đường xưa lối cũ?

Trời chớm xuân rồi sao mây vần vũ
Mùa xuân đã về,sao ta ở đây
Đại Lộc bây giờ trời có mưa bay!

Hạ Đình Thao

Hồ Xoa - Mở mắt chiêm bao

Đôi khi thấy mình
Treo trên tường xám
Sắc màu đau thương như một bức tranh

Đôi khi phồn hoa
Trôi dạt vào chùa
Dưới những thềm hoang lê dân quì mọp
Mây bay bên chiều rách nát câu kinh

Chữ nghĩa lơ ngơ
Làm thân hành khất
Câu thơ tật nguyền chờ cơm bệnh viện
Thi nhân bên bờ nửa tục nửa sư

Đôi khi hồn người
Tuột xuống dưới chân
Và những cái đầu như đang mang dép
Trên những lối đi đá chợt giật mình

Mở mắt chiêm bao
Chốn cũ địa đàng
Cố nhân bên kia chiếc cầu đã gãy
Bao sắc thu vàng theo nước trôi xa

Nghe trong vắng xa
Lời ru cố quận
Ôi những chân trời đã mấy lần đi....

Hồ Xoa

Nguyễn Dạ Quỳnh - **Lên chùa thương nhớ một vầng trăng**

lên chùa ngày ấy em như gió
mát rượi qua miền anh hanh hao
chắp tay niệm một câu Bồ tát
để cầu mình mãi mãi gần nhau

thuở em mười bảy trăng che mặt
nấp mãi trong vòm mây phiêu du
tóc xõa mềm thơm đêm huyễn hoặc
mộng gối vai người nghe tiếng ru

lên chùa ngày ấy em thương quá
vòm lá xanh um ở góc vườn
có con chim nhỏ nghiêng đầu ngó
bóng nắng rơi vào vai áo anh

em đã không còn em mười bảy
gót chẳng còn son tuổi học trò
môi chẳng còn thơm mùi thiếu nữ
nghiêng nắng sân chùa vàng áo mơ

anh chẳng còn anh như buổi nọ
thương em - và lén tập làm thơ
mai em ngơ ngác nhìn vô vở
thấy một chùm hoa tím đợi chờ

hoa tím sân chùa từ dạo ấy
nhạt màu qua mấy độ mùa sang
em vẫn cứ chờ mưa tháng bảy
lên chùa thương nhớ một vầng trăng

Nguyễn Dạ Quỳnh

Hồ Chí Bửu - **Vô ngôn**

Ta chôn kinh, giấu mõ, bỏ ẩn cư
Đốt bí kíp, hạ đài, tịch lạc
Đã là không, có gì mà mất mát
Đã là hư, thiên hạ vốn mang mang

Huyền thư nào chim báo bão mang sang
Bỏ thọ giới, đường tăng đành xuống núi
Hằng hà tội, với em là tội cuối
Bởi chân như ai biết được trầm luân

Mỗi con người chỉ một chặng đường xuân
Không tự ngã sao tìm ra giác ngộ
Không thể yêu sao biết tình là khổ
Không an nhiên sao biết được vô ân

Không vị tha sao thấy được huệ nhân
Ai phổ độ cho ai mà chánh quả ??
Cứ yêu đi, và không sao cả !
Mở lòng ra, trăng gió vẫn hữu tình

Có thiên đàng, địa ngục, lẫn u minh
Có chan chứa mặn nồng và cay đắng
Có bất biến hữu hình và không tánh
Hãy từ bi hỉ xả ngay kẻ thù

Đời vô thường, vô ngã, phù du
Quá cảnh giới vô ngôn đại ngã
Từ từ thôi, em yêu đừng vội vã
Đường chân không tiểu ngã tịch lương.

Hồ Chí Bửu

HOÀNG QUÂN

Biếc

Niềm Biếc

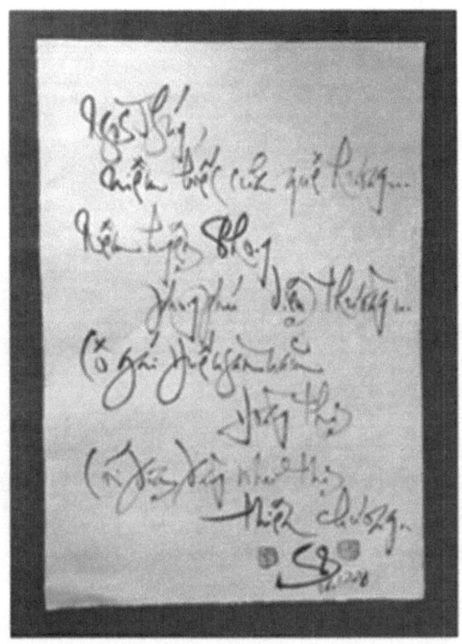

Thơ và tranh thư pháp của thi sĩ Trụ Vũ

Đọc, nghe câu thơ hay, thấy thích, tôi học thuộc ngay, và đưa vào "kho dữ liệu" của mình. Đôi lúc sơ suất, tôi không biết tên tác giả. Bởi thế, khi trích dẫn, tôi đành xem những câu thơ ấy là của kho tàng "văn học dân gian". Trong cái rủi, có cái may. Nhờ sơ suất, ghi sai tên tác giả bài thơ trong một truyện ngắn của tôi, tôi được quen với thi sĩ Trụ Vũ và An Hòa, cô con gái của bác. Chẳng những thế, sau khi nghe tôi trình bày sự việc đã xảy ra, thi sĩ Trụ Vũ viết bài thơ khoán thủ với họ tên của tôi và tựa đề của truyện ngắn *Khi Mười Bảy Tuổi.*

Từ đó, tôi thỉnh thoảng liên lạc với thi sĩ Trụ Vũ qua An Hòa. Mối quan hệ của chúng tôi, dù chỉ trong điện thư, ngày càng thắm thiết, đậm đà. Dẫu chưa hề gặp nhau, chưa hề nghe giọng nói của nhau, nhưng chúng tôi cảm thấy rất gần nhau, và có sự đồng cảm rất lớn. An Hòa nhắn, "Ba em nói truyện của chị rất "ngộ". Vui, duyên dáng và cuốn hút người đọc. Qua những câu chuyện độc giả có thể nhận ra một cây bút dí dỏm, thông minh, trong sáng pha lẫn chút nghịch ngợm".

Thư từ của An Hòa luôn đem đến cho tôi niềm vui nhẹ nhàng. Thỉnh thoảng, An Hòa chuyển cho tôi vài bài thơ của bác Trụ Vũ. Tôi rất yêu bài thơ *Tri Âm*, trích trong quyển thơ *Biếc* của thi sĩ Trụ Vũ.

> *Có một bạn tri âm*
> *Như có vầng trăng sáng*
> *Có đôi bạn tri âm*
> *Cả ngân hà lai láng*

Cố công tìm, nhưng tôi vẫn chưa được đọc các vần thơ ảo diệu khác trong quyển thơ *Biếc*. Tự lúc nào, trong tâm tưởng tôi, "biếc" có chỗ đứng rất đặc biệt, "biếc" là một trong những chữ đẹp nhất trong tiếng Việt. Tôi thương chữ "biếc" quá thể.

Một hôm, tôi nhận được *email* của An Hòa, kèm theo hình chụp bài thơ được viết thư pháp. An Hòa kể, "Sau khi đọc xong một số truyện của Hoàng Quân, Ba em cảm tác phóng bút làm bài thơ và mang giấy cọ viết thư pháp của bài thơ tặng o gái Huế đây".

> *Ngọc Thúy,*
> *niềm biếc của quê hương...*
> *Niềm huyện Phong (*)*
>   *phong phú diệu thường...*
> *Cô gái Huế ngàn năm*
>   *Hoàng Thị*
> *Cõi địa đàng như thị*
>   *thiên chương...*

Trụ Vũ - 2018

(*) huyện Phong Điền, Thừa Thiên – Huế

Bác Trụ Vũ đánh dấu hoa thị ở chữ "niềm huyện Phong" và cắt nghĩa "huyện Phong Điền, Thừa Thiên – Huế". Bài thơ đẹp quá. Bài thơ không những gói trọn tên họ của tôi, mà còn nhắc đến quê nội, quê ngoại của tôi. Lúc mới liên lạc với bác Trụ Vũ, nghe bác gốc Huế, tôi có "khoe" bác, huyện Phong Điền là nơi Ba Mạ tôi đã sống.

Tôi đọc không biết bao lần bài thơ. Ô, quả là sự tình cờ diệu kỳ. Tôi tìm "biếc" nhưng chưa gặp. Nay bác Trụ Vũ đem "biếc" đến tặng tôi. Đây là "biếc" của riêng tôi. Tôi cảm động rưng rưng.

Tôi ngắm không biết bao lần bức tranh thư pháp. Nét bút cọ của bác Trụ Vũ, của đôi bàn tay đang bước vào tuổi chín mươi, là rồng bay, là phượng múa.

Tôi ước mong Ba Mạ tôi còn trên đời. Tôi sẽ đọc cho Ba Mạ nghe bài thơ. Tôi mời Ba Mạ cùng chiêm ngưỡng bức tranh thư pháp. Nơi chín suối, Ba Mạ vui mừng cho con may mắn, gặp mối duyên văn nghệ đáng quý, thăng hoa cuộc sống tinh thần.

Chữ Biếc

Tôi là bạn chị Hoàng Nga. Chị Hoàng Nga là bạn anh Nguyễn Nam An. Theo suy diễn tam đoạn luận nửa vời của tôi, tôi đương nhiên thành bạn anh An. Trong liên lạc *email* qua lại với bạn bè, anh Nguyễn Nam An đã ưu ái "gắn" tên tôi vào nhóm.

Bởi thế, thỉnh thoảng, tôi nhận *email* có văn thơ của thi sĩ Nguyễn Nam An và thân hữu của anh ấy. Để đáp lễ, vui tay, tôi chuyển vài truyện cười giải trí. Một người trong nhóm bạn của anh An, anh Lê Hân, hỏi thăm tôi và muốn đưa những truyện cười lên trang nhà của anh, trang *Saigonocean*. Bản tính thích cười và ưa nghe tiếng cười, tôi lí lắc gởi tiếp vài truyện tiếu lâm đến anh. Để thay đổi không khí, tôi mời anh Lê Hân đọc một truyện ngắn của tôi, truyện *Nhớ Tiếng À Ơi*. Tôi như nghe tiếng anh reo vui trong *email*... "Bài viết hay quá. Hồi ấy tôi đọc bài này trong *Thế Kỷ 21*. Anh của tôi, anh Luân Hoán cộng tác với *Thế Kỷ 21*... Bây giờ đọc bài này do tác giả gởi, cũng như là mới, và vẫn thấy hay như lúc đọc ở *Thế Kỷ 21*... "

Năm 2010, khi đến San Jose họp bạn, tôi liên lạc anh Hân. Hẹn tới lui, trật vuột thế nào, lại thêm lạc đường. Bởi thế, chúng tôi chỉ vỏn vẹn vài câu chào hỏi cập rập. Tôi nhấp nhỏm, chạy cho kịp giờ đến chỗ họp mặt bạn cũ ở Milpitas. Dẫu gặp nhau chớp nhoáng, tôi vẫn cảm nhận tình thân ái nơi anh Lê Hân. Từ đó, tôi gởi bài đều đặn đến anh Lê Hân và trang mạng của anh. Những lần đi chơi California, nếu ghé San Jose, tôi sắp xếp gặp anh Lê Hân. Cùng chị tôi, chị Thanh Tâm, chúng tôi được trò chuyện với anh Hân trong ngôi nhà ấm cúng, thanh lịch. Anh cho chúng tôi xem một số sách báo của Nhân Ảnh xuất bản.

Thi sĩ Lê Hân, Hoàng Quân, Thanh Tâm, San Jose - 08.2015

Nghe tôi kể lể những gian truân khi xuất bản tập truyện đầu tay, *Bông Hoa Trên Phím*, anh Song Thao "rỉ tai", phần lớn những đứa con tinh thần của anh Song Thao chào đời từ nhà Nhân Ảnh. Tôi dạ dạ cám ơn. Nhưng phân vân, con cái anh Song Thao xuất thân là... danh gia vọng tộc. Còn con mình… Không khéo thành… đỉa đeo chân hạc. Tôi đắn đo, chẳng biết mở lời thế nào. Tôi tưởng như mình đi qua, đi lại nhiều lần trước nhà xuất bản Nhân Ảnh. Dùng dằng đứng lại, tôi rón rén gõ cửa. Trái với những lo ngại của tôi, anh Lê Hân niềm nở, ân cần: "Được mà. Thúy gởi bài theo *word file*, phần còn lại, nhà xuất bản Nhân Ảnh lo hết". Thế là tập truyện *Nhớ Tiếng À Ơi* ra đời trong vòng tay bảo bọc của Nhân Ảnh.

Anh Lê Hân cho tôi cảm tưởng mau chóng thành người nhà của Nhân Ảnh. Bản thảo Đứng Ngẩn Trông Vời vừa xong, cánh cửa của Nhân Ảnh mở rộng chào đón. Anh Lê Hân cùng các thân hữu trong nhóm Nhân Ảnh làm việc thật kỹ lưỡng, mà lại nhanh chóng. Anh Lê Hân rất chu đáo. Anh cho tôi được ngắm nghía đứa con tinh thần của mình trong từng công đoạn, bắt đầu bìa sách đến ruột sách và bản trình bày hoàn chỉnh trước khi đưa qua nhà in. Anh gởi bài thơ, bảo, tặng tác giả Đứng Ngẩn Trông Vời. Món quà nhỏ của anh Lê Hân cho tôi niềm vui lớn.

Hương Sách

(Tặng tác giả Đứng Ngẩn Trông Vời)

"đứng ngẩn trông vời áo tiểu thư"
câu thơ Huy Cận đẹp đến chừ
"mỹ nhân như thể câu thơ cổ"
thơ của Nguyên Sa vẫn còn như

đời sống tuyệt vời nhờ mỹ nhân
xưa, sau mãi mãi dáng tuyệt trần
tâm hồn tinh khiết cùng hương sắc
chắp cánh thơm tình áng thơ văn

càng lộng lẫy thêm trang giấy hoa
trang đài tay lụa mở thiết tha
nuôi con chữ biếc xanh nồng tâm ý
đến với nhân gian nỗi đậm đà

"đứng ngẩn trông vời" ai trong văn
nắng trời vàng óng, ánh đêm trăng
tôi dường như thấy lòng người đọc
khựng lại bâng khuâng trước ngọn đèn

hoa nở đâu đây thoảng mùi hương
không gian bàng bạc chút hoang đường
áng thư sách mở từng hơi thở
đời sống giàu thêm những yêu thương.

Tôi tháo sợi nơ gói món quà của anh Lê Hân... *chữ biếc xanh nồng tâm ý...* Ô, tôi thấy những khoảnh khắc hạnh phúc vây quanh. Tôi lại được gặp "biếc" của mình.

Sóng Nước Biếc

Là la la lá, lá đa là là la la lá... Tiếng nhạc phong cầm tươi tắn len lỏi giữa dòng người lũ lượt tràn ra những cổng xe của nhà ga xe lửa Frankfurt West.

Tôi không quẹo sang cổng số Hai để lên xe lửa về nhà, mà đi thẳng đến góc đường hầm, nơi người nhạc công đang say sưa chơi phong cầm.

Lâu lắm rồi tôi mới nghe lại bài hát xưa như trái đất này. Tôi dừng chân bên người nhạc công, lẩm nhẩm hát theo. *Kisses for me/ Save all your kisses for me/ So long honey so long/ Hang on baby hang on...* Người nhạc công chuyển sang chơi *Türkischer Marsch*, rộn ràng. Chuyến xe về Bad-Nauheim đã rời bến. Tôi quyết định nhanh chóng. Mình sẽ đón chuyến sau. Chẳng gì phải vội. Ở đây thưởng thức trình diễn *live*, lại được "ghế danh dự", sát rạt sân khấu. Nhạc công dừng tay đàn, ngước lên, cười hiền hậu. Tôi khen ông chơi hay, *sehr schön gespielt,* ông nhướng nhướng mày chưa hiểu, tôi bảo *beautifully, so well.* Ông cười nhẹ, *thank you, thank you.*

Chiều đi làm ra, tôi thỉnh thoảng thả lỏng vài chuyến xe, la cà ở khu Frankfurt West, nghe người nhạc công chơi nhạc. Sau nhiều lần nói chuyện, vài chữ tiếng Anh, đôi chữ tiếng Đức, nhờ ông Gồ dịch cho vài chữ tiếng Nga. Tôi được biết ông tên Vladimir, người Ukraine. Ở quê nhà, có lẽ ông là thầy giáo dạy nhạc hoặc chơi trong các ban nhạc hòa tấu cổ điển. Ông kể, ông chơi dương cầm, vĩ cầm, vài nhạc cụ dân tộc ở xứ ông. Ông đến Đức như du khách, chơi phong cầm ở nhà ga, kiếm tiền độ nhật. Cứ mỗi hai tháng ông phải rời nước Đức, rồi mới trở lại đúng thủ tục.

Có lần, tôi muốn hỏi, ngày hôm qua ông chơi đàn ở đâu, mà tôi không gặp. Ông chỉ bắt kịp mỗi chữ *yesterday.* Thế là ông nâng đàn, chơi bài *Yesterday,* bảo: *"For you".* Lúc khác, tôi kể, tôi đang *on the way* đi nha sĩ. Thế là ông tặng tôi bài *My Way.* Tuy vội, tôi "sắp xếp" thì giờ thưởng thức trọn bài *My Way.*

Ông đàn bài nào cũng hay, cũng du dương. Nhà ga Frankfurt West đông nườm nượp. Ai nấy tất tả, vội vàng. Có người chỉ kịp thảy vội đồng tiền vào thùng đàn, rồi co giò chạy cho kịp chuyến tàu. Tôi nghĩ, đành rằng ông chơi nhạc để kiếm tiền. Nhưng chắc hẳn ông sẽ vui hơn, nếu người ta đôi phút lắng nghe tiếng nhạc của ông, trước khi góp chút tiền. Quen ông hơn, tôi bắt đầu nghĩ "nhạc yêu cầu". Tôi hỏi *Célèbre Valse, Autumn Leaves.* Ông nâng đàn, say sưa với tiếng nhạc.

Năm nọ, đang đi dạo trong công viên ở Oslo vào mùa đông, nghe người nhạc công đường phố chơi bài *Waves of the Danube*, tôi như thấy được những đợt sóng. Dẫu lúc ấy, tuyết trắng xóa ngút ngàn. Từ đó, tôi càng thương hơn bài *Sóng Nước Biếc*.

Tôi hỏi, ông có thể đàn *Waves of the Danube*. Ông không hiểu, tôi đổi qua tiếng Đức *Donauwellen*, ông có vẻ bối rối, vẫn chưa hiểu. Tôi hát nhỏ vài câu của bài *Sóng Nước Biếc*.

Một giòng sông sâu cuồn cuộn sóng trôi về nơi đâu... Ông mừng rỡ *okay, okay*.

Đã nhiều lần, chiều tôi đi làm ra, nếu còn gặp ông Vladimir, tôi chẳng ngại những con mắt trần gian, nhìn nhìn thắc mắc, tôi vui ca theo tiếng đàn của ông Vladimir... Đang chơi vơi, đang chơi vơi, sóng lan mọi nơi...

Khi thấy tôi từ xa, dẫu đang chơi *Hungarian Dance No 5*, ông Vladimir ngưng ngang, nâng đàn tặng tôi, *Sóng lớp lớp, sóng lớp lớp, sóng đem nguồn vui...* Tôi về nhà, trong lòng rộn ràng niềm vui ấm áp cuối ngày.

Giờ đây, chốn này, mùa đông đã qua, những chồi biếc của cây cỏ khoác tấm áo mùa xuân cho đất trời quanh tôi.

Niềm biếc của thi sĩ Trụ Vũ, *chữ biếc* của thi sĩ Lê Hân, *sóng nước biếc* của người nhạc công đường phố cho lòng tôi rộn ràng hương xuân qua bốn mùa. Ôi chao! Sao tôi thương quá những chữ biếc đẹp vô vàn của tiếng nước tôi.

Hoàng Quân
30.03.2019

là ai ? tôi chẳng là ai
tiếc không dài cẳng thành ông cai dù
      biết yêu mọi thứ đều mù
đắc ngay cái đạo không tu cũng thành

luân hoán

Nghĩa trang ký ức (truyện chớp)

Một ngày tháng Giêng, mép trí nhớ khét nắng.

Hai mươi ba tháng non lùa ký ức nhóm lửa. Kỷ niệm bến đậu nhen hồng tỏa tí tách bừng tai. Ngoài trời, nắng hong khô hàng dài từng chiếc hộp xếp lớp ẩm đục trận mưa lớn bất ngờ đêm qua. Mùi mốc vừa được gột rửa tình cờ. Tôi phủi nhẹ chiếc hộp theo thói quen khi cầm món đồ cũ, vài góc giấy để lộ bên ngoài. Một Mẩu hãy còn chăm chỉ chú tâm trước mắt. Từng đường nét run run bao năm chối khéo năng khiếu, được tôi đề nghị vẽ lưu trữ cho tình bạn. Dòng chữ nắn nót, con con đề dưới góc phải: Thân tặng Thi sĩ – mãi nhớ về tình bạn chúng ta.

Tôi nghe rõ mồn một tiếng động cơ già ho khục khặc. Nhịp xe co giãn bất tuân. Dồn dập. Trì trệ. Gằn. Buông thả. Hai bánh râm ran thở. Tay móc phanh run run đổ lên đường. Mùi khói xe chạy đằng trước quyện cùng bụi vỗ mịn vào má sống động như vừa hôm qua. Tôi miết nhẹ làn da đã sần, rê từ tóc mai xuống cằm, giở kiểm bụi, chụm hai ngón cái và trỏ vân vê. Tôi ưa rứt tóc Một Mẩu, chập đôi, chập ba se se ngoáy sẽ vành tai. Một Mẩu thích chí tựa vai tôi bất cẩn. Tháng năm thơm nồng ấm áp. Thời gian chạm lóng lánh rườm rà đường động chạm vô tình vào cô đơn thẳm sâu. Mạch nước ngầm trổ hân hoan le lói mát lành dưới đáy vực. Giũ bụi không may đều đều lăn bánh. Chẳng còn lãnh đạo tinh thần đọc tuyên ngôn. Chẳng còn tòa án kết tội. Ở nơi đấy, tôi cô độc kiêu hãnh giữa bát ngát vùng mênh mông mà Một Mẩu là vệt sao từ chân trời lạ mang đến tia sáng khát vọng. Trong khoảnh khắc rồi cũng rời bỏ tôi thật xa. Tôi lỡ khẩn cầu, ước nguyện lạc giọng, thét gào giữa trùng trùng ước ao ngoài kia. Một Mẩu tan biến mang dở dang cuộc người chưa đi đến nửa đoạn. Về đêm, gió thổi lộng. Tôi quần cộc, áo ngắn tay lóng ngóng vô định phương hướng, chớp nhặt mau mắn giây phút Một Mẩu trở lại, để tất cả không phải nương nhờ giấc mơ. Một Mẩu tan vào hư không. Tôi thủy chung dáng ngồi. Sao phong kín tầng trời. Đổi ngôi. Va nhau vỡ vụn. Những bản nhạc bị giam cầm trong não bộ tù túng đang giãy giụa bật tung. Thanh âm Một Mẩu quanh quẩn lũ lượt kéo về. Thời cuộc nhốn nháo, tâm hồn nào bình an. Tôi cứ chạy, Một Mẩu lờ mờ hun hút.

Trên tay, nhân diện người thanh niên trong bức tranh được nhìn từ phía má trái, đôi mắt nhòe hằn vết thâm kéo dài thêm tụ ở đuôi mắt. Nỗi suy tư dần rõ rét. Tôi thôi truy tầm Một Mẩu cảm xúc người thanh niên ra sao, đang nghĩ ngợi gì. Có lẽ Một Mẩu đã sớm phỏng đoán tinh tế phần nào ngọn gió tôi – đến đi tình cờ, bất ngờ chưa hạn định; không loại trừ khả năng Một Mẩu phạm phải điều tối kỵ – điềm gở từ những lời vô thưởng vô phạt qua lời đề tặng – đang trong hạnh phúc, sẽ ít khi nhớ đến, trừ lúc bỏ ra đi. Một Mẩu ghi "mãi nhớ", nên giờ bóng hình Một Mẩu mãi nằm trong luân chuyển ký ức tôi, nương nhờ động thái xung quanh mà tác động lên vùng gợi nhắc chớp nhoáng. Cơn mưa đóng đinh u ẩn tổng thể bức tranh, người thanh niên dần hiện vẻ ưu tư, trầm mặc. Mưa thả đều đều trước khung cửa sổ.

Ngón tay lên cơn mê sảng bóc lớp vỏ món quà lưu niệm nhỏ màu sắc bắt mắt. Lập lòe Một Mẩu giúi tay tôi khúc khích đương nhiên chẳng thể thiếu phần. Thanh củi châm hoài niệm xa, xưa. Tôi xê dịch Một Mẩu hôm qua về Một Mẩu hôm kia, nghe tôi hôm nay cất giọng trách cứ. Cái quá đáng của thời gian là sự xoay chuyển, vén khéo tin hin đổi khác, nối khoảng cách rộng, một lời đùa cũng có thể biến hóa sắc mặt, tạo thời cơ hồng hộc đuổi nhau đuối sức. Chỉ mỗi tôi chưng cất đắng chát gạn chất ngọt uống nuôi mạch sống trổ gai lặng thinh. Một Mẩu từng vỗ về khốn khó tuổi trưởng thành trên mỗi bước đường nặng hình bóng ủi an, đến đâu cũng dày đặc nhắc nhớ. Tôi tự cho phép bản thân nói dối khi kim đồng hồ điểm 0 giờ hơn rạng sáng ngày đầu tháng 4 rồi nhịp sống bận rộn sẽ lấp tất cả. Sự lặng im tôi kéo lưới trùm lầm lỗi Một Mẩu. Cuối năm khăng khít, tháng giêng vun vén đề phòng oi oi mùa hạ chia cắt và cô quạnh mùa thu dấu hiệu. Tôi đã là con mồi trong tầm ngắm thời gian.

Một ngày tháng Giêng, mép trí nhớ khét nắng.

Hai mươi ba tháng non lùa ký ức nhóm lửa. Tôi đánh bóng hoen ố, lau chùi từng góc cạnh, rãnh tủ sắt; cắt vuông vức mẩu giấy, nắn nót hàng chữ chú giải, cẩn thận chống sự phản bội trí nhớ đã cải biên theo ý muốn; nhẹ nhàng sắp gọn từng chiếc hộp một ngay ngắn nghe điệu thở dài thượt đôi khi.

Vy Thượng Ngã

NGUYỄN THÀNH
Con gà gáy

Thằng cháu về quê chơi, khi trở lại thành phố nó bắt theo cặp gà chọi mới nhú cựa rồi thả trước sân nhà có miếng đất con con chưa tới mét vuông…

Ở giữa lòng thành phố hiện đại thiếu khoảng không gian xanh, mỗi sáng nghe tiếng gà gáy ò ó oooo… thấy vui vui đỡ nhớ quê, nó còn làm dịu bớt cái khô khốc giữa sự náo nhiệt của nhịp sống bon chen Sài Gòn…

Anh hàng xóm gần nhà nghe gà gáy cũng khoái, tậu đâu một con gà tre trống cựa dài cỡ đốt ngón tay gáy cũng dữ. Ở trong con hẻm nhà nhà san sát chen chúc nhau, sáng sáng tiếng gà gáy vang dội khắp xóm. Vài tay a dua, cũng rước mấy con nữa về nuôi…

Ban đầu, lũ gà chỉ gáy buổi sáng, sau chúng tức nhau tiếng gáy, gặp mấy tay nuôi cứ sùy sùy cổ võ chúng gáy, chúng cứ ra sức gáy lảnh lót đủ thứ âm thanh hỗn tạp.

Cuối tuần mấy tay mang gà ra chọi vui giải trí. Gà cũng có giống này, giống kia. Gà nòi, gà tre, lai nòi, lai tre… Giống nào thì chọi với giống đó, chênh lệch vóc dáng mà so đo kèn cựa nhau thì mắc cười lắm. Con gà tre chưa đụng trận lần nào, háu đá nó cũng dám chọi với gà nòi, cũng xù lông, gù cổ, kình mỏ vờn anh gà nòi to xác lớn gần gấp đôi. Gà nòi chẳng thèm chấp, dửng dưng... Gà tre tưởng bở nhào vô bị gà nòi mổ hay đạp một phát tối tăm mặt mày, kêu quang quác bỏ chạy mất. Vậy chứ ngang tầm ngang vóc cũng chớ vội khinh nhau, một lần tôi chứng kiến con gà tre điều lai nòi vỗ cánh phành phạch rồi nghểnh cổ gáy một hơi dài hùng dũng, gần đó là một con gà chuối cùng vóc dáng nghe con kia gáy thì có vẻ tức tối cũng vươn ức gáy một hơi dài lảnh lót rồi còn muốn nhào tới ăn thua đủ với con gà điều nhưng bị người nuôi giữ lại. Mà nó sung quá vùng vẫy kịch liệt, nên 2 tay nuôi gà mới bàn nhau cho chọi chơi, vừa thả ra gà chuối nạp đá liền mấy cái, gà điều khéo léo né tránh mấy đòn phủ đầu, gà chuối hụt mấy thế có vẻ chờn rút về thủ thế, rồi hai con nhào vô nạp đá liền mấy phát. Hai con thuộc giống gà đòn, cú đá mạnh va vào nhau nghe bình bịch đã tai, khán giả reo hò cổ vũ ầm ĩ. Sau một cú đá hụt, gà chuối kẹt cánh trên gà điều, chớp thời cơ gà điều mổ đầu gà chuối cắn chặt rồi tung đòn đá hiểm vào cổ gà chuối, dân chuyên nghiệp gọi là "cú đá dĩa". Gà chuối "ắc" một tiếng rồi ngã chúi giãy đành đạch, thế là hết thói ngông nghênh, tay chủ gà cũng đỏ mặt tên tò…

Trở lại chuyện gà gáy, nếu mấy con gà chỉ gáy buổi sáng thôi thì chắc chẳng có chuyện gì, chúng gáy cả trưa, cả chiều, thậm chí gần giờ quáng gà chúng cũng cố gáy một chập mới chịu im, đã thế có con gà mái cũng giở chứng bày đặt bắt chước mấy con gà trống gáy theo, mà tiếng gáy cứ ục ục như con gà mắc phải gió, nghe mắc cười lắm nhưng mấy bà cụ cứ bảo điềm gở không nên nuôi…

Hàng xóm bắt đầu thấy phiền, cuộc sống xáo trộn vì tiếng gà gáy ảnh hưởng đến sinh hoạt ăn, ngủ, nghỉ ngơi… hàng ngày. Nói bóng, nói gió, nói nhẹ nhàng mãi không được, cuối cùng tới ngay nhà có gà mà mắng vốn, lúc đầu cũng cãi nhau ỏm tỏi, người thì bảo thích nuôi thì nuôi, người thì bảo phải tôn trọng hàng xóm đừng làm phiền…

Gia đình của mấy người nuôi gà thấy không ổn, cũng khuyên nên thôi đừng làm phiền hàng xóm nữa. Sau một trận chửi nhau kịch liệt chẳng ra gì, hàng xóm nhìn nhau thấy ngượng tìm cách hòa hoãn làm lành, thế là cả hội nuôi gà tự giác bảo nhau từ từ thịt hết… cả hội lại được dịp tụ tập ăn nhậu vui vẻ.

Chỉ tội mấy con gà, không có não như người nên nó không biết nghĩ gáy sao cho thích hợp, hay vì quá háu đá mà quên đi cái bản năng di truyền của giống gà làm cái việc báo giờ có ích cho xã hội, để phải lần lượt bị vô nồi…

Thương thay!

Nguyễn Thành

Tìm đọc Tạp chí NGÔN NGỮ

Huy Tưởng - **Trong cơn cuồng chứng**

Tôi nép thân
im lắng.lướt qua
đẹp thanh khiết.hạt sương rơi
ầm ào cơn cuồng chứng của chữ
thét câm nín bùng vỡ.bùng vỡ...

Tôi vẫn nép thân
& im lắng không nguôi trườn liếp
(lạc hướng tìm.cơn tắt thở một bông hoa!)
chiều lấp đầy huyệt mộ
đẹp thất thanh
đẹp lắng !

Tử phần tôi rơi vỡ ngoài vô hạn.

Đêm vỡ hình tiếng chuông

sấp mặt xuống đêm
những cụm mây náu mình lá thẫm
mơ thấy em cùng lũ chim bay trên biển vắng
mênh mông rong tảo...

ngã xuống
đêm vỡ hình tiếng chuông
thiết tha quá.những lời chim ngái ngủ
tôi thầm bước ra ngoài cơn mộng
hai tay đầm hương !

vẫn.đầm hương
quá hương !
đêm lay thức thuở lâm chung.

Một mùa rong tảo đã qua đi

không một điềm triệu
không một đám mây bùng vỡ
chiều nép trong kén nâu
mù mờ.chấp chới
tôi nằm đợi chờ vô ích những cọng rêu trên vách đêm

sự trống vắng đánh thức những đám cháy của cô đơn
tiếng kêu sói rừng khản giọng
và vầng trăng.cổ điển tự bao giờ
không nguôi lòng thơ dại !

đêm về.không điềm triệu
ấp úng nâu trong kén đêm
nằm im.thở rỗng thuở thanh xuân lạc bóng
trước khi hiến mình cho gió

mùa rong tảo đã qua đi.tự bao giờ ?!

Bundoora, mùa thay lá 2017.

Huy Tưởng

Trần Thị Nguyệt Mai - **Mẹ**

Từ một ngày dâu biển
Thân cò vạc liêu xiêu
Mẹ vất vả trăm chiều
Lo cho đàn con dại

Giữa cuộc đời bươn chải
Gánh nặng oằn hai vai
Mù mịt cõi tương lai
Ngày dài sao dài quá!

Đã trăm chiều vất vả
Đã nghìn nỗi đau thương
Trơn trợt những con đường
Sắt son Mẹ vẫn bước

Để chúng con có được
Ngày tươi sáng hôm nay
Công ơn Mẹ thật dày
Tình yêu thương sâu nặng

Luôn hy sinh tất cả
Chẳng nề hà tấm thân
Mẹ: Bồ Tát Quan Âm
Trong lòng con mãi mãi...

Trần Thị Nguyệt Mai
Ohio, ngày 7/4/2019

Phương Tấn - **Én kêu nghe lạnh bóng xuân**

Nam Mô!

Dưng không sông núi chòng chành
Nam mô sầu héo trên cành trầm luân

Én kêu nghe lạnh bóng xuân
Đất trời bì bõm trùng trùng nghiệt oan.

Tha hương

Đọt tre đã bặt cúc cù…
Sụt sùi bìm bịp khóc thu tiếc người

Sao kia vàng úng nụ cười (*)
Nụ kia đỏ rệu thuở người tha hương.

Bỏ đời

Cớ chi con ruộng quắt queo
Cái cò leo lắt lắt leo phận bèo

Thì ra gió bỏ tiếng kêu
Mây kia bỏ nắng quê kia bỏ đời.

Chết non

Én buồn lủi thủi lủi tha
Cớ chi thút thít thút tha bên đường

Lạnh chiều úp bóng mù sương
Núi sông co rúm như dường chết non!

Bóng người bóng thú

Chờn vờn bóng ngả bóng nghiêng
Bóng người bóng thú một miền trầm luân

Buông câu, cá ngó dửng dưng
Vớt tình, tình chết e chừng bõ công.

Múc nắng

Cuốc kêu thúi ruột thúi gan
Ủ ê cánh én lạc đàn, cuốc ơi

Dễ ai múc nắng mà phơi
Cái con nước ấy bời bời canh thâu.

Nhặt bóng

Trời chi buồn ngắt buồn ngơ
Phố chi lạ lẫm trơ trơ ruột rà

Ai ngồi nhặt bóng trông ra
Dường nghe vó ngựa xa xa dập dồn.

A Men!

Thương quê lụm khụm lụm kha
Quắt quay tay chạm chân va lưng đời

Chỏng chơ côi cút bên trời
Chúa xa, xa tít có lời… a men!

(Việt Nam, 2019)
Phương Tấn

(*) Cờ đỏ sao vàng.

PHAN NI TẤN

tình kèn

Thuở còn trai tráng, Sa Trụ chơi kèn Saxo rất ngọt. Tiếng kèn điệu nghệ từng hút hồn các cô thanh xuân sắc nước hương trời. Nhưng Sa Trụ vốn con nhà gia giáo, đã "thả hồn" các cô ra, trừ một o sông Hương núi Ngự. O thuộc dòng hoàng phái mang một cái tên lãng mạn, rất Huế: Phước Nữ Song Thương, họ Hoàng, con cháu 15 đời nhà Mạc.

Đêm hưởng tuần trăng mật trên sông Hương, lần đầu tiên nghe Sa Trụ thì thầm định nghĩa Song Thương là thương gấp đôi, mụ o (cô vợ trẻ) xinh đẹp phụng phịu: "Noái là noái rứa chớ ai biết mai tê mốt nọ anh chộ o mô rồi vừa thương tui vừa thương o nớ thì răng?". Sa Trụ cười, để lộ hàm răng trắng bóng dưới trăng.

Ngoài tâm hồn nghệ sĩ, Sa Trụ còn thừa hưởng năng khiếu kinh doanh từ người cha, cùng cha quán xuyến cửa hàng xuất nhập cảng nông nghiệp gần cửa Thượng Tứ. Nhưng khi song thân qua đời, Sa Trụ bán tất cả cơ ngơi sản nghiệp, dắt vợ vô Sài Gòn đi buôn hột xoàn. "Đại phú do thiên", Sa Trụ nhờ trời đã mau chóng trở thành một thương gia giàu có. Ngoài tiệm vàng ở quận nhứt chàng còn mở thêm hai chi nhánh ở Tân Bình và Thủ Đức. Sa Trụ tuổi Tuất, có tài đánh hơi rất thính, như hơi đá quí, hơi vòng vàng, hơi tiền bạc, nhất là hơi… tình hình.

Chiến sự giữa hai miền Nam Bắc ngày một trở nên khốc liệt, sau Tết Mậu Thân 1968, Sa Trụ sang tiệm, gom góp tài sản đầu tư ra nước ngoài. Vancouver, một trong những tỉnh bang phồn thịnh nhất nước Canada, là nơi hai vợ chồng tới sinh sống lập nghiệp.

Sau khi ổn định cuộc sống mới nơi xứ người, Sa Trụ nhanh chân tiếp tục lao vào ngành kinh doanh hột xoàn, đá quí. Năm năm sau hai vợ chồng đã lần lượt gầy dựng được hệ thống tiệm vàng trải từ Vancouver tới Toronto, Montreal và Newfoundland & Labrador. Cũng vì thế, hai vợ chồng thường xuyên bay từ tây sang đông thăm viếng các cơ sở kinh doanh ngày càng phát triển. Có thể nói đôi uyên ương Sa Trụ - Song Thương ngập tràn một trời bình yên và hạnh phúc khó ai so bì.

Một hôm, nhân sinh nhật của Song Thương, hai vợ chồng bay tới Quebec, đi tàu ra biển xem cá voi xong trở về khu phố cổ Old Montreal thì trời vừa sụp tối. Sa Trụ chọn nhà hàng Modavie, có khung cảnh trữ tình và cổ kính, ăn lẩu thịt cừu Mông Cổ, uống rượu vang, nghe nhạc Jazz mừng sinh nhật vợ. Buổi xế trưa ngày hôm sau, đang thăm viếng viện bảo tàng nghệ thuật Musée des beaux- art de Montréal, bất ngờ Song Thương gặp lại Miên, người tình đưa đò ngày xưa ở bến đò Thừa Phủ, Huế, cũng là bạn học cùng trường tiểu học Gia Hội với Sa Trụ. Bên cạnh Miên là một cô gái trẻ trung, mang kính đen, mặc váy ngắn, khoác áo lông thú trắng, đội mũ len đỏ, đi giày cao gót trông rất bảnh chọe.

Vừa gặp mặt, gương mặt sạm nắng của Miên bỗng tươi cười rạng rỡ. Rất Tây, anh ta chạy ào tới nhanh nhẹn hôn vào má Song Thương, rồi vỗ vai, bắt tay Sa Trụ. "Không tưởng tượng nổi 'moi' lại gặp hai 'toa' ở đây". Miên nói, xong lùi lại một bước, lại rất Tây, anh chàng nghiêng đầu ngắm nhìn vợ chồng Sa Trụ, miêng cười toe toét phun ra một câu tiếng Tây thật vô duyên: "Eh! Elle et lui sont jolis! (Ê! Cô cậu đẹp đôi quá he!)". Dưới ánh sáng đèn lung linh sắc cầu vồng trong đại sảnh, Miên mặc bộ com-lê màu vàng cam sặc sỡ, thắt cà-vạt màu tím in hình cánh đồng hoa oải hương, chân đi giày mũi nhọn, đế cao, bóng lộn. Nhìn dáng vẻ quá phô trương đó, bên cạnh cô đầm rất mốt, rõ ràng Miên đã phủi sạch cái quá khứ một thời sông nước ở quê nhà. Gương mặt dày dạn của Miên lúc đó trông lại càng tràn đầy nhựa sống hơn thuở anh chàng làm nghề đưa đò trên bên đò Thừa Phủ. Sa Trụ không biết ông bạn này rời bỏ Huế khi nào, nhưng từ cách ăn mặc, cách ăn nói đến cử chỉ anh ta cố tỏ ra vẻ sành đời, hay cười ha hả, giọng khàn đục và nặng mùi thuốc lá. Trong lúc nói chuyện, Sa Trụ nhận thấy ngay anh bạn xưa có cái gì không thực, có một chút gượng gạo, lúc giới thiệu cô bạn gái Miên hay lén nhìn Song Thương. Dù vậy, lúc từ giã, Miên xin địa chỉ, Sa Trụ vẫn lịch sự, vui vẻ cho anh ta số phone và địa chỉ của vợ chồng Sa Trụ.

* * *

Từ ngày nên duyên chồng vợ, Song Thương vẫn muốn sanh cho Sa Trụ một mụn con mà mãi đến 18 năm sau ước nguyện mới thành. Đó là đứa con cầu tự do hai vợ chồng đi chùa thành tâm khấn nguyện mới được hiển linh. Từ ngày Song Thương mang bầu cho tới ngày sinh nở, cô giúp việc người Phi tên Sakia luôn luôn túc trực bên cô chủ. Một năm sau, Sa Trụ lại bôn ba bên ngoài, có khi hai ba ngày mới trở về nhà.

Một buổi chiều hè, Song Thương đang ngồi ôm con hóng mát trước hiên nhà, đột nhiên thấy một người đàn ông to lớn xăm xăm bước mạnh tới làm nàng giựt mình. Nhận ra Miên đứng trước mặt, toe miệng cười, Song Thương nghi ngờ cả đôi mắt mình vì không ngờ anh ta lại tìm tới đây. Thấy bản mặt vênh váo của Miên, nàng vội vàng đứng lên nhìn thẳng vào mắt anh ta vừa ngạc nhiên vừa cảnh giác. Cuối cùng, Miên tủm tỉm, lên tiếng:

- Cô không mời khách vô nhà sao?

Song Thương yên lặng, gật đầu bồng con vô nhà, Miên vui vẻ theo sau. Dỗ con ngủ xong Song Thương vừa bước ra phòng khách Miên hỏi mới biết Sa Trụ vắng nhà. Hắn trở nên õm ờ: "Biệt thự bề thế như ri chỉ có hai vợ chồng với đứa con ở là răng hè?" Chừng nghe Miên nói khích: "Sa Trụ nên mướn thêm người ở mới đúng chớ. Cái thằng đoản hậu!", Song Thương vô tình cãi lại nói người giúp việc mắc lo đám cưới cho người nhà tối nay không tới được. Vừa nói xong nàng biết mình hớ, nhưng đã muộn.

Ngay lúc đó ánh mắt Miên bỗng toát lên thứ ánh sáng đầy dục vọng. Hắn nhìn người yêu xưa hau háu như muốn ăn tươi nuốt sống khiến Song Thương sợ hãi. Ngày xưa yêu Song Thương, đưa Song Thương qua đò, anh chạy đò còn không dám nhìn thẳng vào đôi mắt huyền của cô nữ sinh đài các, huống hồ là chạm vào tay hay vạt áo. Nhưng thời thế đổi thay, con người ngày nay đã khác. Anh lái đò ngày xưa nay là anh chàng Miên lắc cắc, bảnh chọe, sõi đời. Nhận thấy bầu không khí chập chờn đe dọa Song Thương vừa đứng lên, Miên đã sấn tới. Thoắt một cái đã đẩy nàng té ngửa trên salon mềm mại.

Không chút do dự, Miên lập tức tốc váy Song Thương lên đè

nghiến nàng xuống mặt nệm. Song Thương chống cự kịch liệt. Nàng xô, đẩy, nàng giãy giụa, nàng đạp, nàng cào, cấu, nàng cắn… Nhưng Song Thương càng phản kháng dữ dội bao nhiêu, Miên càng thèm muốn nàng bấy nhiêu. Nhất là mùi hương toát ra từ thân hình tuyệt mỹ khiến Miên càng trở nên hung tợn như lợn lòi. Cuối cùng hắn vật ngửa Song Thương ra, quyết chiếm đoạt cho bằng được thân thể nhỏ bé, ngọc ngà của nàng. Anh chạy đò hiền lành trên bến đò Thừa Phủ năm xưa đã lột xác biến thành con quỷ râu xanh. Với sức mạnh cầm thú, nó có sức chi phối tinh thần, nó xóa mờ lý trí đến không còn kiểm soát được hành động của mình, Miên, một con đực khổ dâm đã giậm giật bạo hành như thể đóng đinh vào thân thể người phụ nữ đáng thương. Sự đau đớn như xé cả thể xác Song Thương đã thấm xuống tận đáy linh hồn làm nàng ngất đi, không còn biết gì.

Sáng hôm sau, Sakia trở lại làm việc thấy cô chủ tóc tai bù rối, nằm ủ rũ, khóc tấm tức trên giường, Sakia lo lắng hỏi gì cũng lắc đầu nín lặng. Lúc Sakia hỏi ý phone cho ông chủ thì cô chủ xua tay ngăn lại.

Cuối tuần, từ Newfoundland bay về, Sa Trụ vừa bước vô nhà, Song Thương đang bồng con kịp nhìn thấy chồng bỗng òa lên khóc nức nở. Sa Trụ chưa kịp vui mừng chợt bàng hoàng, ngơ ngác, nhìn gương mặt chan hòa nước mắt của vợ anh linh cảm lúc anh đi vắng ở nhà đã có việc gì xẩy ra. Nhưng rồi anh kịp trấn tỉnh chạy tới ôm vợ con vào lòng an ủi, vỗ về. Cảm nhận được tấm thân run rẩy của vợ, Sa Trụ càng ôm nàng chặt hơn. Nhưng được một lúc, Song Thương lại hoảng hốt vùng thoát khỏi tay Sa Trụ giụt lùi thật mạnh vào góc phòng làm đứa con bị giao động khóc thét lên. Trước phản ứng kỳ lạ của Song Thương, Sa Trụ vô cùng sửng sốt. Dù hoang mang, rối ruột, Sa Trụ cũng cố giữ bình tĩnh, vừa nhớm bước tới thì cặp mắt hiền lành ngày nào của vợ lại ánh lên một ánh nhìn cực kỳ sợ hãi, hối hả khua tay xua đuổi, thảng thốt hét lên: "Đừng bước tới đây!" xong quỵ xuống ngất đi.

Sa Trụ vội vàng xốc Song Thương lên chạy về phòng trong khi Sakia ẵm đứa bé oặt oại đòi mẹ ra phòng khách cố dỗ cho nó ngủ. Đặt Song Thương nằm xuống giường, đắp mền lại Sa Trụ mệt mỏi thả người ngồi trên ghế canh chừng.

Lúc đó, ngoài trời mưa rơi.

Phần vì bay một đường bay quá dài từ Newfoundland về Vancouver, phần về tới nhà lại gặp phải biến cố đau thương khiến Sa Trụ rã rời ngủ thiếp đi hồi nào không hay. Chẳng biết Sa Trụ chợp mắt được bao lâu chợt nghe có tiếng hét kinh hoàng làm anh giựt mình ngồi bật dậy. Dụi mắt nhìn không thấy Song Thương đâu Sa Trụ hốt hoảng phóng ra cửa gặp Sakia mặt mày thất sắc chạy ngược vô, tay chỉ ra phía sau.

Vừa ra sau hè nhà Sa Trụ đột nhiên khựng lại đứng chết sững. Trên xà nhà thi thể Song Thương còn đong đưa. Trên trời trăng lên soi lạnh. Mưa đã tạnh, nhưng gió vẫn thổi từng cơn. Thì ra lúc Song Thương tỉnh lại, nhằm mọi người đều ngủ say, nên lén ra sau nhà treo cổ tự tử. Trong ánh trăng vằng vặc, Song Thương mặc áo voan trắng, toàn thân trông như dát bạc, song bóng nàng lại theo ánh trăng ràn rụa trải xuống sàn nhà thành một vệt đen dài. Dù thấm thía nỗi đau như cắt, Sa Trụ vẫn phải bắc ghế trèo lên hạ xác vợ xuống.

Lúc cảnh sát tới khám nghiệm tử thi, họ phát giác trong tay Song Thương còn nắm chặt một mảnh giấy. Mở ra mới thấy rõ ràng trên mảnh giấy nhầu nát để vỏn vẹn một chữ MIÊN viết hoa, nét chữ quen thuộc của Song Thương, trong lúc nội tình rối ren cả Sa Trụ lẫn Sakia đều không để ý.

Một tuần sau, Miên bị bắt ngay tại nhà ở Montreal, lúc anh ta cùng cô bạn gái chuẩn bị về Việt Nam du hí. Miên bị bắt là đúng. Anh ta là một tên bệnh hoạn, một kẻ khó lường, một loại người hung hãn luôn có máu bạo hành, một tên sát nhân nguy hiểm cho xã hội.

Có thể nói cuộc gặp gỡ định mệnh giữa Song Thương và người tình cũ tên Miên nơi quê người, dù Song Thương không muốn, không thể ngờ tới, cũng khiến cho người ở lại hứng chịu nỗi bi thảm suốt đời khôn nguôi.

Quá đau buồn trước cái chết oan nghiệt của vợ, Sa Trụ ôm con trong lòng mà nước mắt cứ trào ra.

Chỉ mới hôm qua thôi mà nay đã đảo lộn hết rồi. Đêm đêm ngồi âm thầm trong bóng tối ngoài phòng khách, Sa Trụ thấy mình như đang lùi dần về quá khứ, cái thời sinh động nhất, sôi nổi nhất, hào hứng nhất. Ở đó mơ hồ Sa Trụ như thoáng nghe lại âm thanh của tiếng kèn đồng làm anh giựt mình. Thì ra, đã lâu rồi, vì mải mê danh vọng, vì đắm chìm trong hạnh phúc gia đình, Sa Trụ thực tình quên mất tiếng kèn của mình. Tiếng động của kim cương, hột xoàn, vòng vàng, đá quí đã rào rạt phủ lấp mất tiếng kèn đồng oanh liệt ngày xưa. Rồi Sa Trụ lặng lẽ đưa mắt nhìn vào góc phòng khách nhận ra cây kèn Saxo vẫn còn đó, vẫn dựng trên giá kèn mà lâu lắm anh đã quên mất sự hiện hữu của nó trên đời này. Cây kèn đồng vẫn thầm lặng đứng đó như chịu đựng sự đơn độc đã nhiều năm mãi đến ngày nay mới được sự quan tâm của chủ nhân. Sa Trụ thở dài nhìn nó, cây kèn hồ như cũng rầu rĩ nhìn Sa Trụ.

Đêm nay cây kèn Saxo cùng Sa Trụ tìm về cội nguồn, cùng anh tìm lại lồng ngực vạm vỡ ngày xưa. Sa Trụ với tay lấy cây kèn vuốt nhẹ theo thân kèn rồi đưa lên miệng thổi. Nhưng sao lạ quá! Chẳng lẽ lâu năm không đụng tới cây kèn hay là nỗi mất mát quá lớn đã đè nén hơi thở Sa Trụ đến nỗi anh cố lấy hơi vẫn không làm sao thổi ra nổi một tiếng kèn. Chẳng lẽ cây kèn đồng mà cũng biết cảm nhận nỗi buồn, nỗi cô đơn của anh sao? Hay cây kèn đồng cũng có tình kèn?

Phan Ni Tấn

vợ hiền là Thơ nuột nà
và Thơ thưa thiệt đúng là tình nhân
nuôi hai mỹ nữ trong tâm
đời quả hơi nặng nợ trần-ai thơm

luân hoán

Dĩ vãng tàn phai

Sáng Chúa nhật, Thư còn đang nằm nướng trên giường thì Vy, cô em họ con người chú của Thư ở Houston, gọi phone. Nàng vừa allo thì nghe giọng Vy đầy nước mắt:

- Anh Nhân mất rồi chị Thư ơi...

Nghe tin bất ngờ, Thư cũng chới với:

- Ủa! Anh ấy mất bao giờ? Mà bệnh gì hở Vy?

- Anh Nhân mất chiều hôm qua. Anh ấy bị nhồi máu cơ tim chị ạ. Anh Nhân bị bịnh tim lâu rồi. Chị biết không, cách đây một tháng anh ấy có phone cho em. Nói chuyện lang bang một hồi anh ấy bỗng hỏi em tin tức về chị. Em đã hỏi đùa "Bộ anh còn yêu chị Thư phải không?". Anh Nhân chỉ im lặng không trả lời. Thôi, em cúp nhé. Em còn gọi cho vợ chồng anh Hưng em bên Denver.

Vy cúp phôn rồi mà Thư vẫn còn bần thần chưa chịu gác máy. Dĩ vãng ùa về. Nhân của thuở học trò còn đong đầy mộng mị. Ngày đó Nhân đã yêu nàng thiết tha, đắm đuối. Nhân dịu dàng, tế nhị, đôn hậu. Nhưng sao trái tim Thư vẫn đập những nhịp bình thường mỗi khi gặp chàng. Không mảy may rung động trước tấm chân tình của Nhân. Và cho tới tận bây giờ, mỗi lần nhớ đến Nhân, Thư vẫn còn áy náy. Ngày đó...

*

Sau khi đậu tú tài phần một, Thư cùng Ái Châu, cô bạn thân nhất lớp, khăn gói về Sài Gòn tiếp tục học thi tú tài toàn phần. Ái Châu ở nhà bà dì ruột trong cư xá Chí Hòa và Thư ở nội trú trường Thánh Tâm. Tuy có ông chú ở Sàigòn, nhưng chú thím đông con nên Thư chọn ở nội trú tiện hơn. Thư còn nhớ như in cái hôm nàng và Ái Châu xuống tới phi trường Tân Sơn Nhất. Xe bus chở hành khách về trạm

Hàng không trên đường Phạm Ngũ Lão. Sau khi lấy hành lý, Ái Châu được bà dì ra tận nơi đón về nhà. Hưng, con trai chú Kiên lãnh nhiệm vụ ra đón Thư. Hưng hơn Thư một tuổi, năm nay sẽ lên Đại Học. Nó chọn Văn Khoa vì yêu văn chương thi phú. Mới hai năm không gặp mà anh chàng trông cao hơn và đẹp trai hẳn ra. Nhưng Thư càng ngạc nhiên hơn khi Hưng xách hành lý ra chỗ đậu xe. Người thanh niên đang đứng cạnh chiếc Coccinelle màu vàng nhạt thấy hai chị em, vội vàng đi tới xách bớt giùm hành lý. Hưng giới thiệu:

- Anh Nhân là con dì Hai em. Bữa nay em phải nhờ xe anh ấy để ra đón chị Thư đó. Anh Nhân em quản lý một hãng nước ngọt trong Chợ Lớn.

- Chào cô Thư. Tôi nghe các em nhắc cô hoài, hôm nay mới gặp.

Thư không biết nói gì, chỉ lí nhí :

- Chào anh Nhân. Thư làm phiền anh quá.

- Được gặp Thư tôi vui lắm. Không phiền tí nào. Nói xong Nhân cười, lộ hàm răng trắng đều. Nụ cười hiền. Cặp mắt một mí nhưng to và ấm áp. Yên vị xong, Nhân đề nghị:

- Thư đói bụng không? Hay ta đưa Thư đi ăn cái gì trước khi về nhà nhé. Hưng nghĩ sao?

Hưng chưa trả lời, Thư vội từ chối:

- Cám ơn anh. Lúc nãy trên máy bay có cho ăn nhẹ nên Thư không đói. Anh cho về nhà kẻo chú thím mong.

Trên đường đi, chỉ có Nhân và Hưng nói chuyện. Thỉnh thoảng Nhân hỏi Thư mới trả lời. Cô bé thấy anh chàng dễ mến. Chỉ tội chiều cao hơi khiêm tốn. Chắc chưa đến một thước sáu. Thua thằng Hưng cả nửa cái đầu.

Nhà chú thím Thư ở đường Trần Xuân Soạn, bên kia cầu Chữ Y. Tới nhà, Hưng mở cổng cho xe chạy vào sân. Nhà thụt sâu vào trong, có cả một sân rộng tráng xi măng. Chung quanh sân trồng nhiều khóm hoa và sau nhà thấp thoáng vài cây dừa. Tàn lá phất phơ vì sau nữa là cánh đồng chạy dài ra xa, lờ mờ một hàng cây xanh thẳm. Gặp lại Thư chú thím rất mừng. Nhà có hai gái ba trai. Cô gái đầu lấy chồng Không quân. Thứ nhì là Hưng và cô thứ ba tên Vy nhỏ hơn Thư một tuổi. Thư thân với con bé này nên những ngày tạm ở đây nàng sẽ ngủ chung phòng với Vy. Còn hai đứa nhỏ đang học Trung học Đệ nhất cấp.

Xách hành lý vào phòng, Thư lấy cái gùi nhỏ xíu ra tặng cho cô em họ. Vy thích lắm, cầm ngắm nghía mãi. Đột nhiên con bé cười:

- Chị Thư biết tại sao bữa nay anh Nhân đi đón chị không?

Thư ngạc nhiên:

- Thì tại Hưng nhờ anh ấy.

- Cũng có một phần. Nhưng em tiết lộ chuyện này cho chị nghe nha. Cách đây hai tháng anh Nhân qua đây chơi. Anh ấy lật album ở phòng khách ra xem. Thấy tấm hình chị chụp đứng trên cầu Dakbla, mắt mơ màng nhìn về rặng núi xa xa, tóc thề bay theo gió...chị gửi tặng em năm ngoái đó. Thế là chàng bị coup de foudre!

Nói xong Vy cười khoái chí. Thư cốc đầu con bé:

- Xạo đi. Anh ấy đâu biết gì về chị mà bị ...

- Chậc! Chậc! Thì anh ấy hỏi tụi em là biết liền chứ khó gì. Anh Nhân còn hỏi em chị đã có người yêu chưa? Em nói chưa!

- Con nhỏ xí xọn này! Thư cười trừ, lắc đầu chào thua.

Tiếng bà Kiên gọi ra ăn cơm nên cả hai vội vàng đi ra. Chú thím Thư mời Nhân ở lại ăn cơm chiều với gia đình. Bữa cơm ấm cúng và vui. Nhân tỏ ra rất lịch lãm. Nói chuyện khôi hài ý nhị khiến Thư không cảm thấy lúng túng khi ngồi trước mặt chàng. Nhưng những câu trêu chọc bóng gió của Vy đôi khi làm Thư đỏ mặt, không dám nhìn Nhân. Trước khi từ giã, Nhân nói với Thư khi nàng đưa Nhân ra cửa để nói lời cám ơn:

- Khi cần giúp bất cứ chuyện gì, Thư cứ cho anh biết. Nhớ nhé.

Thư cố nhịn cười khi nhận thấy khoảng cách giữa hai người đã rút ngắn lại với tiếng "anh" thân mật, nhưng chỉ dịu dàng đáp lại như một con mèo nhỏ ngoan hiền:

- Dạ. Thư sẽ nhớ.

Đêm đó hai con bé rủ rỉ rù rì tới khuya. Vy kể chuyện Vân, chị lớn của Vy, mới đi đánh ghen ông chồng Không quân hào hoa phong nhã. Có vợ đẹp như tiên mà vẫn còn đèo bòng bồ bịch khắp bốn vùng chiến thuật. Vân đẹp não nùng, nhưng hiền ít ai bì kịp. Anh chàng Không quân theo đuổi Vân từ năm con bé mới lên mười sáu. Chàng gặp nàng ở trước cổng trường và trồng cây si bất kể nắng mưa. Dù gia đình phản đối vì Vân còn quá trẻ, con bé vẫn cứ nhất định lấy chàng Không quân. Về sau khổ quá nhưng không dám thổ lộ với gia đình. Chỉ thỉnh thoảng tâm sự chút chút với em gái cho vơi bớt niềm đau. Vy nói:

- Thấy chị Vân khổ vậy em đâm sợ đàn ông chị Thư ạ. Ngày nào còn thề non hẹn biển. Nếu lấy nhau không được thì quyết nắm tay nhau cùng chết... chùm. Thế mà khi bướm chán ong chê thì trở mặt như người ta trở bánh phồng!

Đang ngậm ngùi trước sự bất hạnh của cô em họ, Thư bật cười:

- Trời! Hôm nay Vy nói chuyện giống bà cụ non.

- Thì mẹ em nói vậy mà. Đàn ông đáng sợ thật phải không chị?

- Chị đâu có biết. Chị chưa yêu, chưa gặp người để yêu nên chưa có kinh nghiệm. Nói vậy anh Nhân của Vy cũng đáng sợ hả? Thư trêu.

- Không. Không. Anh Nhân em đàng hoàng lắm. Vy chống chế.

- Chị đùa thôi. Bây giờ ngủ nhé. Hai mắt chị mở hết nổi rồi đây.

*

... Sau khi an vị nội trú Thánh Tâm, Thư và Ái Châu ghi danh học trường Nguyễn Bá Tòng. Cuối tuần Thư về nhà chú thím chơi với các em và ăn những bữa cơm gia đình vừa ấm cúng vừa ngon miệng.

Sáng thứ bảy như thường lệ, Thư đi taxi qua nhà chú thím Kiên. Chú là em ruột của bố Thư. Nhà chú tận bên Tân Quy Đông, phải qua cầu chữ Y, đi thêm một đoạn khá xa mới tới. Bữa nay Vy đi chơi với mấy cô bạn từ trưa, nên sau khi phụ chị người làm chuẩn bị bữa cơm tối xong, Thư ra sau hè đứng tựa vào cây dừa ngó mông ra cánh đồng. Vài cánh cò trắng uể oải bay la đà trên ruộng lúa xanh rập rờn theo gió. Rặng cây xa xa mờ mịt trong sương chiều. Cảnh vật thật êm ả nhưng buồn man mác. Nàng thả hồn bay tận đâu đâu nên không nghe thấy bước chân khẽ khàng đến gần. Một bàn tay đặt thật nhẹ lên vai khiến Thư giật mình quay lại:

- Ô, anh Nhân!

Nhân cười nhẹ:

- Xin lỗi làm Thư giật mình. Anh đến nãy giờ. Không dám gọi vì anh nghĩ Thư đang tìm cảm hứng để làm thơ.

Thật vậy, Nhân rời sở sớm hơn thường lệ một chút. Không về nhà mà ghé tiệm mua một ký thịt quay rồi đi luôn qua đây. Ba ngày không được gặp Thư, Nhân thấy lòng xốn xang, bứt rứt. Nhớ, nhớ và nhớ cô bé tên Thư. Hình như lần đầu tiên Nhân biết thế nào là tình yêu. Chàng chưa bao giờ nhớ quay nhớ quắt một người con gái nào như đang nhớ Thư. Thế không phải là tình yêu thì là gì? Hôm nay Nhân nhất định qua gặp cho đỡ nhớ. Sau khi đưa thịt quay cho chị người làm, biết Thư ở sau hè, Nhân vội vàng đi ra. Nhìn dáng dấp mảnh mai của cô gái đứng tựa thân cây dừa. Mái tóc lả lơi theo gió, cặp mắt đăm chiêu hướng về phía xa xa. Nhìn nửa khuôn mặt của Thư với sóng mũi cao, vầng trán phẳng, Nhân thấy nàng đúng là người trong mộng của chàng. Nhân nhìn cô gái không chán mắt. Giá mà có máy hình chàng sẽ ghi cái hình ảnh đẹp và thơ mộng này để làm kỷ niệm. Không lẽ đứng nhìn mãi như thế nên Nhân bước lại gần và không kềm được, đã đặt bàn tay thật nhẹ lên vai Thư, khiến nàng giật mình.

Thư thẹn thùng:

- Thư đâu phải thi sĩ mà ngắm cảnh là ra thơ hở anh. Nhưng mà anh Nhân xem kìa, cảnh đồng quê đẹp như một bức tranh phải không?

- Thư có vẻ yêu sự tĩnh lặng hơn ồn ào? Nhân tò mò hỏi.

- Dạ. Em thích sống ở tỉnh nhỏ hơn là thành phố lớn. Kontum không có Đệ Nhất nên em phải về đây học. Tiếc thật đó.

Nhân hỏi dò:

- Nếu mai mốt lập gia đình, không lẽ Thư lại về Kontum?

- Ô! Anh Nhân không thấy Thư còn quá trẻ để nghĩ đến chuyện này hay sao?

- Cũng có lúc phải nghĩ đến chứ cô bé.

Thư lắc đầu, cười:

- Chắc là còn lâu lắm anh ạ. Chính anh còn gọi Thư là cô bé nữa kìa. Thời này đâu còn sợ ế ở tuổi hai mươi như thời mẹ em. Hơn nữa em chưa có người yêu thì làm sao nghĩ đến hôn nhân.

Nhân đổi đề tài:

- Người yêu của Thư chắc phải có điều kiện cao lắm nhỉ?

Nàng ngượng ngùng:

- Em có gì đâu mà dám đòi hỏi người yêu phải có điều kiện cao!

- Đối với anh, Thư đáng yêu nhất trong những người con gái mà anh quen. Nhìn thấy nét mặt hơi thảng thốt của con bé Nhân vội vàng tiếp, anh xin lỗi nếu những lời chân thật của anh làm em sợ. Nhưng mà Thư này, anh chỉ nói ra những gì anh cảm thấy trong trái tim. Tại sao anh không được nói lên sự thật? Anh nói Thư đáng yêu là vì em thật sự đáng yêu. Mà nếu anh có yêu Thư đi chăng nữa thì có gì không chính đáng?

Cặp mắt chàng nhìn Thư thật thiết tha:

- Dĩ nhiên anh không thể bắt buộc Thư yêu anh, vì đó là quyền của Thư. Nhưng anh cũng có quyền bày tỏ tình cảm chân thật của mình. Anh biết những lời tỏ tình của anh hơi vội vàng, nhưng anh mong rằng không vì thế mà em tránh né anh nhé. Chúng ta cứ cư xử bình thường. Nếu Thư chưa có tình cảm gì với anh thì cũng không sao. Anh chờ. Anh nhất định chờ. Đồng ý không... cô bé?

Nãy giờ Thư đứng như bị trời trồng, mặc cho Nhân nói. Những lời tỏ tình của Nhân làm nàng choáng váng, tự hỏi sao chàng có thể yêu cô một cách chớp nhoáng như thế? Tất cả đàn ông đều như vậy sao? Thư nhớ lại Thái gặp Ái Châu cũng yêu ngay lập tức. À, thì ra đây là coup de foudre mà nàng thường đọc trong tiểu thuyết! Nhưng sao lạ quá, những lời tỏ tình tha thiết của Nhân không làm nàng xao xuyến, rung động tí nào. Tuy nhiên Thư cũng từ tốn trả lời:

- Thư cám ơn tình cảm của anh dành cho Thư. Nhưng hiện tại Thư phải chuyên tâm cho việc học. Chuyện tình cảm Thư chưa dám nghĩ tới...

Nhân nhẹ nhàng cầm bàn tay Thư, giọng dịu dàng:

- Anh đã nói rồi. Em cứ yên tâm lo học. Yêu Thư là chuyện của anh. Anh không đòi hỏi Thư phải đáp lại. Hãy để cho thời gian làm việc. Biết đâu một ngày kia...

Thư còn đang ngần ngừ chưa dám rút tay lại thì có tiếng Vy léo nhéo:

- Ui chao, anh chị trốn ra sau hè tâm sự lòng thòng hở? Làm em đi kiếm khắp nơi.

Thư vội vàng rụt tay lại, thoáng đỏ mặt trước cặp mắt tinh quái của cô em họ:

- Tâm sự gì đâu. Chị ra đây ngắm cảnh trời chiều. Đẹp quá phải không anh Nhân?

- Ừ đẹp lắm. Nhân vừa trả lời vừa nhìn Thư cười tủm tỉm.

Thư mắc cỡ nói vội vàng:

- Thôi mình vào nhà đi. Chắc là sắp ăn cơm rồi phải không?

- Đúng rồi. Em tìm anh chị vào ăn cơm. À, em ở đây bao nhiêu năm rồi nhưng chưa bao giờ ra sau hè ngắm cảnh. Mà đẹp thật đó. Anh chị quả là có tâm hồn lãng mạn! Vy vừa nói vừa nheo mắt với Nhân. Thư mắng "nhỏ này lắm chuyện quá!" khiến con bé cười khanh khách.

Trong bữa ăn thấy Thư có vẻ trầm ngâm Nhân hơi hối hận là đã tỏ tình sớm quá. Thật ra chàng không hề có ý định đó, nhưng lỡ buột miệng nói ra. Phóng lao thì phải ...theo luôn chứ biết sao. Bây giờ tới đâu hay tới đó. Đành phó thác đời chàng vào tay Ông Tơ bà Nguyệt!

Bà thím có lẽ nhìn ra được tình cảm thằng cháu dành cho Thư nên cũng vun vào. Bà kể toàn tính tốt khiến Nhân phải kêu lên:

- Dì ơi, nghe dì kể chắc Thư dám tưởng cháu là ông Thánh hay ông thầy tu! Anh không "hoàn hảo" như lời dì đâu Thư nhé.

Thư cười:

- Dạ, nếu anh hoàn hảo quá Thư không dám đứng gần, sẽ mặc cảm!

Nhân rên rỉ:

- Thế thì dì hại cháu rồi! Dì ơi, nói lại hộ cháu đi.

Bà Kiên cười hiền lành:

- Dì đâu có nói ngoa. Anh Nhân tốt thật đó Thư. Cô nào lấy anh ấy sẽ sướng cả đời. Anh ấy thương và lo cho các em chu đáo cứ như là em ruột không bằng. Phải thế không các con?

Mấy cái miệng đồng thanh phụ họa, nhưng cốt để trêu ông anh họ:

- Đúng thế! Anh Nhân tốt nhất trên đời! Là người chồng lý tưởng. Vy thêm vào.

Mọi người phá lên cười. Nhân gãi đầu cười theo. Không khí thật vui vẻ khiến Thư cũng vui lây. Nàng không còn e dè như trước nên nói chuyện thoải mái. Lúc ra về, Nhân dặn:

- Sáng mai mười một giờ rưỡi anh sẽ tới đón Hưng, Thư và Vy. Mình ăn xong sẽ đi ciné. Anh phải lấy vé trước sợ không có chỗ. Anh nghe nói thiên hạ đi xem đông như kiến.

Hưng rụt rè nói:

- Mai em dẫn bồ em đi luôn có được không anh? Ái Lan cũng muốn xem phim này.

- Chuyện nhỏ! Anh mời bồ em đi ăn luôn.

Hưng nhảy cỡn:

- Hoan hô anh Nhân! Anh Nhân là số một La Mã!

- Khiếp! Chỉ một bữa ăn và một chầu ciné mà tôi được phong số một La Mã rồi đấy!

Hưng câu cổ ông anh họ, mi cái chụt vào má:

- Em nói thật mà. Anh Nhân em đáng yêu nhất!

- Thôi cậu ơi. Đừng có nịnh. Cái hôn này tôi xin trả lại để cậu mi em Ái Lan. Nhân đùa.

Nhìn cảnh tượng thân mật giữa anh em họ, Thư thấy lòng se thắt. Mẹ con nàng ở Kontum không có bà con ruột thịt. Tối lửa tắt đèn gì cũng chỉ có ba mẹ con. Cùng lắm mới nhờ đến bạn bè thân như vợ chồng bác Minh hàng xóm. Cả năm mới về Sài Gòn một đôi lần, vì thế dù họ hàng đông, tình cảm vẫn có phần nhạt nhẽo. May mà còn có gia đình chú Kiên. Có lẽ nhờ chú thím hiền lành và các em dễ thương.

Thấy Thư đang vui bỗng chợt buồn, Nhân lo lắng hỏi:

- Thư sao vậy? Thấy trong người không khỏe à?

Thư gượng cười:

- Không sao đâu anh. Thấy anh và các em vui quá làm em chạnh nhớ tới mẹ em đang một mình ở Kontum. Tội nghiệp, chắc bà buồn và nhớ em lắm. Đây là lần đầu em xa mẹ .

Thư nói mà rơm rớm nước mắt. Vy và Hưng chưa kịp nói gì thì Nhân đã nắm tay Thư bóp nhẹ, giọng tha thiết:

- Em đừng quá lo lắng. Bác gái từ từ sẽ quen mà. Ở đây đã có anh và em Vy, em Hưng săn sóc Thư đàng hoàng. Nhớ viết thư báo tin với bác như thế cho bà yên tâm.

Thư mím môi cố nuốt vào lòng những giọt lệ sắp trào ra khóe mắt, gật gật đầu. Nhân buông tay Thư, nháy mắt với Vy rồi ra xe. Thật tình nhìn đôi mắt long lanh lệ của Thư, lòng Nhân thật xốn xang. Vy choàng tay ôm vai Thư kéo vào phòng. An vị rồi con bé bắt đầu điều tra:

- Hồi chiều em thấy hai anh chị mùi quá trời!

- Mùi đâu mà mùi. Cứ tưởng tượng không à!

- Trời! Anh chị nắm tay nhau mà còn cho là không mùi?

Hiểu ra, Thư chống chế:

- Đó là anh Nhân tự ý nắm tay chị chứ bộ!

- Chỉ nắm tay suông thôi sao?

- Thì anh Nhân nói yêu chị. Thư trả lời yếu ớt, mặt hơi ửng đỏ.

Vy thích chí vỗ tay:

- Thế mới là anh hùng. Dám yêu, dám nói! Em phục anh Nhân chỗ đó. Yêu ai là nói huỵch toẹt ra liền. Không thèm giấu!

Thư đưa mắt nhìn lên trời, rên rỉ:

- Vy ơi là Vy! Tại sao có thể nói về tình yêu một cách... trần trụi không một tí rô-măng-tíc nào hết vậy hở trời!? Bộ chưa có ai tỏ tình với Vy sao?

Vy cười giòn:

- Cũng có vài "thằng". Nhưng toàn là con nít rạnh cỡ em nên em cho de tuốt! Em thích người yêu phải hơn em ít nhất là năm tuổi. Hơn càng tốt, họ sẽ chiều mình hơn. Như anh Nhân với chị đó. Thấy Thư lừ mắt, Vy vội hỏi tiếp:

- Rồi chị trả lời sao hở chị?

- Chị nói chị mắc lo học, chưa nghĩ đến chuyện yêu đương.

"Đường vào tình yêu có trăm lần vui có vạn lần buồn..." Vy hát nho nhỏ rồi nói 'không biết anh Nhân em sẽ lạc vào con đường nào đây?" Không biết khi yêu, mình sẽ cảm thấy sao hở chị Vy?

- Hỏi vớ vẩn! Chị đã yêu đâu mà biết. Nhưng một ông thi sĩ gì đó chị quên mất, hình như là Xuân Diệu, đã viết:

Làm sao cắt nghĩa được tình yêu
Có nghĩa gì đâu, một buổi chiều
Nó chiếm hồn ta bằng nắng nhạt
Bằng mây nhè nhẹ gió hiu hiu!

Đó, từ xưa đến giờ có ai cắt nghĩa được hai chữ Tình Yêu đâu mà hỏi chị?

- Vậy lúc nào chị yêu ai thì nhớ cho em biết nhé. Mà hình như người ta khổ vì yêu hơn là sung sướng phải không chị? Vy hỏi, ánh mắt mơ màng.

- Người ta chỉ khổ vì yêu không phải chỗ thôi nhỏ ơi!

Giọng Vy bỗng ngậm ngùi:

- Nhưng yêu là yêu. Biết thế nào là đúng chỗ? Như chị Vân em yêu đắm yêu đuối ông phi công của chị ấy, rồi bây giờ khổ quá trời. Trước kia cả họ tưởng đẹp như chị ấy sẽ sướng một đời. Không ngờ trái lại. Tối ngày ghen tương, khóc lóc phờ phạc cả người!

- Hồng nhan đa truân. Thôi thì cứ nhàng nhàng như hai chị em mình chắc khỏe!

- Thôi đi. Chị đẹp đâu thua gì chị Vân em mà cứ khiêm nhường. Nếu không sao anh Nhân em gặp chị là yêu liền tù tì. Chị còn hơn chị Vân là tính chị không quá hiền lành nhu nhược...

- A! Muốn nói chị là bà chằng hả? Thư vừa nói vừa vớ cái gối ném vào Vy. Hai chị em cười khanh khách.

*

Sáng Chúa nhật, khi xe Nhân đậu trước cửa thì Vy và Thư đã sẵn sàng. Vy mặc jupe plissée xanh dương, áo thun ngắn tay màu hồng trông thật trẻ trung. Thư mặc quần tây pattes d'éléphant màu kem, áo trắng, cài băng đô tím giữ cho tóc khỏi bay, trông thật thanh nhã. Tuy không trang điểm nhưng vẻ tươi mát, xinh xắn khiến Nhân nhìn không chớp mắt:

- Hôm nay Thư xinh quá!

Thư ngượng ngùng nói cám ơn. Vy dẩu môi:

- Còn em?

- Vy thì lúc nào cũng xinh rồi. Đẹp "bẩm sinh" mà lị! Nhân trêu em.

- Tha cho anh. Vy cười giòn. À quên, anh Hưng đi trước đón Ái Lan. Hai người sẽ đến thẳng tiệm Thanh Bạch. Hôm nay nhất định em phải ăn nửa con gà quay!

Thư tròn mắt:

- Bộ gà quay ở đó ngon lắm sao mà Vy đòi ăn tới nửa con?

- Em nói đùa thôi. Gà quay ở đó ngon tuyệt. Nhưng có món suông cũng trứ danh lắm.

Lần này Thư đòi ngồi dưới với Vy nhưng con bé láu lỉnh:

- Nếu chị ngồi dưới này thì hóa ra anh Nhân là tài xế của chị em mình à? Chị phải ngồi trên vì chị là... chị. Vai lớn phải ngồi trên mà. Kính... lão đắc thọ. hìhìhì!

Thư cốc lên đầu Vy mắng:

- Con nhỏ lẻo mép!

Cuối cùng Thư đành chịu thua phải lên ngồi cạnh Nhân. Trên đường đi Vy tiếp tục mục ăn uống:

- Chị Thư đã đi ăn bún chả hẻm Casino chưa? Thấy Thư lắc đầu Vy tiếp, em sẽ đưa chị đi ăn. Bảo đảm chị mê tơi. Còn bánh cuốn Tây Hồ? Chắc là chưa chứ gì. Chị ơi, chợ Vườn Chuối có bún ốc ngon tuyệt vời. Cô bé quay sang Nhân:

- Anh Nhân có dám đi vô chợ Vườn Chuối ngồi xệp dưới đất ăn bún ốc với tụi em không?

- Sợ gì không đi. Có đồ ăn ngon dù chân trời góc biển anh cũng đi.

- Thức ăn ngon mà còn phải đúng "đối tượng" đi ăn chung thì ăn mới ngon phải không? Anh hứa rồi nhé. Em còn một lô địa chỉ khác nữa đó.

- Tha hồ cho các cô chọn. Anh tình nguyện làm tài xế đưa đi.

Vừa nói Nhân vừa đưa mắt nhìn sang Thư khiến nàng thấy nhột nhạt nên vội vàng lên tiếng:

- Trời ơi, bộ Vy muốn chị em mình biến thành con heo mập hay sao mà tính ăn nhiều thế?

Vy cười giòn tan:

- Em không lo. Bố em nói trong bụng em có con sán lãi Ténia nên em ăn bao nhiêu cũng không mập nổi. Vì thế em cứ xơi thoải mái!

- Khiếp quá! Thư kêu lên. Nếu có con đó trong bụng chắc chị chết vì sợ!

- Thư tin con bé này thì có nước bán thóc giống. Vy đùa thôi. Nếu có con đó thì dượng cũng bắt nó xổ ra từ đời nào rồi. Xạo hết chỗ nói!

Vy ôm bụng cười trước sự ngây thơ, dễ tin của bà chị họ. Nhưng Nhân thì thấy Thư càng ngày càng đáng yêu hơn. Chàng nghĩ mình sẽ hạnh phúc biết bao nếu lấy được Thư làm vợ. Thư vừa xinh đẹp, vừa ngây thơ duyên dáng. Chàng tin rằng chắc chắn mình sẽ đem hạnh phúc lại cho Thư. Nhân mỉm cười trước cái viễn ảnh chàng và Thư nên duyên cầm sắc. Và những đứa con xinh như mẹ nó nữa chứ...

Lúc ba người tới tiệm ăn thì thấy Hưng và Ái Lan chờ sẵn ở đó. Ái Lan rất xinh, đang học Đệ tam trường Nguyễn Bá Tòng. Cô bé mặc đầm rất chic. Hỏi ra thì Cô của Ái Lan có tiệm chuyên may áo đầm trước trường Marie Curie. Bữa ăn rất vui nhờ Hưng và Vy. Thư ăn uống nhỏ nhẻ khiến Nhân phải tiếp thức ăn:

- Thư ơi, em nhìn con bé Vy kìa. Nó ăn như hổ, còn em ăn còn thua con mèo. Năm nay học cực lắm. Ráng ăn nhiều mới có sức học nhé.

- Trời! Nhìn anh Nhân săn sóc chị Thư mà em tủi thân quá!

huhuhu! Em phải kiếm ngay một người yêu để được săn sóc.

Thư mắc cỡ, nguýt cô em:

- Vy này!Nói nhảm không à. Anh Nhân đâu phải là người yêu của chị!

- Quên. Chị là người yêu của anh Nhân em.

Thấy Ái Lan tròn mắt hết nhìn người nọ đến người kia ra vẻ không hiểu, Thư cấu Vy một cái đau điếng, miệng nói "cho chừa!". Hưng thấy vậy cũng đá nhẹ chân Ái Lan dưới gầm bàn. Cô bé hiểu ý lảng sang chuyện khác:

- Em nghe nói phim Angélique hay lắm. Tình yêu giữa hai nhân vật chính rất lãng mạn. Bạn em đi xem khen quá trời luôn. Nghe nói nhân vật chính là một ông Bá Tước lớn tuổi còn què một chân, trên mặt có một vết sẹo dài, vậy mà cô Angélique trẻ và đẹp như tiên yêu say đắm.

Hưng cười hì hì:

- Anh nghe nói thì ông ta có "bùa phép" linh nghiệm lắm.

Ái Lan ngây thơ:

- Bộ ổng là phù thủy sao?

- Phù thủy trong tình yêu em ạ! Ông ta biết cách chinh phục trái tim của đàn bà. Anh thấy anh Nhân cần đi xem phim này để học hỏi.

Nhân chỉ cười nhẹ, mắt nhìn Thư đắm đuối:

- Anh tin ở tình yêu chân thành và con tim ngay thẳng. Anh sẽ không dùng "đòn phép" để có được tình yêu. Bất cứ sự gian dối nào cũng sẽ không có kết quả tốt về sau. Phải không Thư?

- Dạ, Thư cũng nghĩ vậy. Trong tình yêu mà tính toán quá, giống như một cuộc trao đổi mua bán, sẽ không có hạnh phúc.

Hưng chép miệng, lắc đầu:

- Chị Thư hơn con bé Vy có một tuổi mà có vẻ chín chắn hơn nhiều nha.

Nhân nhìn đồng hồ, gọi tính tiền trước khi Vy mở miệng phản đối:

- Thôi thôi! Hai cô mỗi người mỗi vẻ mười phân vẹn mười. Một cô là Thúy Kiều, một cô là Thúy Vân. Được chưa? Bây giờ chúng ta đi đến Eden là vừa.

Nhìn giòng người xếp hàng dài để mua vé, Vy lè lưỡi:

- Trời ơi, nếu bây giờ mới xếp hàng mua vé thì đời nào mới vào rạp được! Anh Nhân em giỏi thật. Lúc nào cũng tính toán chu đáo!

Vào ghế ngồi, Vy đùn cho Thư ngồi cạnh Nhân, đến Vy và cuối cùng là Ái Lan và Hùng. Thư không muốn ngồi gần Nhân, nhưng không lẽ đùn tới đùn lui cũng kỳ nên đành phải ngồi xuống. Nhưng không thoải mái tí nào. Khi đùi Nhân vô tình chạm vào đùi nàng, Thư vội vàng khép chân lại, mắt nhìn thẳng lên màn ảnh. Nhân biết Thư sợ nên cũng ráng giữ ý, không dám chạm vào nàng. Thấy Hưng và Ái Lan cầm tay nhau một cách tự nhiên Nhân thèm lắm. Ước gì được giữ bàn tay "năm ngón kiêu sa" của nàng trong tay mình nhỉ? Nhân nhìn xuống bàn tay trắng nõn nà đang đặt rất ngoan hiền trên đùi của nàng mà ước thầm. Người ta nói "trong mắt người yêu có Tây Thi" không ngoa chút nào. Trong mắt Nhân, chàng yêu Thư từ đôi mắt màu hạt dẻ trong sáng, ngây thơ nhưng không kém phần tinh nghịch. Chiếc miệng xinh với đôi môi đỏ hồng tự nhiên. Và nụ cười. Ôi, nụ cười mới có duyên làm sao! Nghĩ đến đôi môi, lòng chàng tự nhiên có cảm giác nôn nao một cách kỳ lạ. Một cảm giác chàng chưa hề cảm thấy khi gần bất cứ cô gái nào trước đây. Nhân hít vào một hơi dài và ngồi thẳng người lên. Như muốn tránh xa một cám dỗ đang thôi thúc. Đúng lúc đó trên màn ảnh bắt đầu chiếu phim quảng cáo. Nhân như vừa thoát khỏi một cơn mê. Chàng chăm chú nhìn lên màn ảnh.

Phải công nhận là cuốn phim quá hay. Quá hấp dẫn. Nữ tài tử xinh đẹp Michèle Mercier xuất sắc trong vai Angélique và tài tử gạo cội Robert Hossein trong vai Bá Tước Joffrey đã khiến bao trái tim phải thổn thức, ước mơ. Nhưng trên đời này có chuyện gì hoàn hảo? Khi người ta có quá nhiều sẽ khơi động lòng ganh tị của tha nhân. Nàng Angélique quá đẹp khiến vị vua đa tình sinh lòng muốn chiếm hữu. Chẳng những sở hữu một mỹ nhân đẹp nhất vương quốc, chàng Bá Tước hào hoa lại còn có một gia sản khổng lồ khiến nhà vua phải ganh tị. Và khi người có quyền uy nhất nước muốn là trời muốn. Thế là cuộc tình đang đẹp như mơ bỗng chốc tan như bọt nước! Cửa nát, nhà tan. Thân tàn ma dại. Ôi cuộc đời sao lắm bất ngờ!

Khi cuốn phim chấm dứt, mọi người ra về trong niềm luyến tiếc. Trên mặt phụ nữ, người nào cũng phảng phất vẻ bàng hoàng, thương cảm. Thư và Vy cũng không ngoại lệ. Ra khỏi rạp Vy nói:

- Nếu ngoài đời có ông Bá Tước này thật em dám lấy liền đó. Chị Thư dám không?

- Thôi đừng mơ mộng nhỏ ơi. Chị chỉ muốn một cuộc sống bình thường. Trầy vi tróc vẩy như vậy chị sợ lắm. Thư rụt cổ.

- À, một túp lều tranh với hai quả tim vàng chứ gì?

- Cũng không luôn. Nếu hai quả tim vàng với một căn..nhà lầu thì tốt hơn. Thư tinh nghịch trả lời.

Nhân chen vào, vừa nói vừa cười nửa miệng:

- Nếu mộng ước bình thường như thế thì quá dễ. Anh cũng có ý tưởng... giống như thế!

- Thế này thì chí lớn gặp nhau rồi. Anh chị biết người ta gọi là gì không? Là "đồng chí" đấy.

Nói xong con bé cười giòn tan làm mọi người cũng bắt cười theo. Thấy còn sớm, Nhân đề nghị cả bọn thả bộ tới kem Mai Hương. Ăn xong rồi về. Đề nghị được hưởng ứng nồng nhiệt. Băng qua công viên trước Tòa Đô Chính Vy nói:

- Rạp Rex lớn, sang trọng, nhưng em thích rạp Eden hơn. Trông nó ấm cúng, thân mật hơn nhiều. Các anh chị còn nhớ lúc Rex mới khánh thành, ở đây chiếu phim Ben Hur không? Khán giả đông ơi là đông. Lần đầu được đi thang cuốn vui ghê!

- Anh còn nhớ Vy lên tới trên lầu, chưa kịp bước ra bị "nó" hất té lăn cù, lỗ mũi ăn trầu!

Vy chu mỏ:

- Anh Nhân kỳ quá. Nhớ gì không nhớ, lại nhớ em bị té!

- Tại lúc đó Vy khóc quá trời nên anh nhớ hoài!

- Anh cũng nhớ nữa. Hưng chen vào. Lúc đó bé Vy khóc hu hu buồn cười lắm!

- Chị Thư xem, em bị té lỗ mũi ăn trầu mà hai ông anh em cười, có ác không chứ? Thù này em quyết trả!

- Ấy! Ấy! Cho anh xin. Từ nay không dám nhắc nữa. Nhân vội vàng tiếp lời. Tí nữa đãi Vy ăn hai ly kem!

- Như vậy em mới tha. Vy nói sau khi ném cho ông anh một cái nhìn sắc lẻm.

Tới tiệm Mai Hương, may quá còn 1 bàn trống bên ngoài, mọi người ngồi xuống, thở ra thoải mái. Ngồi ở đây có thể vừa ăn kem, vừa ngắm ông đi qua bà đi lại. Tất cả tài tử giai nhân Sài Thành đều "diễn hành" qua đây. Tha hồ cho các cô ngắm nghía thời trang!

Thư chọn kem dâu. Nàng khoan thai múc từ muỗng kem đưa lên miệng. Trời nóng, chất kem vừa ngọt ngào vừa thơm tho, mát rượi trôi xuống cổ như nước cam lồ. Thư không giấu được vẻ khoan khoái. Nhìn muỗng kem màu hồng giữa đôi môi Thư, Nhân chỉ muốn... chỉ muốn là... muỗng kem! Đúng, là muỗng kem để được đôi môi hồng kia ngậm một cách thích thú.

Thấy Nhân nhìn Thư say đắm lộ liễu quá, Vy đá vào chân Nhân nhắc khéo:

- Ly kem chocolat của anh chảy hết rồi kìa!

Lúc đó chàng mới trở về thực tại, cười ngượng ngập, đánh trống lảng:

- Tại anh thấy kem dâu của Thư hấp dẫn quá nên... thèm!

Vy nheo mắt trêu ông anh:

- Vậy sao anh chọn kem chocolat? Chọn nhầm làm sao ăn ngon cho được. Con bé ý nhị. Chị Thư ơi, ly kem anh Nhân chảy hết rồi, chị làm ơn chia bớt kem cho anh ấy nhé.

- Con bé lí lắc này! Đừng chọc ghẹo để chị Thư ăn cho ngon. Nhân rầy em.

Nhưng Thư tưởng thật, vội đưa ly kem của mình sang phía Nhân:

- Anh Nhân có muốn không. Thư chia bớt cho anh một nửa. Nhiều quá em ăn không hết đâu.

Nhân nhìn Thư âu yếm:

- Thật không? Anh chỉ cần xin một muỗng thôi là đủ.

Nói rồi Nhân múc một muỗng kem dâu trong ly của Thư đưa lên miệng. Chàng nhắm mắt, ngậm muỗng kem mà sung sướng như được ngậm ...môi hồng của người trong mộng. Tình yêu thật là mầu nhiệm. Người ta có thể cảm thấy hạnh phúc tràn trề chỉ với một chuyện nhỏ nhặt không đâu! Một muỗng kem nhỏ bé có thể khiến Nhân cảm thấy vui vẻ suốt cả buổi chiều. Đột nhiên chàng không muốn xa Thư vội nên đề nghị:

- Hay bây giờ mình đi ăn bún chả Casino. Anh đãi.

Mọi người tròn mắt nhìn nhau. Vy kêu lên:

- Ủa, sao Anh Nhân nổi lòng "từ bi bất ngờ" thế này! Anh vừa bao tụi em một chầu ciné và một chầu kem.

- Chuyện nhỏ! Anh mới lãnh lương mà. Ngày mai Thư trở vô nội trú rồi. Vô đó ăn uống chắc là khổ lắm hở Thư. Hôm nay đãi Thư một chầu ăn cho đã. Có ai phản đối không?

Bao nhiêu cái miệng đều nhao nhao:

- Không bao giờ từ chối! Vy còn thêm, đi ngay kẻo anh Nhân đổi ý!

Nhân gọi tính tiền rồi cả bọn tà tà tới đường Pasteur, quẹo vô hẻm Casino. Đây là một con hẻm tương đối hẹp. Đi sâu vào trong còn vài tiệm bán phở, bánh cuốn... Nhưng nơi đây nổi tiếng nhất là bún chả. Vì thế mà con hẻm có "thương hiệu" chính là Bún Chả Casino mà bàn dân thiên hạ, đặc biệt là cánh tóc dài, ai cũng biết. Giống như Phở Gà Hiền Vương, Bánh Cuốn Tây Hồ, Phở Bò Pasteur....

Vừa vào tới đầu hẻm, mùi thịt nướng đã bay ra thơm lừng. Đi vào trong, Thư ngạc nhiên khi thấy bà nướng chả ngồi ngoài hành lang, quạt liên tục vào lò than hồng. Trên đó từng vỉ thịt nướng đang rỏ những giọt mỡ cháy xèo xèo, bay mùi thơm điếc mũi. Thịt nướng vừa chín, bà ta gỡ ra bỏ vào tô nước mắm pha hành hoa xắt nhuyễn và thật nhiều tiêu bên cạnh.

Năm người ngồi vào bàn, gọi bún chả. Nhìn mẹt rau là thấy

thèm. Những cọng rau muống chẻ xanh non quăn tít dính chùm vào nhau, rau tía tô, rau mùi, rau kinh giới...Từng lọn bún trắng phau phau, nõn nà. Thư phải công nhận bún chả nơi đây danh bất hư truyền. Ở nhà, thỉnh thoảng mẹ cũng làm, nhưng không ngon bằng. Giống như đi ăn nhà hàng Tàu, có những món mình bắt chước cách nào cũng không giống. Cái đó là bí quyết. Nhiều người dù trả tiền để học, nếu Thầy nhất định giữ lại một, hai bí quyết cũng thúc thủ!

Cứ thế, một năm học trôi qua thật êm đềm. Ái Châu và Thư đều trở thành cô tú kép. Nhân vẫn săn đón và yêu Thư với tất cả chân tình, nhưng Thư vẫn xem chàng như một người anh cả. Như anh Tiến của nàng. Mẹ từ Kontum xuống chơi ít hôm và luôn thể đón Thư về Kontum. Mẹ mời cả nhà chú Kiên đi ăn tiệm. Dĩ nhiên có Nhân tháp tùng. Có cả anh Tiến của Thư từ căn cứ không quân Biên Hòa xuống tham dự. Có điều nàng không ngờ là anh Tiến lại dẫn theo một người bạn thân. Du ở cùng không đoàn với anh Tiến. Du cao lớn, đẹp trai một cách rắn rỏi. Đặc biệt là cặp mắt sáng và nụ cười nửa miệng. Chính nụ cười này khiến con tim của Thư đập lỗi nhịp lia chia. Du cũng ngạc nhiên, không ngờ cô em gái của bạn mình lại xinh xắn đáng yêu đến thế. Vì vậy cặp mắt của Du ít khi rời khuôn mặt yêu kiều của Thư. Mỗi lần chạm phải ánh mắt này, tự nhiên Thư đâm luống cuống, hai má đỏ hồng. Thái độ mất tự nhiên của nàng không thoát khỏi cặp mắt dò xét kín đáo của Nhân. Vy ngồi bên cạnh, thấy ông anh họ mặt mày bỗng dưng đầy nét tư lự, bèn huých cùi chỏ, hỏi nhỏ:

- Sao anh Nhân ngồi im thin thít vậy? Có chuyện gì hở?

Nhân cười gượng, chống chế:

- Không có gì cả. Anh mắc ăn mà. Thức ăn hôm nay ngon quá Vy cũng ăn đi.

Con bé hồn nhiên tiếp tục ăn uống. Nhưng sau này Thư nghe Vy kể qua những bức thư rằng "Hôm đi ăn nhà hàng, nhìn thái độ của anh Du và chị, anh Nhân có cảm giác rất lạ. Anh ấy có dự cảm mãi mãi không bao giờ chiếm được trái tim của chị. Nếu so sánh hai người thì anh Du hơn anh ấy quá xa. Lúc đó em còn cười và cho rằng anh ấy giàu tưởng tượng!" Thư nghe vậy cũng buồn, nhưng cuộc đời lắm cảnh éo le. Có mấy ai điều khiển được con tim của chính mình? Nếu không, trần gian này đã là một thiên đường đầy hoan lạc. Rồi bất hạnh xảy ra với Nhân khi nghe tin Du và Thư làm đám hỏi. Trong cơn đau khổ, thất vọng tột cùng, Nhân đã bằng lòng làm đám cưới với Kim, cô bạn học theo đuổi Nhân từ thời Trung học. Về sau, những cơn ghen điên cuồng của Kim đã khiến Nhân hối hận không nguôi. Vy kể, có lần Nhân đã ôm đầu kêu lên: "Trời ơi, lúc đó tôi điên. Đã mất hết lý trí. Tại sao không ai làm ơn ngăn lại đừng cho tôi lấy Kim. Bây giờ tính sao đây hở trời!?". Vy cũng buồn lắm, nhưng đành bó tay, cô tự nhủ cũng là số trời. Là định mệnh thì không sao tránh khỏi!

Sau Bảy lăm, Nhân, Hưng, Vy và Thư đều may mắn rời khỏi đất nước Việt Nam thống khổ. Tất cả định cư ở Hoa Kỳ, trừ gia đình Thư ở Canada. Nghe kể về những cơn ghen bệnh hoạn của Kim, Thư luôn tránh né những cơ hội gặp lại Nhân. Tuy rằng giữa Nhân và nàng chẳng có gì. Mục đích là để gia đình Nhân yên ấm. Tình yêu của Nhân và cuộc hôn nhân bất hạnh của chàng vẫn khiến Thư áy náy. Nàng thấy mình cũng có một phần trách nhiệm dù nhỏ nhoi cách nào đi chăng nữa! Hôm nay Nhân đã ra đi. Đã rời khỏi chốn trần gian đầy bất trắc và trùng trùng phong ba bão táp. Một phần dĩ vãng êm đềm của Thư cũng sẽ phai tàn theo anh. Thư xin cầu nguyện cho anh chắp cánh bay xa. Bay thật xa về chốn vĩnh hằng. An nhiên tự tại. Không còn khổ đau, bệnh tật. Không còn yêu ghét, oán hờn. Thư vẫn nhớ mãi nụ cười của anh. Một nụ cười thật tươi và đôn hậu. Vĩnh biệt anh!

Tháng 4-2019
Tiểu Thu

> có tôi trong thơ mọi người
> chẳng có chi lạ, vì tôi vốn là
> một đời sống bám thi ca
> ăn theo mọi nhánh tình hoa người đời
>
> **luân hoán**

TRẦN HỮU THỤC
Nguyễn Xuân Thiệp: thơ như nỗi trăn trở nhân sinh

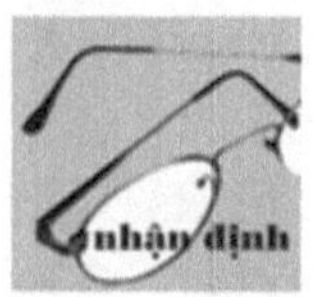

Nguyễn Xuân Thiệp làm thơ năm chữ, sáu chữ, bảy chữ, thơ tự do. Kết cấu thơ không cách tân thời thượng, nhưng nhiều nét mới. Phảng phất không khí cổ điển, nhưng lại không cũ. Thơ anh nhân hậu, đằm thắm. Ngôn ngữ nở bung, giãi bày, tâm sự, đôi lúc kín đáo, nhưng không bí hiểm, không đánh đố người đọc, lại nhẹ nhàng, nhiều suy ngẫm.

Điều đầu tiên đập vào mắt tôi khi đọc thơ anh là những dấu chấm. [1]Dấu chấm có thể nằm ở bất cứ đâu, khi thì tách ra một câu, khi thì tách ra hai, ba, bốn, năm chữ; có khi chỉ tách ra một chữ, rất bất ngờ.

> • *kìa*
> *thôi đi*
> *nào. leng keng*

Xuất hiện liên tục và dày, chúng tạo ra một thứ nhịp điệu rất riêng trong bài thơ. Và tôi, khi đọc, bị cuốn trôi vào thứ nhịp điệu đó một cách vô thức. Với cách ngắt nhịp ngẫu nhiên này, ta sẽ thấy rất nhiều nhịp chỏi. Có đoạn, thơ đang trôi thì - như vấp phải cành cây, tảng đá, tấm ván ngăn hay một cái gì đó chắn đường - những dấu chấm làm ta bỗng giựt mình, khựng lại; chúng buộc ta suy gẫm:

> *mưa. mưa. trên con đường núi*
> *có ai tìm vầng trăng mọc khuya*
> *rét.đói.sầu miên. đất. đá. gỗ*
> *đầm sấu hoang. lau thắp. bến chờ*

Trăng mọc khuya, đẹp. Thì đẹp thật, nhưng, ở đây là đói, rét, hoang vu, sầu não… Một tương phản sắc nét giữa mơ và thực, đúng hơn, giữa cái tưởng-như-là và cái như-là! Hình như nhờ mấy cái dấu chấm.

Tôi bỗng nhớ đến văn Mai Thảo, ở một vài chỗ nào đó:

"Thật lâu. Trong tối. Rồi khóc một mình, khóc ngồi lên, khóc xuống giường, khóc chân đất đi ra [...] Nàng đưa chúng trở lại bàn. Kéo ghế. Ngồi xuống. Hai bàn tay trắng muốt của nàng, ngón út cong lên, khởi sự cuốn dần những cuốn bì tròn trĩnh. Xong. Nàng nhặt từng cuốn, nhúng vào nước chấm. Và bắt đầu ăn."

Mai Thảo dùng dấu chấm nén câu lại, để mô tả những chuyển động gọn, dứt khoát. Anh, khác hơn, dùng dấu chấm để cắt chia chúng thành những mảnh sự vật/những mảnh hình ảnh đặc, sắc cạnh, cô đúc ở nơi này và tém tủm, gói gọn chúng lại ở nơi khác. Anh không muốn chúng bị nhòe đi.

> *uống cạn chén rượu này*
> *xa. kia. đồi cỏ tía*
> *chiều*
> *màu của cơn giông. tàn úa. trong cây*
> *lời cuối. lúc chia xa*
> *bay từ hốc lửa*
> *thư viện. giờ này đã vắng. tiếng đàn im. người đi*
> *qua cầu. một mình* (khúc h.)

Hồ Đình Nghiêm, dân hội họa, bằng một hướng khác, trong một bài phỏng vấn, [2]"nhìn" thấy đoạn thơ trên là một bức tranh. "Tôi vừa nhìn ra một bức tranh ít chữ khác của "họa sĩ" Nguyễn Xuân Thiệp." Hồ Đình Nghiêm thú nhận, "Một bức tranh mà thủ pháp ấy chẳng phải ai cũng thủ đắc. Tình ngay, có khi hội họa e không đủ sức để diễn đạt, để vẽ "cỏ tía. cơn giông tàn úa trong cây." Đúng, có những điều cây bút/bộ gõ làm được, nhưng cây cọ không làm được. Và ngược lại. Cỏ không tự mình tía. Cái "tàn úa" của cơn giông đã làm nó bị "tía" đi. Tía, danh từ, đã đóng vai trò của một động từ. Nói "cỏ tía", tôi còn tìm thấy một cái "tía" khác: *chân trời chớp tía*. Anh chơi màu bằng thơ.

----

(1) Khi xuất hiện trên tạp chí Văn Học và sau đó, trong tập thơ, không có nhiều dấu chấm, thậm chí có bài, không có dấu chấm nào. Sau này, khi Phố Văn tái bản, ta thấy bài thơ nào, kể cả vài bài rất ngắn, cũng có nhiều dấm chấm. Điều đó cho thấy, Nguyễn Xuân Thiệp xem những dấu chấm là một thành phần không tách rời của thơ chàng. Có một số người, khi trích thơ chàng, đã cố tình bỏ các dấu chấm có sẵn; điều này, theo tôi, không đúng.

(2) Hồ Đình Nghiêm, thực hiện bằng điện thư, tháng 7, 2017. Xem ở: https://tranthinguyetmai.wordpress.com/2017/09/05/toi-cung-nha-tho-nguyen-xuan-thi-ep/

Quả là, thơ anh lắm màu/sắc. Nào tím, nào tía, nào vàng, nào xanh, nào hổ phách, nào thủy mặc…Anh không pha màu với màu mà pha màu với…cảnh. Có lẽ vì thế mà anh có nhiều màu rất lạ. Chẳng hạn màu tím:

- *ngọn gió mùa đông. thổi. tím/mảnh trăng còi,*
- *mùa đông tím những nương mưa,*
- *không gian tím sửng*

Chao ôi, *mùa đông tím những nương mưa.* Lạ!

Cũng lạ: *ngày rất hồng và chim hót rất xanh!*

Càng lạ hơn: *đọt mưa xanh ngắt.*

"Ngày rất hồng" thì có lẽ vẽ được dễ dàng; "đọt mưa xanh ngắt" hơi khó, nhưng cũng có thể, còn "chim hót rất xanh" thì e…chịu. "Tím những nương mưa", "chim hót rất xanh" thuộc về bên trong, tâm ngữ.

Và đặc biệt anh, màu đỏ. Rất nhiều cách mô tả màu đỏ. Anh có những màu đỏ là đỏ, đỏ thiệt: (vùng bụi) đỏ, (những cây bàng) ửng đỏ (trong mưa), phượng đỏ, đèn đỏ, (con chim) màu đỏ (trở về), (chuồn chuồn) đỏ, khơi đỏ (lửa khuya), son đỏ, chín đỏ, đỏ rạn, sỏi đỏ, nấm đỏ, hài đỏ, cháy đỏ…Và màu đỏ hòa một cách ẩn dụ: oằn đỏ, (mùa vui rơi) đỏ mộng, tiếng kêu màu đỏ (giữa trời), (câu thơ) màu đỏ, ửa đỏ (trong chiều), (tiếng chim) kêu đỏ (trong mưa), cơn sốt đỏ, đỏ mộng,(màu) đỏ rạn, vân vân…

Thơ của anh còn nhiều thứ "nhiều" khác, cái gì cũng nhiều.

Mưa chẳng hạn. Ngoài "Mưa ở đây như mưa ở quê nhà" với toàn bài đầy cả mưa, hầu như nhiều bài thơ khác cũng vương vướng ít nhiều mưa: nằm dưới cơn mưa cổ lũy, hứng những giọt mưa đầu mùa, mưa mù xanh, phố mưa, mưa trong trăng, mưa nương đồi, hạt mưa thưa, mưa vèo bay, mưa thu rơi trong trăng, hàng mưa trong, nương mưa, hái những đọt mưa xanh ngắt.

Chim chẳng hạn: tiếng chim, chim chóc, có con chim nào hót, ửng đỏ tiếng chim, cánh hải âu, chim kêu, nhớ chim mùa cũ, chim hót rất xanh, của diều và quạ, chim chóc cũng về theo, chim trắng hót, con chim rừng sắc tía, cánh chim theo trăng, tiếng đàn ai trong gió thoảng, con chim hạt, vườn chim, bay chim, theo cánh chim quen, cánh chim bay khuất.

Gió chẳng hạn: trong "Tôi cùng gió mùa", gió ơi là gió. Qua hình ảnh của những cơn gió theo mùa, là một tuyên ngôn có tính chất nhân loại, hô hào đoàn kết, thông cảm, chia sẻ, bỏ qua những rào cản về tôn giáo, chủng tộc, lịch sử, quốc gia, thời gian và không gian, kết nối thánh kinh và nam hoa kinh, kết nối hiện tại và quá khứ, đông và tây, chủng tộc.

Thơ của anh còn nhiều nắng, nhiều (tiếng) đàn, nhiều buổi chiều…Pha lẫn trong đó là nhiều hình ảnh cổ: sấm ký, ngựa đá, trâu xanh, ẩn sĩ, mây tần, mùa trăng giả đảo, dòng thủy ngữ, cổ thi, cựu ước, kinh lăng nghiêm, gậy trúc, biển bắc, thiên thu, tượng nhân sư, thiền sư, màu nam hoa kinh, hồng thủy, hạo ca, bi ký, thánh hiền… Dường như anh muốn lấy gương người xưa để đương đầu với cái khổ hiện đại:

tóc râu. như lão tử
trùm lên bóng trâu xanh
mài bút. viết bi ký
rau dưa. khổ. thánh hiền (kẻ sĩ nga sơn)

"Nhiều" của anh là một tổng hợp giữa thiên nhiên, sự vật và nỗi trăn trở riêng, chung. Ngay những bài thơ thời trẻ dại, đầu đời, anh đã trộn lẫn thiên nhiên, cây cỏ và sự vật vào tâm tưởng. Những bài thơ thời trẻ của anh rất vui, rất hồn nhiên, hồn nhiên đến lạ:

- *đời vẫn vui. như nắng mới lên*
- *trong chiếc bình pha lê nước mưa trong vắt*
trong gối chăn vừa mới đem phơi

Để ý xem: niềm vui trong tâm hòa cùng vẻ dáng vẻ tích cực của sự vật chung quanh: nắng mới, trong vắt, gối chăn mới đem phơi. Sự vật mang hình bóng anh.

Đôi khi, trong vui, có nhú mầm buồn:

nhìn mây trời mênh mông
(...) một chút nắng vàng trong
mưa bay. mù hơi thở
hai người. cũng như không (trong quán. nhìn ra hoa nở trắng)

Thường thì ai cũng buồn nhiều hơn vui. Buồn là chất liệu của thơ. Thời của anh là thời của những nỗi buồn siêu hình, những ám ảnh về thân phận, của những xao xuyến hiện sinh, phi lý, của những dằn xé, khắc khoải, của "*Đời sống ôi buồn như cỏ khô*" (Nhã Ca) hay "*Ta gắng về sâu lòng quá vãng/Truy tầm mê mỏi lý sơ nguyên*" (Tô Thùy Yên) chẳng hạn. Thế mà, anh không chịu ảnh hưởng này. Nỗi buồn anh có khác, rất chung: sự tan vỡ của những ảo tưởng. Nó mang tính cách nhân loại. Có thể vì thế, có lúc, anh cao giọng, dữ dội:

> *hỡi cô bé quàng khăn đỏ*
> *đã chết. trong hàm răng sói già*
> *(...) thế giới chúng ta bây giờ*
> *của diều và quạ*
> *bay trên những xác người* (tôi muốn yêu. tôi muốn tin cuộc đời)

Nhưng có lúc, anh hạ giọng, thoảng chút riêng mang:

> *nỗi vô vọng đời ta*
> *nào anh em có hiểu*
> *đêm từng đêm nằm mơ*
> *đóa hải đường xanh biếc* (thơ viết trên trực thăng. buổi chiều hoa quỳ)

Tưởng anh mơ gì ghê gớm lắm! Hóa ra, chỉ là một đóa hải đường. Xanh biếc.

Về sau này, khi chạy loạn, và trong cơn hoảng loạn chung của những người thua cuộc, thơ của anh vẫn điềm tĩnh và sâu lắng. Điều này khiến tôi ngạc nhiên. Tháng ba cao nguyên, bỏ chạy. Thất thủ. Tan tác. Chết chóc.

> *băng cánh đồng. trăng chết*
> *tháng ba. về trên thành phố xưa* (nha trang. tháng ba 75)

Anh tóm gọn tháng ba khốc liệt bằng những hình ảnh nhẹ nhàng, tự nhiên, nhưng ẩn chứa một trăn trở lạ thường, sắc nét, thấm thía cuộc bể dâu:

> *tháng ba. tháng ba. trong đời tôi*
> *và lịch sử. hoàng hôn nghiêng mái quán*
> *hải âu.bay xa. về đâu*
> *thùy dương dậy. chiều tà. hung hãn*

Cách ví von lạ và mới: "lịch sử" và "hoàng hôn nghiêng mái quán".

Thơ anh không vội vã, trông như dửng dưng, thản nhiên, nhưng chợt đậm nét xuống một cách bất ngờ. Nỗi đau, nghĩ cho cùng, đôi khi cũng đến thế mà thôi! Thơ, văn, cũng như người, có cá tính. Có người bày tỏ hùng hồn, to tiếng; có người than van, trách móc; có kẻ giận hờn, phẫn uất. Nhưng cũng có người trầm ngâm suy gẫm. Lời thơ, xuất hiện một lúc nào đó, là một cách trấn an, một cách đè nén, thậm chí chỉ là một ghi nhớ, một cách hình dung. Thơ là quá khứ. Khi nằm giữa hiện thực, người ta chỉ chạm trán nó, đối phó với nó. Thơ chỉ xuất hiện về sau, khi mọi thứ đã qua đi.

> *tháng ba. cọp chạy. người xa người*
> *em mang hồn hoa sứ*
> *ngủ ngàn năm. đất xưa* (nha trang. tháng ba 75)

Thực ra, để đọc một câu thơ, một bài thơ hay một sự nghiệp thơ, đôi khi ta phải hiểu đôi chút về nhà thơ. Hoặc phải đọc thêm những bài thơ khác. "Tôi cùng gió mùa", tựa bài thơ mà cũng là tựa tập thơ đầu tiên của anh, cho thấy một nguyễn-xuân-thiệp-như-anh-là. Anh nhìn tất cả những hợp, tan, thành, bại đơn lẻ của mỗi chặng lịch sử đều nằm trong một chuyển động bao la hơn, y như những cơn gió mùa, đến, đi, rồi đến rồi đi, trùng trùng duyên khởi:

> *thổi từ lịch sử của từng chủng tộc*
> *từ nỗi riêng của mỗi phận người*
> *trong cơn oan khuất*
> *thổi từ tử hải*
> *tới bờ hiện sinh* (tôi cùng gió mùa)

Trăn trở trong thơ anh lớn và rộng.

Trăn trở tình yêu, đã rồi, trăn trở tình đời, cũng đã rồi, anh còn trăn trở nhân sinh, trăn trở về những đổi thay, trăn trở những dấu tích, kỷ niệm…và có lúc, trăn trở đến cả trăn trở của chính mình. Anh ném trăn trở vào thiên nhiên và sự vật hay kéo chúng vào anh, tôi tự hỏi. Hình như chúng chan hòa vào nhau, pha trộn vào nhau. Có lẽ vì thế, thơ của anh thường dài, nhất là trong thời gian ở tù, lúc mà con người đối diện với những bất trắc sinh tử. Có gì cần nói, anh nói hết: tuyệt vọng, bế tắc, nhớ tiếc, mong ước, suy gẫm. Nói nhiều mà không "đuối" vì anh có cách của anh: cây cỏ, sự vật. Nhiều khổ thơ, ta không tìm thấy anh:

> *năm ngón tay gầy. tiếng thổ cầm*
> *sư ngồi đàn. như cây trăm năm*

lửa cháy. xèo xèo. mùi nhựa ngái
khói tỏa. mù khe. màu cỏ rối
dạo đàn. mưa thu rơi trong trăng
tiếng mau. chim bay qua mùa đông
đàn ánh thép xanh. gươm phạt trúc
gỗ nổi. đá lăn. trâu bứt gốc
hồn u. mả tối. đây là đây
rạng tiếng ngư dương. thơ quỷ đọc
lán sâu. bếp ảo. lửa đào lay (đốt lửa nghe sư đàn)

Toàn là cảnh. Y như anh vắng mặt. Thực ra, anh vẫn ở đó, chia sẻ, hóa thân, chung cùng:

rét. đói. sầu miên. đất. đá. gỗ
đầm sấu hoang. lau thắp. bến chờ.
lửa đã cháy. cháy trên củi ướt
tù ngồi hơ tay. nghe cổ tích.

Hình như làm thơ cũng như làm người. Nếu chỉ chăm chăm truy tầm chính mình, dằn vặt, giày vò mình, thì khó tính, người khó, thơ cũng khó. Nếu mở ra với ngoài, chan hòa thì dễ tính hơn. Thơ anh mở. Anh ném mình vào bên ngoài. Thế giới, nhờ thế, đâm ra thân thuộc. Từ những mưa, trăng, núi, tuyết, nương cày, nương đồi, ven đồi, ven rừng, khói, suối, mây, nắng, cánh đồng, thảo nguyên, châu thổ, biển, đèo …cho đến những dừa, cúc, nhãn, cỏ, bạch đàn, cúc, thùy dương, tường vi, rau dưa, phù dung, dã quỳ, sứ, phượng, sen… Từ những võng, áo, tường, ngói, hiên, bờ mía, bếp lửa, ghế xích đu… cho đến những sói, vịt trời, quạ, cua, nhái, thỏ, cọp, dế, gà, ngựa… Người và cây cỏ, sự vật tan vào nhau, quấn quýt nhau, soi chiếu nhau. Chúng vui, buồn theo số phận anh, là thành phần của hiện sinh anh. Chả thế mà trong thơ anh, nói như Nguyễn Đức Tùng, *"hơi hướng của thiên nhiên, mùa màng, hoa cỏ"* (…) *"thường lặp đi lặp lại một số hình ảnh, số chữ quen thuộc. Chúng xuất hiện với tần số cao như những ám ảnh của lòng hoài niệm hay của chấn thương."*[3]

Thơ anh cảnh, tình chen nhau, chữ nối chữ, tình nối tình hào phóng. Anh chỉ có mặt rất hiếm, ở những lúc cần thật cần thiết. Chẳng hạn như phút giây anh vừa trở về sau những năm tháng tù tội:

----

(3) Nguyễn Đức Tùng, *40 Năm Thơ Việt Hải Ngoại*, tr. 512

trở về. những bảng nhà phai số
cánh cổng đong đưa. gió lọt rào
chợt tiếng người reo bên giếng nước
ai cười. như vỡ giấc chiêm bao (ánh trăng)

Có mặt mà vẫn như không có. Đọc khúc bảy chữ bốn câu như thế này, không thể không nhớ đến Tô Thùy Yên của "Ta về".

Ta về như bóng ma hờn tủi
Lục lại thời gian, kiếm chính mình
Ta nhặt mà thương từng phế liệu
Như từng hài cốt sắp vô danh

Giống thì có giống, mà khác thì cũng khác. Thơ Tô Thùy Yên xoáy sâu vào những cảm nghĩ siêu hình. Đọc Tô Thùy Yên, ray rứt, đau đáu. Đọc anh, da diết, ngậm ngùi.

Thơ anh gần với tùy bút. Không những thế, là tùy bút. Thử một trích đoạn trong "tempe. thơ qua hoang mạc":

"*trưa. ngồi ở tempe nhớ những con đường. của gió mùa. em. và đất nước xa một mai. nếu thơ anh còn được đọc. ở những hè phố xưa. anh sẽ mang về quê nhà. gió lãng du. bụi của những con đường thẳm vang. nắng trưa từng cháy trên tóc anh. ngọn ngọn. màu hoa xương rồng hung bạo. em. cây sầu đông trổ bông tím. hãy nhìn thật sâu hồn anh. bóng những ngọn núi đá hồng cổ quái. những cồn cát nhẵn mịn lượn sóng trùng khơi. (...) và tempe. những quán sách. quán tranh và tượng nhớ không. ngày thanh niên. nắng và gió. ngồi trong quán thưa. anh và em. những chùm bông giấy. tách trà hương sen ủ. chợt nghĩ tới ngày chia tay. sợi tóc rơi trên mặt gỗ sầu. xa rồi. ngày thinh không. phố của ta.*"

Đầy hình ảnh: bụi, nắng, tóc, hoa, em, tranh, tượng, trà, gỗ, đường, phố, quán sách, sầu đông... Những con chữ lãng đãng rơi, đây đó, như những mảnh *confetti* vương nhẹ trên tóc, trên bức màn, trên bình hoa, trong không gian và thời gian.

Thơ anh còn là bút ký. "Ánh trăng" chẳng hạn.[4] Đây là bài dài nhất trong "Tôi cùng gió mùa": 250 câu, làm theo thể bảy chữ, phân

----

Trần Doãn Nho, "Ánh trăng" của Nguyễn Xuân Thiệp: bài thơ như bút ký đời người"
Xem ở: https://www.nguoi-viet.com/van-hoc-nghe-thuat/anh-trang-cua-nguyen-xuan-thiep-bai-tho-nhu-but-ky-doi-nguoi/

thành sáu đoạn, dài ngắn không đều nhau. Tràn trề trăng, từ đầu đến cuối: trăng lên, trăng treo, trăng soi, trăng đứng, trăng đi, trăng trôi, trăng hư, trăng bỏ neo, và…búp trăng. Trăng vừa như mẹ, như vợ, như bạn, như tình, như người chia sẻ, chăm sóc, an ủi. Bất cứ lúc nào,anh cũng có trăng. Và trăng lúc nào cũng có anh. Trăng là trăng đời, trăng người. Theo người, trăng đi suốt cuộc nhiễu nhương:

vầng trăng từ dạo rời châu thổ
cuộc lãng du qua biết mấy trời
biển bắc. con cá côn quẫy sóng
thiên thu. còn dội tiếng bồi hồi
cửa sông. thủy triều lên xuống. gọi
người cưỡi trâu xanh đi biệt khơi
xây trên đá. đền xưa. vượn hú
ánh trăng. soi. di cảo của người
sa mạc xa. tượng nhân sư rống
bão cát xô. thế kỷ đổi đời

Với anh, đau lịch sử là đau chung. Giọng thơ anh có vẻ khẳng định:

hãy xét trong cơn đau lịch sử
nỗi đau nào đau của riêng ta

"Thảo nguyên" cũng dài: 221 câu. Một bài thơ dài thì đa chuyện, tràn trề tâm sự, nhiều giãi bày. Thơ ngắn bắt suy ngẫm, thơ dài tạo không khí. Đọc một bài thơ dài, ta bị chìm ngập, và bơi lội thỏa thuê trong giòng suối chữ miên man. Nhà phê bình Đặng Tiến, bàn khá kỹ bài thơ.[5] Trước hết, ông thắc mắc về hai chữ thảo nguyên: "Ngay bài *Thảo nguyên* trích từ đầu đã phức tạp từ cái tiêu đề: thảo nguyên (steppes/toundra), những đồng cỏ bao la ở Nga La Tư, sống về chăn nuôi. Cao nguyên Việt Nam – nơi tác giả bị đày – có đồng cỏ nhưng chưa gọi được là thảo nguyên. Do đó từ ngữ này tạo ra cảm giác lưu xứ tận miền Tây Bá Lợi Á, từ thời Nga hoàng." Tuy nhiên, ở đoạn sau, ông cũng nhận ra, hình ảnh đi qua thảo nguyên chẳng qua là ám chỉ một cuộc hành trình "gian truân từng cá nhân hay tập thể."

Đúng như thế, xuyên suốt bài thơ, anh sử dụng hai chữ thảo nguyên như một ẩn dụ, để chỉ "khổ nạn" của đời người. Không những

----

(5) Đặng Tiến, "Đọc thơ NGUYỄN XUÂN THIỆP", tạp chí Văn Học (Cali) số 149, tháng 9/1998. Xem: https://trieuxuan.info/?pg=tpdetail&id=16872&catid=6

anh đi qua thảo nguyên mà cha anh cũng đã từng đi qua, rồi mẹ anh, chị anh, em anh cũng sẽ phải đi qua. "Thảo nguyên" là một trải nghiệm, từ cá nhân đến gia đình và rồi, nhân loại.

> *ta đi năm năm qua thảo nguyên*
> *gậy trúc mòn khua kêu đá sỏi*
> *nắng vẫn xanh trên ngọn bạch đàn*
> *mùa hạ đi. nhưng thu chưa vội*
> *ta. con chim hạc. trong thời gian*
> *một đêm. cánh sa trên đồng nội*
> *từ đó chung quanh đời bặt tin*
> *chuông chùa tây phương không vọng lại*

Năm năm tù trên đất Bắc, trăn trở anh mà cũng là trăn trở người. Chả thế mà:

> *mai sau sông nối xa đời suối*
> *chuyện của người là chuyện dòng sông*

Cách nhìn, đúng hơn là cách anh chiêm nghiệm cuộc đời, mở ra như thế, nên *"ta đi năm năm qua thảo nguyên"* chỉ đơn thuần là một kinh nghiệm nhân sinh. Ai cũng phải kinh qua những điều bất như ý. Bởi thế, không có gì phải vội vã. Chẳng qua là một cuộc lữ hành:

> *những cụm mây. trôi từ hư huyễn*
> *chờ ta đi hết cuộc lữ hành*
> *đời ta biết mấy mùa xiêu lạc*
> *biết mấy vầng trăng qua cỏ tranh* (ánh trăng)

*

Nguyễn Xuân Thiệp có rất ít thơ ngắn. Thỉnh thoảng gặp một bài. "Bếp chiều", chẳng hạn, tám câu:

> *cháy. trong vườn lãng quên*
> *chiều nghiêng. đốm lửa*
> *người tù xa lâu năm. trở về*
> *bên mái nhà. và bờ ao*
> *mùa thu. tàn ố*
> *khòm lưng. nấu bát cháo ngoài hiên*
> *nấm mộ đá ong*
> *dế khóc*

Vườn, đốm lửa, buổi chiều, bát cháo, con dế… khóc. Bài thơ như bản phác thảo, một ký họa ghi nhanh những nét đơn giản, sống động ngày trở về của một người tù trong cô độc.

Thỉnh thoảng, tôi cũng tìm thấy vài bài thơ ngắn khác, ở đâu đó. Chẳng hạn, "Buổi sáng":

buổi sáng
trong khu vườn của người
bông siêu ly nở
ngát thơm
mặt trời. trên ngọn cây
thiếu nữ. cũng vừa thức dậy. sau cơn mơ
đứng chải tóc
trẻ con thả thuyền giấy. bên bờ sông
tôi gởi thêm tiếng chim
vào bức tranh
của một ngày. hạnh phúc

Khu vườn, bông hoa, mặt trời, thiếu nữ, trẻ con, thuyền giấy, tiếng chim… Lại một bản phác thảo khác. Có bóng thiếu nữ, khiến tôi nghĩ đến tranh Đinh Cường, bạn thân của nhà thơ.

"Bếp chiều", vừa trả xong khổ nạn, thương tích còn đầy, buồn thấm thía.

"Buổi sáng", giải xong nghiệp, tươi mươi, hân hoan. Như *nắng mới lên, nước mưa trong vắt, gối chăn vừa mới đem phơi* thời trẻ.

Lúc buồn, lúc vui, Nguyễn Xuân Thiệp đều chia sớt những trăn trở của mình cho bầy bạn ở chung quanh: thiên nhiên và sự vật.

Tháng 4/2019
Trần Hữu Thục

Tham khảo:
• NXT, Tôi cùng gió mùa, Văn Học (1998) và Phố Văn tái bản (2012)
• Đặng Tiến, Văn Học (Cali) số 149, 9/1998
• Hồ Đình Nghiêm, Phỏng vấn Nguyễn Xuân Thiệp,
https://tranthinguyetmai.wordpress.com/2017/09/05/toi-cung-nha-tho-nguyen-xuan-thiep/
• Trần Doãn Nho, Người Việt online
https://www.nguoi-viet.com/van-hoc-nghe-thuat/anh-trang-cua-nguyen-xuan-thiep-bai-tho-nhu-but-ky-doi-nguoi/

SONG THAO

Cảm theo "Liên hoa thi" của Luân Hoán

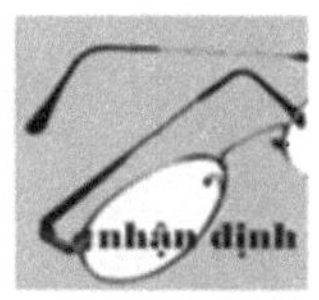

"Liên Hoa Thi" là tập thơ mới nhất của ông nhà thơ Luân Hoán. Bìa sách là một bông sen trắng nằm dưới khuôn mặt Đức Phật. Nghe tên sách, nhìn hình bìa, biết ngay là tập thơ… chùa.

Lạ! Ông Luân Hoán, theo tôi biết, chuyên môn đứng trước cửa chùa sao bây giờ lại có nguyên một tập thơ chùa. Bạn đã tặng sách, cũng phải vào coi, xem chùa của ông Luân Hoán ra sao.

nhớ mẹ cha từng nhắc
sống nhân cách là tu
ngôi chùa to lớn nhất
đó chính là cuộc đời

Có vậy chứ. Chùa của nhà thơ quả có khác. Tôi cũng nghĩ như ông bạn thi sĩ. Ngôi chùa to lớn nhất chính là lòng chúng ta. Thế giới chúng ta sống đang loạn chùa. Chùa lớn chùa nhỏ. Chùa nhỏ nhiều hơn nhưng hình như chùa nào cũng muốn thành chùa lớn. Tôi đã từng đi vãn những cảnh chùa lớn bất thường. Như một thế giới nguy nga nhiều màu sắc, đi mỏi chân cũng không khắp. Tính tôi vốn ưa cà rỡn, có lần đã nói với một ông bạn: "Chùa lớn như thế này chắc Phật cũng đi lạc!". Mà đã có Phật đi lạc thiệt. Tôi dẫn ông bạn tới một tượng Phật, phía dưới có đề: "Phật Di Lạc"!

Cà rỡn như vậy có vẻ phạm thượng nhưng chắc Phật Di Lạc cũng biết bông đùa.

từ Nam Thiên Trúc sinh ra
một đấng Di Lạc rất là vô tư
ngoài tâm địa rất hiền từ
Ngài luôn có vẻ như dư nụ cười.

Đó là Phật Di Lạc dưới con mắt ông Luân Hoán, một ông Phật

ngồi bệt dưới đất, phơi bụng với một nụ cười không bao giờ dứt. Phật đã ngồi bệt dưới đất nên ông Luân Hoán cũng cà rỡn: *"biết tính Ngài thích làm thơ / ước gì thù tạc tình cờ biết đâu"*.

Phật của ông Luân Hoán rất cõi người, rất dễ thương. "không dám mời Phật vào thơ / nhưng chắc Ngài đến đang sờ đầu tôi".

Phật tại chùa, trên ban thờ, ngồi giữa khói hương nghi ngút, giữa ánh nến lung linh, trông rất xa cách nhưng Phật chính ra rất gần gũi. Kinh Pháp Hoa ghi: "Ta là Phật đã thành, các người là Phật sẽ thành". Ai cũng có thể thành Phật được cả nếu có Phật tánh.

Trong chùa có 18 ông La Hán nhưng ông Luân Hoán nhìn ra có tới 19 ông. Ông Luân Hoán, giống tôi, đều có bệnh về mắt, nhưng tôi nghĩ ông không nhìn lộn.

> *vị La Hán mười chín*
> *chưa được đời biết danh*
> *không chừng tôi hay bạn*
> *khéo tu có thể thành.*

Không chừng ông Luân Hoán thành Phật, không chừng tôi cũng thành Phật, không chừng bạn cũng thành Phật. Tôi đọc được trong website "Tâm An Lạc" lời khuyến khích mọi người thành Phật: *"Đức Phật vốn là một người bình thường như bao con người khác. Người vẫn đi, đứng, nằm, ngồi, ăn cơm, đi vệ sinh… nhưng Phật là người đã hoàn toàn giác ngộ hay tỉnh thức, còn chúng sinh vẫn còn đang phập phồng giữa giác và mê, nhưng khi chúng sinh thực tập và giác ngộ, chúng sinh sẽ thành Phật. Phật không có quyền năng ban bố, thưởng phạt chúng sinh mà Phật chỉ là Phật, người đã thành tựu đạo quả do tự mình tu tập, tự mình chứng ngộ. Chúng sinh cũng vậy, nếu biết buông bỏ những đòi hỏi của bản thân quay về bản chất thanh tịnh của chính mình, chúng sinh sẽ thành tựu giống như vậy. Trong vũ trụ có hằng hà sa số đức Phật và vị Phật nào cũng chỉ dạy duy nhất một cách là hành trì thoát khổ, tìm hạnh phúc chân thật trong hiện tại"*.

Phật hiện diện tá lả mọi nơi như vậy, nhìn quanh ta chắc có Phật bên mình. Tiểu truyện "Pho Tượng và Tấm Lòng" ghi như sau: *"Như mọi ngày, hai ông bà cùng đi dạo một vòng, đi hóng mát buổi tối cho tiêu cơm trước khi đi ngủ. Đấy là thói quen của hai cụ từ nhiều năm nay. Trời tuy đã chập tối nhưng vẫn còn đủ sáng để cụ ông nhìn thấy vật gì nằm ngay dưới đất bên lối đi của mình. Cụ ông cúi xuống nâng lên và thấy một khối đất trông giống như một tượng Phật. Cụ ông chỉ cho cụ bà xem. Cụ bà cầm lấy trên tay và mang đặt cung kính ở tảng đá ngay ngã ba đường, miệng lẩm bẩm nói: mang tội chết. Trước khi quay đi cụ bà còn cung kính chắp tay vái tượng ba bái. Rồi ngày hôm sau, kẻ qua người lại, có người dừng lại chỉ để ngắm một vật lạ, có người gật gù mỉm cười, có người chắp tay vái. Cục đất sinh hôm qua bây giờ đã thành một tượng Phật, và người ta lạy. Nghĩ xem họ lạy ai? Không ai lạy cục đất cả, người ta chỉ lạy tượng. Mà tượng mới chiều qua cũng chỉ là cục đất. Vậy Phật ở đâu? Hay Phật ở trong tâm người lạy? Cục đất chưa khô hẳn kia cũng chỉ là một biểu tượng".*

Cục đất đã có thể là Phật thì (xin lỗi!), bãi phân cũng có thể có Phật tính. Trong một giờ dậy Triết Đông của Giáo sư Nguyễn Đăng Thục tại giảng đường Đại Học Văn Khoa Sài Gòn khi tôi theo học, ông nói: "Cục cứt bên đường cũng là Phật" khiến đám sinh viên chúng tôi dội. Khi đó chúng tôi chưa ngộ nên sốc, thực ra đó chỉ là một công án của Hòa Thượng Vân Môn. Một vị tăng hỏi: "Phật là gì?". Ngài trả lời: "Que cứt khô!".

Tôi không là Phật tử nhưng thích chưng tượng Phật trong nhà. Phật đứng Phật nằm trên tủ sách của tôi. Ngắm tượng, tôi thấy lòng bình thản, yên ắng, mọi thúc phọc của cuộc sống dường như biến mất. Như vậy tôi vẫn phải dựa vào tượng để ru lòng. Lòng tôi vẫn chưa định. Khi định thì tượng ở trong lòng. Như câu của các nhà thiền: *"Khi chưa học đạo thấy núi là núi, sông là sông. Học đạo một thời gian thấy núi không phải là núi, sông không phải là sông. Học và hiểu đạo rồi lại thấy núi là núi, sông là sông!".*

Thiền của ông Luân Hoán cũng vậy:

quỳ chân thiếp giữa thiền đường
lơ mơ gặp Phật như tuồng rất thân
bàn tay Phật nhẹ nhàng nâng
tôi lên lưng ngọn bạch vân bay hoài
chẳng gặp ai, chẳng thấy ai
chỉ nghe thoảng tiếng thở dài của tôi

Ông Luân Hoán cũng như tôi, dù có dốc lòng thiền, vẫn bị cuộc đời níu kéo. Có chăng là có những giây phút lắng hồn xuống để rồi lại thả lòng lên. Lòng ông Luân Hoán muôn đời vẫn hướng về những trái thơm tho ngọt ngào của cuộc sống. Như đã từng. Như vẫn từng.

> *dựa vách chùa ngồi làm thơ*
> *muốn đem hơi đạo nhập vào đời chơi*
> *Phật học tuy chẳng trên trời*
> *nhưng không thấu hiểu đành thôi vẽ trò*
> *định dựa lời kinh vòng vo*
> *thêm bớt chút ít thành thơ chân thiền*
> *bất tài cộng với vô duyên*
> *câu chữ chỉ lộ cái ghiền yêu em*

Khi về với em, ông Luân Hoán mới trở lại là ông Luân Hoán. Em như một đóa liên hoa!

Tháng 4/2019
Song Thao

NGUYỄN MINH NỮU
Chuyện cổ tích trên bến Bình Đông

Năm nào khi về đến Sài Gòn, tôi cũng dành một buổi chạy xe về bến Bình Đông. Lần đầu về vào năm 2000, tôi còn có dịp gặp bác Ba Thanh, khi đó cụ cũng đã gần sát tuổi chín mươi, và Triều là bạn học chung với tôi thời trung học ở trường Nguyễn Bá Tòng. Dần dà những chuyến sau về, cụ Ba Thanh đã mất, cụ bà cũng mất sau đó vài năm, và ngay cả Triều cũng lâm bệnh rồi từ trần năm 2016. Căn nhà cổ kính nằm giữa vườn cây trái bây giờ còn lại gia đình Phiệt (con trai của Triều). Cái liên lạc thân tình của tôi với cả ba thế hệ của gia đình này là một câu chuyện khá dài.

Triều nằm trong nhóm ba đứa thân nhau học chung lớp từ hồi lớp đệ Nhị (bây giờ gọi là lớp 11) trong đó tôi thì nhà ở gần trường, còn Triều và Mai ở tuốt trong Chợ Lớn. Nhà Mai bên này rạch Lò Gốm gọi là khu Bình Tây, còn Triều nằm bên kia rạch Lò Gốm gọi là bến Bình Đông. Lớp đệ Nhị mà Triều đã có xe Honda đi học thì là gia đình khá giả lắm. Bến Bình Đông và khu Bình Tây nằm song song với nhau phía cuối kênh Lò Gốm, Bình Tây thì có hãng rượu Bình Tây, sát với khu trung tâm thương mại người Hoa ở Chợ Lớn, có chợ Bình Tây, khu bến xe Chợ Lớn là trung tâm xe chở hành khách về các tỉnh miền Tây. Bến xe Chợ Lớn khác với xa cảng Miền Tây ở chỗ xa cảng Miền Tây là bến xe khách lớn, chở khách về các tỉnh ly như Cần Thơ, Mỹ Tho, Châu Đốc, Rạch Giá, còn bến xe Chợ Lớn đa số là xe nhỏ 16 hoặc 24 chỗ ngồi, nhưng lại chở khách về các địa danh huyện ly. Cũng là về miền Tây, nhưng nếu Xa Cảng Miền Tây chở khách về Đồng Tháp là về bến xe tỉnh Đồng Tháp, thì bến xe Chợ Lớn chở khách về thị trấn Hồng Ngự là một huyện của Đồng Tháp chẳng hạn.

Bến Bình Đông nằm song song với bến Lê Quang Liêm của Bình Tây, nhưng nằm về phía bên kia kênh Lò Gốm. Bình Đông nằm giữa hai con kênh, bên này là kênh Lò Gốm và bên kia là Kênh Đôi. Cách gọi tên các dòng nước này tùy từng đoạn mà có tên riêng, người ngoài thành phố nghe rất khó hiểu. Thực ra là như thế này: Từ Sông Sài Gòn, có hai nhánh rẽ vào phía nam, nhánh trên gọi là Rạch Bến Nghé, nhánh dưới gọi là Kênh Tẻ, hai nhánh sông này gặp nhau và nhập thành một tại cầu Chữ Y, sau đó lại chia thành hai nhánh chạy tiếp về phía nam, một nhánh gọi là kênh Lò Gốm và một nhánh gọi là kênh Đôi. Kênh Lò Gốm và kênh Đôi nhập vào nhau tại Bình Đông, từ đây dòng kênh Đôi lớn hơn và chảy thẳng ra sông chợ Đệm. Đoạn đường hai bên kênh Lò Gốm khúc gần hợp lưu này toàn là các Chành, các Kho. Phía bên Bình Tây là các chành gạo, nông sản, phía bên kia sông là Bình Đông thì đa số các nhà kho lớn chứa phân bón, thuốc trừ sâu và nông cụ.

Bình Tây sầm uất vì sát với khu thị tứ và các chành xuất nhập gạo lúa nông sản thường xuyên mỗi ngày, còn Bình Đông thì vắng lặng hơn vì mặt tiền đường sát bờ sông dài hằng hai ba cây số đều là những nhà kho lớn, kín cổng cao tường, đàng sau dãy nhà kho đó là khu dân cư, nhưng cũng thưa thớt ít người. Nhà của Triều là một trong vài chục căn nhà hiếm hoi nằm ở mặt tiền đường, ngôi nhà xây cất theo kiểu cổ, nằm sâu vào trong, bao bọc quanh nhà là vườn cây khá rộng, nhà Triều trồng rất nhiều mai, từ trước ra sau, bên phải bên trái đếm ra cả mấy trăm cây lớn nhỏ. Đặc biệt ngay cửa chính vào nhà, giữa sân là một cội lão mai khá lớn, thân cây có lẽ hơn 20 cm, không mọc thẳng lên cao, mà khoảng cao gần 1 mét bỗng gập gãy như hình chữ V ngược một đoạn mới lại vươn lên. Chỗ gập gẫy đó tạo như một mắt cây, xù xì cổ kính, cùng với các nhánh cành khác mọc ra đan chen nhau thành một hình dáng vừa kỳ dị vừa bắt mắt. Khi tôi tới chơi với Triều lần đầu, cây mai đã cao hơn tôi khá nhiều rồi, sum suê những nhóm nụ xanh tươi khỏe mạnh vào dịp gần tết.

Triều gốc là dân Vĩnh Long, gia đình lập nghiệp ở Sài Gòn từ mấy đời là do ba của Triều: Bác Ba Thanh làm công chức ở thành phố. Mẹ Triều buôn bán trái cây ở chợ Xóm Củi, gần nhà. Triều là con một, sống với ba má. Triều là dân miền Nam truyền thống, gương mặt bầu bĩnh trắng trẻo và lúc nào nhìn cũng có vẻ như sắp cười, tính tình khoáng đạt rộng rãi, không thích bắt lỗi người khác mà chỉ chọc ghẹo gây cười rồi quên đi.

Những ngày cuối tuần, tôi đạp xe xuống nhà Mai, rồi kéo qua nhà Triều chơi giống như về quê. Ở đó chúng tôi thả diều, qua kênh Đôi lặn hụp dưới sình bắt cá lia thia, bắt cua bắt ốc rồi về nhà Triều mở tiệc liên hoan.... không có rượu. Ba của Triều tôi gọi là bác Ba người tầm thước, khuôn mặt phúc hậu và rất thương con cùng lúc quý bạn của con, chúng tôi được sống như trong gia đình, rất đầm ấm và vui vẻ. Sau trung học, chúng tôi chia tay nhau, mỗi đứa đời xô đẩy đi một hướng khác nhau, Triều thì học Sư Phạm, ra trường đi dạy ở gần nhà, Mai thì làm việc ở Phú Giáo, Bình Dương. Tôi thì phiêu bạt lên tới cao nguyên Ban Mê Thuột, thế mà khi có dịp về lại Sài Gòn là chạy đi tìm nhau. Lần nào về cũng có cảm giác như trở về nhà, bác Ba gái từ sau nhà chạy ra vồn vã: Chèn ơi, bây về hồi nào? Thằng Mai biết bây về hôn? Ngồi đó đi tao ra trường kêu thằng Triều về.

Tôi đón vòng tay ôm của bác Ba mà ứa nước mắt vì xúc động. Kệ lát nó về, kêu nó chi bác, con ở đây tới ngày mai mà.

- Dzậy hả, vậy bây ngồi chơi đó nghe, tao nấu nồi canh chua cho bây nhậu với Ba nó nghe, lóng rầy nó quậy lắm, biết uống bia uống rượu với ổng rồi.

Tiếng xe gắn máy chạy vào sân, rồi tiếng Triều la lớn:

- Trời phải mày không? Đi đâu mất biệt không thấy tăm hơi là sao?

Triều quay lại nói với má:

- Con chở nó qua nhà thằng Mai coi có thằng Mai về không nghe má…

*

Rồi sau 75, cuộc sống vượt khỏi suy nghĩ bình thường. Bác Ba Thanh đi học tập 3 năm mới về, thân thể mang đủ thứ bệnh mà chẳng biết bệnh gì, chỉ càng ngày càng ốm yếu, đau nhức khắp người. Mai thì lấy vợ ở Phú Giáo và ở lại quê vợ luôn. Tôi về làm công nhân ngay quận 6. Cuộc sống khó khăn từ miếng cơm manh áo nên thời giờ ghé lại thăm nhau cũng ít dần đi. Triều vẫn đi dạy học nhưng vài ba tháng ghé lại một lần lại thấy thiếu mất một cái gì. Đầu tiên là cái xe gắn máy chuyển thành xe đạp, rồi thì bộ bàn ghế gỗ phòng khách thay bằng cái bàn mica và mấy cái ghế nhựa, rồi thì trên bàn thờ trang trọng xưa đã có vẻ trống trải vì thiếu bộ lư và đôi chân nến bằng đồng, hình như còn nhiều thứ nữa mà tôi không biết, nhưng thái độ niềm nở ân cần thì chẳng khác gì xưa.

*

Cho đến một lần khi tôi qua, cả nhà im ắng một cách kỳ lạ, tôi đi thẳng vào buồng sau, chỗ bác Ba nằm thì thấy bác Ba gái ngồi trên ghế cạnh giường ôm mặt khóc thút thít, bác Ba trai nằm nhưng cặp mắt vẫn mở, nhìn đăm đắm lên trần nhà. Triều kéo tay tôi bước ra ngoài.

- Chuyện gì vậy?

Triều thở dài, chỉ vào cây mai lớn giữa sân:

- Có người tới muốn mua cây mai này với giá 4 chỉ vàng, mà nhà bây giờ kẹt quá rồi, ba tao bịnh mấy năm nay, giờ má cũng bịnh nữa, nhà không có tiền mà ba tao nhứt định không cho bán, ổng nói chờ ổng chết rồi bán. Nhà còn có cái gì khác mà bán để lo bịnh được đâu. Tao tính bán lấy tiền lo thang thuốc rồi mua chiếc xe xích lô tối về đạp thêm kiếm tiền....

Lúc đó tôi nhìn quanh vườn mới thấy vườn xơ xác trống trơn, cây cỏ mọc tùm lum, mấy trăm cây mai trồng khắp vườn hình như đã được nhổ lên đem bán từ hồi nào... Tôi hỏi Bác có nói tại sao không cho bán không. Triều lắc đầu, ông chỉ nói không là không. Không bán gì hết, chết thì chịu chứ không bán…

Khuôn mặt của Triều quắt queo, xanh lè, khi tay hai đứa nắm vào nhau, cả hai bàn tay đều lổn nhổn xương, siết vào nhau đau buốt.

Tôi cậy mình như là con cháu ruột thịt, nên đến bên giường cầm tay bác Ba góp ý:

- Bác ơi, một đời ta bằng ba đời nó, nay hoàn cảnh chung ai cũng chật vật, số tiền 4 chỉ lớn lắm, có thể lo cho bịnh tình hai bác mà còn có thể tạo ra việc làm cho Triều kiếm sống nuôi gia đình....

Bác Ba nhìn tôi, nước mắt ứa ra, nói chầm chậm:

- Tao biết bây nghĩ đúng chớ không sai, nhưng cây mai này tuổi đã hơn trăm năm, là di sản từ thời ông nội thằng Triều, đem về đây trồng ngay bữa má thằng Triều sanh ra nó, hơn vậy, tuy trồng ở đó mà có phải của mình đâu, làm người phải coi trọng lời hứa.... đợi tao chết rồi bây làm gì đó thì làm....

Giọng bác Ba trầm, buồn nhưng dứt khoát, chỉ là chi tiết trồng ở đó mà đâu phải của mình thì tôi không hiểu tại sao mà không dám hỏi. Hôm đó đi về mà lòng nát tan, đau xót thương yêu mà chẳng biết làm sao để chia sẻ với Triều.

*

Bến Bình Đông từ bao đời nay là nơi cặp bến của ghe thuyền miền Tây chở theo hoa kiểng và cây trái. Bên kia sông là bến Bình Tây chuyên về nông sản, lúa gạo. Các loại hoa kiểng chẳng những đổ về Bình Đông dồn dập vào dịp gần Tết, mà thường xuyên suốt năm vẫn có những chuyến ghe lớn chở trái cây đặc sản về cung cấp cho các chợ, cùng lúc hoa kiểng cho các vựa trong thành phố. Các chủ ghe lâu năm khi ghé lại, tạo ra một mối liên lạc thân tình với cư dân trong xóm và nhiều nhà dân trong xóm cũng trở thành nơi tạm chứa các thứ cây kiểng chưa tiêu thụ kịp.

*

Thời điểm 1980, ở thành phố nơi tôi sống như đang ngồi trên một cơn sóng dữ, cuộc đời mỗi người gánh mọi biến động lớn trên một con thuyền nhỏ, biết bao người đã vượt thoát đi, biết bao người đã chìm đắm xuống và biết bao người như tôi, cắn răng chịu đựng, sống mà chỉ biết sống hết một ngày hôm nay, ngày mai chưa biết. Miếng cơm, manh áo, giấc ngủ, và sự bình an chỉ biết chắc khi buổi sớm mai còn thức dậy được.

*

Mấy tháng sau, bất ngờ Triều ghé thăm tôi tại chỗ làm. Lần này nụ cười tươi rói, ngồi trên chiếc xe xích lô mới toanh, cười hi hí... Tôi chạy ra mừng rỡ:

- Bác Ba khỏe lại rồi hả?

- Ba má tao khỏe rồi, tao tới báo với mày mấy tháng nữa tao lấy vợ.

Tôi la lên

- Úy trời, đứa nào ngu quá vậy? Mày quen nó ở đâu?

Triều kéo tôi vào quán cà phê lề đường và kể lại câu chuyện. Câu chuyện của Triều như thế này.

Ông nội của Triều là Chủ Sự trong tỉnh, là một hào phú ở huyện Trà Ôn, tỉnh Vĩnh Long. Ông có nhiều con nhưng hợp tánh nhất là người con thứ, là ba của Triều, nên cuối đời, ông về sống với vợ chồng con ở tại bến Bình Đông.

Ông thích hoa kiểng và có lòng hào phóng thương người, hôm người con trai có đứa con đầu là Triều vào dịp sát tết Nguyên Đán, ông thảnh thơi đi dạo bến sông, ghe thuyền tấp nập cặp sát mé bờ, ngay trên bờ là các loại hoa kiểng chở lên bày dầy đặc. Ông bất ngờ dừng chân ở một khoảng bày toàn là mai, cả mấy chục chậu mai lớn nhỏ, mỗi cây được bọc một bao tải vải bó rễ và đất tưới ẩm. Ông bất chợt nhìn thấy một cây lão mai khá lớn, hoa kép, mỗi hoa chồng lớp mấy chục cánh vàng tươi rực rỡ tuyệt đẹp. Ông đứng ngắm nghía hồi lâu thì một người đàn ông bước ra chào hỏi. Đây là một cặp vợ chồng từ dưới quê Đồng Tháp chở cây từ vườn lên bán. Ông hỏi giá cây mai nhưng mắc quá ông không mua. Cây mai bình thường cũng cao lớn như vậy thì giá chừng hai trăm ngàn, mà cây mai này đòi giá tới ba triệu. Ông hỏi tại sao, người đàn ông lễ phép thưa không phải con thấy bác hỏi ngay cây này mà con nói giá cao, thiệt ra đây là một loại mai đặc biệt mà không chỉ vườn nhà con, nói rộng khắp huyện Lấp Vò của con chỉ có một cây này. Nó là loại mai Hương, bác chơi hoa nhiều thì bác biết, hoa mai là loại hoa có sắc mà không có hương, riêng cây này thì bác cứ ngửi thử đi. Bông hoa tỏa ra một mùi hương dìu dịu, không phải hương lài không phải hương lý mà phảng phất như có chút mùi trầm, càng về đêm mùi hương càng đậm cho tới sáng phai nhạt dần. Ba con dặn cái này cần người hữu duyên, phải giá thì bán không thì đem về nên giá nó mới cao như vậy.

Tưởng chỉ chuyện trò như vậy rồi thôi, ai dè vài bữa sau, trời đã về khuya, ông Chủ Sự đi ngang qua ghe thì nghe tiếng khóc của phụ nữ. Sẵn cảm tình từ lần trò chuyện trước ông ghé qua hỏi thăm, té ra cặp vợ chồng kia cơm ghe bầu bạn đem cây lên bán có dắt theo hai đứa con khoảng 5 tuổi và 7 tuổi, hồi chiều, do bận rộn bán hàng, hai đứa bé chạy giỡn với nhau sẩy chân lọt sông chết đuối cả hai. Không có thân nhân ở gần, tiền bạc vốn liếng không còn, hai vợ chồng ôm nhau khóc ngất, bây giờ phải gấp rút về quê vừa đau khổ vừa khó khăn chưa biết tính sao. Ông Chủ Sự suy nghĩ rồi nói thôi để tui mua mão hết mớ cây vợ chồng bậu đem lên để bậu lấy tiền mua quan quách cho sắp nhỏ rồi về quê. Hai vợ chồng cúi đầu cảm tạ và nói giá bán mão hết số cây là hai triệu. Ông Chủ sự nói vậy sao được, nguyên cây mai Hương đã là giá ba triệu rồi, mà bán mão cả chục cây còn lại có hai triệu là sao, thôi tui đưa bậu năm triệu để lo việc nhà. Hai vợ chồng kéo nhau quỳ xuống cám ơn và thưa rằng cám ơn ông hào phóng giúp người, nhưng thôi như vầy, năm triệu ông đưa coi như con mượn, về quê rồi khi có được sẽ xin đem lên trả, còn nay tất cả mớ cây con giao hết cho ông, những cây khác thì coi như bỏ, riêng cây mai Hương xin ông trồng lại chớ đừng bán, khi nào có tiền tụi con đem lên sẽ xin chuộc lại. Ông Chủ Sự gật đầu, bậu tính sao cũng được. Rồi ông chỉ tay về phía căn nhà: đó đó là nhà của tui, chừng nào lên được thì lên.

Đó là lý do vì sao ông Ba Thanh nhất định không cho bán cây mai trước nhà. Triều kể tiếp, khi gia đình đang túng bấn tới độ có bữa ăn rau muống luộc trừ cơm thì bất ngờ có một cô gái tới hỏi thăm phải đây là ông Chủ Sự không? Khi biết chắc đúng, cô gái mới kể tiếp cô tên Ơn, là con gái của ông bà Hai Đậu, quê ở Lấp Vò, Đồng Tháp. Hồi ba mươi năm trước, khi cô chưa ra đời, cha mẹ cô làm vườn và bán cây kiểng, có năm chở ghe bán lên bến Bình Đông vào mùa gần tết giống như vầy, bất ngờ gặp tai nạn làm chết hai người anh chị ở bến sông, có được ơn ông Chủ Sự ở nhà này giúp đỡ nên mới đem được xác về quê. Mấy năm sau thì sanh ra cô, nhưng gia đình làm ăn cũng không khá giả, mới năm rồi người cha từ trần, kể lại cho cô nghe cái ơn khó trả ngày xưa, nay nhờ được mùa lại thêm bán được mấy công đất, nên mẹ cô đưa địa chỉ sai cô lên đây đền ơn đáp nghĩa ngày xưa.

Mẹ của Triều lúc đó lại nảy sanh căn bệnh đàn bà, đi đứng khó khăn thiếu người giúp đỡ, cô Ơn tự nguyện ở lại ít ngày giúp bà tắm rửa thay đồ. Cô Ơn đưa gia đình số tiền còn nhiều hơn giá 4 chỉ vàng mà còn nhất định không chịu lấy cây mai Hương về lại dưới quê. Cô nói cây này nó chỉ sống được nhờ người có phước. Nay nó ở đây an lành con lấy nó đi làm chi. Khi thấy má Triều chưa bớt bịnh, cô nhắn tin cho mẹ cô lên thăm, và ở lại sống trong nhà như người thân yêu. Má Triều gần ba tháng sau nhờ có người chăm sóc, nhờ tinh thần thanh thản vui vẻ và nhờ thuốc men chạy chữa đã gần khỏe hẳn. Lâu ngày bên nhau nảy sinh lòng quyến luyến, có bữa, má Triều mân mê tay cô Ơn , bà nói, phải chi bây ưng thằng Triều thì đời tao có phước quá. Cô Ơn cười mắc cỡ, biết ảnh có ưng con không mà bác hỏi vậy? Triều đang nằm chèo queo ngoài bộ ván ngoài sân, nghe thoáng qua chạy vô cầm tay cô Ơn thú thiệt tui ưng cô từ khi cô từ ghe bước lên bờ kìa. Cô Ơn cười e thẹn, hai má đỏ hồng.

Ơn tính tình thuần hậu mà lại giỏi giang chuyện mua bán, khi hai đứa lập gia đình với nhau, Ơn lấy lại cái sạp bán trái cây ở chợ và về quê tạo đầu mối đưa cây trái lên giao hàng bán sỉ cho các chợ trong vùng, Triều ngoài giờ dạy học, thì thành người giao hàng chuyên nghiệp cho vợ, chiếc xe xích lô chuyển thành xe ba bánh phục vụ cho chuyện kinh doanh.

Khi tôi rời Việt Nam vào năm 1995, thì gia đình Triều đã là một gia đình êm ấm, hai bác Ba khỏe mạnh lại, sống nhẹ nhàng thảnh thơi với đứa cháu nội đầu lòng của Triều và Ơn.

*

Lần này về bến Bình Đông, lại đúng gần mùa Tết, trên bến thì tràn ngập hoa tươi đủ loại, dưới bến thì chen khít với nhau ghe bầu, ghe rỗi, xuồng chèo, thuyền máy hàng hàng lớp lớp sát bên nhau như một hội hoa nửa bờ nửa nước. Tôi ghé vào nhà Triều, căn nhà vẫn là kiến trúc cũ, cổ kính và thanh lịch nhưng nay được sơn phết mới, trang trí thêm cửa kính, máy lạnh, sân vườn tráng xi măng đường đi sạch sẽ, giữa vườn vẫn là cây mai Hương nay đã cao quá nóc nhà, rực rỡ hoa vàng, tỏa hương thơm ngát. Vợ chồng Phiệt đang xúm xít trang trí bàn thờ quay ra thấy tôi reo lên mừng rỡ... Bác Bảy về rồi.... năm nay đám ky ba con có bác Bảy ba con chắc vui lắm... Trên bàn thờ, di ảnh hai bác Ba nhìn xuống cười hiền hòa, lung linh trong ánh nến thắp trên đôi chân đèn sáng loáng, chiếc đỉnh thờ rực rỡ màu đồng, thấp bên dưới là khuôn mặt của Triều cười mím chi y hệt như thời chúng tôi còn trẻ trâu.

Tôi hỏi Phiệt:

- Má mày đâu?

- Má con đi chợ mua đồ làm tiệc chiều nay đãi bạn bè con.

- Ủa có tiệc gì vậy? Tất niên hả?

Phiệt mắc cỡ:

- Dạ... dạ... không... mừng vợ con có bầu.

*

Đứng trước hiên nhà, nhìn lên cây mai Hương cao lớn tỏa hương dìu dịu mênh mang, Phiệt nói sau Tết, má con dâng cúng cây mai Hương này vô chùa. Má con nói cây lão mai này đã cho gia đình con hưởng phước đã ba đời rồi, "Phước bất khả hưởng tận", nên muốn để tất cả những người có tâm thiện cùng được hưởng phước như gia đình con.

Tôi quay lại nhìn Phiệt, sửng sốt về câu thâm nho Phiệt nói, không biết nó học được từ đâu, mà nói như một lão Nho. Như vậy, khoảng cuối năm sau nếu tôi còn đủ sức khỏe về thăm nữa, thì tôi có quen biết với cả 4 đời gia đình Triều rồi đó. Tôi với tay lấy mấy cây nhang và kính cẩn thắp lên trên bàn thờ với lòng thương nhớ và kính yêu thật đầy.

Nguyễn Minh Nữu

MINH NGỌC
Tin văn

1/ Nobel Văn chương 2019:

Năm 2018 không có Nobel Văn chương, giữa cao điểm làn sóng *Me Too* trên thế giới. Bà Katarina Frostenson bị loại khỏi Hàn Lâm Viện Thụy Điển, tiếp theo là việc từ nhiệm của nhiều thành viên khác khiến cho hội đồng chọn giải bị khuyết và không hợp lệ để bầu chọn ứng viên Nobel. Chồng bà là ông Jean-Claude Arnault, một nhà hoạt động văn hóa người Pháp, bị mười tám phụ nữ đồng loạt tố giác các tội danh xâm phạm tình dục, trong số các nạn nhân có cả Công chúa kế vị Victoria. Ông bị tuyên án hiếp dâm với 30 tháng tù. Hệ trọng nhất là ông cũng bị cáo buộc tiết lộ kết quả bầu chọn Nobel Văn chương nhiều năm liền, chính việc này đã ảnh hưởng đến uy tín Hàn Lâm Viện dẫn đến việc hủy bỏ giải Nobel Văn chương 2018 (lần đầu tiên kể từ Thế chiến II), thay bằng Giải Hàn Lâm Viện (New Academy Prize in Literature) trao cho nữ văn sĩ Pháp Maryse Condé. Tháng Ba năm nay, Hàn Lâm Viện vừa công bố chỉnh đốn lại, thêm 5 thành viên độc lập không thuộc Hàn Lâm Viện vào hội đồng Nobel gồm 18 người, và sẽ trao hai giải Nobel Văn chương bù lại giải 2018 bị khuyết. Chờ xem!

2/ Man Booker International Prize:

Giải Man Booker lập ra năm 1969 chỉ dành cho tác phẩm văn học viết bằng tiếng Anh, xuất bản trong khối Liên Hiệp Anh. Năm 2005, giải Man Booker International bắt đầu trao giải hai năm một lần cho tác giả không thuộc Liên Hiệp Anh viết bằng tiếng Anh hoặc dịch ra tiếng Anh. Từ năm 2016 giải chuyển sang trao hàng năm cho tác phẩm ngoại quốc, tác giả và dịch giả nhận chung tiền thưởng £50,000. Ngày 12 tháng Ba 2019, danh sách đề cử sơ bộ được công bố:

- Jokha Alharthi (người Oman, tiếng Ả Rập), dịch giả Marilyn Booth, *Celestial Bodies* (Sandstone Press Ltd)

- Tàn Tuyết (Can Xue) (Trung Quốc), dịch giả Annelise Finegan Wasmoen, *Love In The New Millennium* (Yale University Press)

- Annie Ernaux (Pháp), dịch giả Alison L. Strayer, *The Years* (Fitzcarraldo Editions)

- Hwang Sok-yong (Hàn Quốc), dịch giả Sora Kim-Russell, *At Dusk* (Scribe, UK)

- Mazen Maarouf (người Iceland gốc Palestine, tiếng Ả Rập), dịch giả Jonathan Wright, *Jokes For The Gunmen* (Granta, Portobello Books)

- Hubert Mingarelli (Pháp), dịch giả Sam Taylor, *Four Soldiers* (Granta, Portobello Books)

- Marion Poschmann (Đức), dịch giả Jen Calleja, *The Pine Islands* (Profile Books, Serpent's Tail)

- Samanta Schweblin (người Argentina gốc Ý, tiếng Tây Ban Nha), dịch giả Megan McDowell, *Mouthful Of Birds* (Oneworld)

- Sara Stridsberg (Thụy Điển), dịch giả Deborah Bragan-Turner, *The Faculty Of Dreams* (Quercus, MacLehose Press)

- Olga Tokarczuk (Ba Lan), dịch giả Antonia Lloyd-Jones, *Drive Your Plow Over The Bones Of The Dead* (Fitzcarraldo Editions)

- Juan Gabriel Vásquez (người Colombia, tiếng Tây Ban Nha), dịch giả Anne McLean, *The Shape Of The Ruins* (Quercus, MacLehose Press)

- Tommy Wieringa (Hòa Lan), dịch giả Sam Garrett, *The Death Of Murat Idrissi* (Scribe, UK)

- Alia Trabucco Zeran (người Chile, tiếng Tây Ban Nha), dịch giả Sophie Hughes, *The Remainder (And Other Stories)*

Giải thưởng sẽ công bố ngày 21 tháng Năm 2019.

3/ Giải Văn Việt:

Nhóm Văn Việt ở trong nước do nhà văn Nguyên Ngọc và nhà

thơ Hoàng Hưng với sự cộng tác của nhiều nhà văn, nhà thơ, học giả trong và ngoài nước, đã trao giải lần thứ tư vào tháng Hai 2019.

- Văn:

Giải chính thức: *Những ghi chép tầng 14*, truyện Thận Nhiên (Hoa Kỳ)

Giải của Chủ tịch Hội đồng: *Hãy ngồi xuống đây*, tản văn Hạ Đình Nguyên

- Thơ: *Chùm thơ*, Vũ Lập Nhật

- Nghiên cứu Phê bình: *Phê bình ký hiệu học*, Lã Nguyên

- Dịch thuật: *Thế giới mới tươi đẹp*, dịch giả Hiếu Tân (nguyên tác tiếng Anh *Brave New World* của Aldous Huxley)

Thận Nhiên, tên thật Tôn thất Thiện Nhân, sinh năm 1962 tại Đồng Nai, định cư tại Hoa Kỳ từ 1990, nổi lên trong giới văn chương hải ngoại là nhà thơ trẻ tài năng với những sáng tác độc đáo. Sau một thời gian về Việt Nam, hiện ông đã trở lại sống và làm việc ở tiểu bang Michigan, Hoa Kỳ. Các bút hiệu khác: Nam Đan, Bùi thị Lài. Tiểu thuyết "*Những ghi chép tầng 14*" được viết khi tác giả về sống ở một chung cư quận Bình Chánh, đăng trên trang web Tiền Vệ rồi Facebook của tác giả.

Hạ Đình Nguyên (1943-2018), quê quán Quảng Nam, sinh viên ban Triết Đại học Văn khoa Sài Gòn, Chủ tịch Ủy ban Hành động đấu tranh của Tổng hội Sinh viên Sài Gòn, bị bắt giam ở Côn Đảo cho đến 1973. Là thành viên Câu lạc bộ Lê Hiếu Đằng thành lập năm 2014 với các nhân tố phong trào sinh viên tranh đấu thập niên 70. "*Hãy ngồi xuống đây*" gồm những bài viết đã đăng trên internet về các hiện tượng chính trị xã hội ở Việt Nam: Quan hệ giữa nhân quyền và ổn định chính trị; Quan hệ Việt – Trung không có lớn hay nhỏ; Nguyễn Phương Uyên, tôi có thể làm gì cho em; Quỹ đất, quỷ đất và 7 phát súng colt của Đặng Ngọc Viết; "Cảm ơn em!": Một nhà nước u minh đẻ ra nhiều ma quái (Gửi thư cho gió và anh Dương Chí Dũng); Ông Lê Trương Hải Hiếu hãy giải thích cho nhân dân thành phố rõ: Bà Lê Thị Tuyết Mai tự thiêu do "bế tắc về cuộc sống?"; Những cái nhìn về tác phẩm "Đèn Cù"; Một cụm từ hay: "Phản Bội Một Cách Có Phương Pháp"…

Vũ Lập Nhật, tên thật Nguyễn thị Diễm Hương, sinh năm 1990 tại Sài Gòn, tốt nghiệp Đại học Khoa học Xã hội – Nhân văn.

Lã Nguyên, tên thật La Khắc Hòa, phó giáo sư tiến sĩ khoa Ngữ văn Đại học Sư phạm Hà Nội (hưu trí).

Hiếu Tân, tên thật Tiết Hùng Thái, quê quán Nam Định, kỹ sư cơ khí. Tiểu thuyết khoa học giả tưởng *"Brave New World"* lấy tựa đề từ một câu trong kịch The Tempest của William Shakespeare, do nhà văn Anh Aldous Huxley viết năm 1931 về thành phố London năm 2540, con người tạo ra từ tử cung nhân tạo và được lập trình cho những công việc khác nhau trong xã hội.

4/ Giải Phan Thanh Giản:

Hội Văn Hóa & Giáo Dục Phan Thanh Giản tổ chức một giải thưởng văn chương, chủ đề: Miền Nam Trước và Sau 1975 gồm các bộ môn: truyện ngắn, truyện dài, hồi ký, bút ký chưa phổ biến dưới mọi hình thức, do các tác giả trong và ngoài nước gởi, hay được thân hữu giới thiệu. Hai giải thưởng $15.000 và $5.000.

Ban tuyển chọn gồm nhà văn, nhà báo, không phải là thành viên của Hội Phan Thanh Giản, hoàn toàn độc lập, đã hoạt động văn hóa trước và sau 75, từ trong nước tới hải ngoại: Trương Anh Thụy, Lê thị Huệ, Trần Doãn Nho, Nguyễn văn Sâm và Từ Thức.

1- Các tác phẩm dự giải không có giới hạn số trang nhưng phải ít ra là 200 trang;

2- Một tác giả có thể gởi hai tác phẩm dự thi;

3- Các tác phẩm dự giải thuộc bản quyền của tác giả và tác giả chịu mọi trách nhiệm về tác phẩm của mình; nếu có tranh chấp ban tổ chức giải sẽ không có liên hệ nào;

4- Nếu có điều gì không đúng về bản quyền, giải thưởng có thể bị hủy bỏ;

5- Sáng tác dự giải gởi thẳng đến ban tuyển chọn sẽ không được chấp nhận.

Sáng tác của nhiều tác giả sẽ được xem là của người đứng tên dự giải. Sáng tác của một tác giả qua sự giới thiệu của độc giả phải có sự đồng ý của tác giả đó. Mọi người ở khắp nơi đều có thể tham dự giải. Viết bằng tiếng Việt có dấu, xin gởi đến địa chỉ email: khanhp1988@yahoo.com qua dạng PDF (nếu có thể được) theo dạng đính kèm. Không nên "copy" rồi "paste" trực tiếp trên mặt trang điện thơ (email). Trước khi đính kèm "file", quí vị ghi vài dòng về tiểu sử và số điện thoại, để tiện liên lạc trong điện thơ (chứ không trong sách đính kèm). Dùng kích thước 12 (font size 12), khoảng cách bình thường (normal space). Khoảng cách 2 dòng (double space) để phân biệt hai đoạn văn.

Kết quả sẽ công bố vào đầu Tháng Năm, 2021. Thời hạn chót gởi bài dự giải là cuối Tháng Năm, 2020.

Hội Văn Hóa & Giáo Dục Phan Thanh Giản được thành lập năm 2014 tại Arizona do nhà báo Phan Thanh Tâm làm chủ tịch Hội Đồng Quản Trị, và Bác Sĩ Thái Ngọc Ẩn, chủ tịch Hội Đồng Điều Hành phụ trách. Trụ sở hội ở thành phố Boston, tiểu bang Massachusetts, Hoa Kỳ. Liên lạc với Ban Tổ Chức Giải qua điện thư:

ptgculturefoundation@gmail.com

(Người Việt ngày 27 tháng Ba 2019)

* Thắc mắc: truyện ngắn làm sao đạt tiêu chuẩn "ít ra là 200 trang"?

4/ Trung tâm Hemingway tại Havana:

Thêm một địa điểm cho du khách đến Cuba: trại Lookout nơi nhà văn Mỹ Ernest Hemingway từng sống và viết sách suốt 21 năm ở Finca Vigía, ngoại ô Havana vừa được xây dựng thành trung tâm bảo tồn hàng ngàn bản thảo, thư từ, hình ảnh và di vật ông bỏ lại khi rời Cuba năm 1960, vài tháng trước khi ông tự tử. Công trình hoàn thành với hợp đồng giữa Quỹ Finca Vigía và Hội đồng Di sản Văn Hóa Quốc gia Cuba, tài trợ của các quỹ từ thiện Ford, American Express và AT&T cùng nhiều đóng góp khác, được coi là bước tiến trong sự hợp tác của chính phủ Cuba với Hoa Kỳ. Trung tâm khánh thành cuối tháng Ba 2019.

5/ Đạo diễn Agnès Varda (1928 – 2019):

Đạo diễn Pháp gốc Bỉ vừa từ trần ngày 29 tháng Ba 2019, thọ 90 tuổi. Bà được coi là nhân tố hàng đầu làn sóng Nouvelle Vague thay đổi điện ảnh Pháp từ thập niên 50 với phong cách táo bạo, xông xáo vào các đề tài hiện thực xã hội, nữ quyền… Các phim tiêu biểu của bà: *La Pointe courte* (1955), *Cléo de 5 à 7* (1962), *Ulysse* (1984, giải César), *Sans toit ni loi* (1985, giải Kim Sư tại Đại hội Điện ảnh Venice), *Jacquot de Nantes* (1991), *Les Glaneurs et la Glaneuse* (2000), *Deux ans après* (2002), *Les Plages d'Agnès* (2009, giải César), *Visages villages* (2017). Bà còn được trao giải César Danh dự năm 2001, giải René-Clair của Hàn Lâm Viện Pháp năm 2002, giải Cành cọ vàng (Kim Tông?) tại Đại hội Điện ảnh Cannes 2015, giải Oscar Danh dự năm 2017, và giải Berlinale Kamera năm 2019.

6/ Giỗ 10 năm xa bạn của Trường Kỳ.

Nhạc sĩ kiêm nhà báo Trường Kỳ đã bỏ cuộc chơi được 10 năm ở tuổi 63. Ông cư ngụ tại Montreal nhưng mất tại Toronto, Canada, ngày 22 /3/2009 vì biến chứng của bệnh tiểu đường. Một buổi nhạc hội tưởng niệm mang tên "Mười Năm Xa Bạn" đã được tổ chức tại Vũ Trường Bleu, Westminster, vào đêm Chủ Nhật 17/3/2019 do các bạn bè thời nhạc trẻ của Trường Kỳ tại Sài Gòn năm xưa, gồm các ca nhạc sĩ Jo Marcel, Nam Lộc, Kỳ Phát, Trung Nghĩa và Trần Đình Thục đứng ra tổ chức. Chị Thu Huyền, hiền thê của Trường Kỳ, và cháu Tú Uyên , cô con gái rượu của người nhạc sĩ vắn số,cũng bay từ Montreal qua tham dự. Chuyến bay của hãng hàng không Air Canada có trục trặc vì lệnh cấm bay máy bay Boeing 737 Max 8 của chính phủ Canada. Tuy nhiên, vào giờ chót, hai mẹ con đã lên được máy bay khác tới nơi bình an. Buổi nhạc hội không bán vé, không quyên tiền, chỉ nhằm mục đích nhớ bạn sau 10 năm xa cách của các bạn bè Trường Kỳ đã thành công mỹ mãn. Số người tới tham dự chật thính phòng, nhiều người phải ra về vì không có chỗ.

Chiều tối ngày Thứ Bảy 30/3/2019, gia đình Trường Kỳ cũng đã tổ chức lễ giỗ tại tư gia với sự có mặt của một số bạn của Trường Kỳ.

Trường Kỳ khi sanh tiền là một người vui tính, ăn nhậu thả giàn, đối đãi với bạn bè rất thân tình và chu đáo. Sự ra đi đột ngột của anh 10 năm trước đã để lại vô vàn tiếc thương của giới văn nghệ tại Montréal cũng như khắp nơi trên thế giới. (Song Thao)

Minh Ngọc

NGUYỄN VY KHANH
Điểm Sách

Tác-phẩm văn-học từ hơn hai thập niên qua đã rơi vào một số tình huống gian nan để đến với người đọc nói chung cũng như các nhà nghiên cứu và các thư-viện. Trước hết, kỹ thuật tin học và mạng lưới Internet đã toàn cầu hóa và "đại-chúng" hóa đưa người viết và người đọc đến gần nhau hơn, trực tiếp hơn, có thể nhiều "người đọc" hơn và đồng thời tạo cơ hội cho các "tác-phẩm" khó khăn xuất-bản hoặc phổ biến ở một nơi có thể ra mắt ở nơi khác. Rồi đến phương tiện xuất-bản cũng cập nhật với hệ thống bán sách giấy và số-hóa qua một số công ty quốc tế như Amazon,... Trong và ngoài nước Việt-Nam mất biên giới ở đây (dù đôi khi vẫn có kiểm duyệt đối với trong). Ebook, văn bản tràn ngập không-gian và tính "chính thống" cũng rơi khỏi "luồng". Với các cách xuất-bản liên mạng và in ấn quốc-tế này thì biên giới trong-ngoài của văn-học Việt-Nam đã dần biến dạng và có thể hết còn biên giới dù con người và chế độ chính-trị có không muốn đi nữa! Tuy nhiên, "độc giả" từ nay gặp phải gian nan về tính văn-chương và "phẩm" của các "tác-phẩm" và "tác-giả" này. Cũng trong tình cảnh đó, *Ngôn Ngữ* trân trọng điểm sách giới thiệu một số tác-phẩm mới xuất-bản gần đây dưới hình-thức ấn-phẩm.

Trước hết, ở trong cũng như ngoài nước, thi-ca là thể-loại văn-chương đang có vấn-đề. Thơ được in ra ngày càng nhiều, dưới nhiều hình-thức, nhưng không còn chỗ đứng trong các nhà sách. Thơ biến chất và trở thành sản phẩm trình diễn … xã-hội, cộng-đồng, cả "hàng giả"; thơ biểu tặng phần nào cũng vì dễ dàng trong con chữ biểu hiện hoặc trong mục-đích không văn-chương. Đối với vài nhà thơ thì thơ tùy hứng tuôn ra, đưa lên không gian toàn cầu Internet, đã như một sản phẩm tiêu thụ, phải có, cho có, đến cả bội thực. Nhưng độc giả thì thiếu vắng hoặc không đón nhận kịp hoặc thờ ơ như bao chuyện chung khác. Thơ loại này khó có thể nói đến thi-ca nghệ-thuật, cứu rỗi hay tiếng nói (thật) của tâm hồn. Đây trở nên một loại văn-hóa tiêu thụ và thơ đã bị hiểu lầm, sử-dụng sai trái. Tuy nhiên, may thay, vẫn còn có một thiểu số người làm thơ tôn trọng thi-ca như một bộ môn nghệ-thuật và đã có những cố gắng và đóng góp cần được tìm hiểu, đón nhận.

Thơ **lục bát**, gia tài riêng của thi ca Việt, được tiếp tục làm mới, cái Ta được biến thể và cập nhật. Hơn ba thập niên qua, thể-loại lục-bát đã bị xâu xé giữa truyền thống và mỹ học hôm nay. Lục bát cách tân dưới nhiều hình thức, biến thể tự do về chấm câu và xuống hàng trong cái khuôn tiên-thiên 6-8. Những Du Tử Lê, Ngu Yên, Hoàng Xuân Sơn, Nguyễn Tôn Nhan, Huy Tưởng, Nguyễn Nam An đều đã thử nghiệm cách tân thơ lục-bát, mỗi người một cách thế, tư duy và thể hiện. Gần đây thơ lục-bát được thêm nhà thơ thử nghiệm, ở đây chúng tôi điểm qua các thi tuyển của Phạm Hiền Mây và Nguyễn Hàn Chung.

Bất Tương Phùng, Không Tin
(**Phạm Hiền Mây** – NXB Nhân Ảnh Hoa-Kỳ, 2018)

Thơ Phạm Hiền Mây chủ trì lục bát nhưng là một thể-loại hình-thức mới ở chỗ mang tính tự do, tự do ở kỹ thuật thụt chữ khi xuống hàng, con chữ rời rạc, nhiều cách quãng, tự do ở cả ý tình bất chợt, nhiều ngõ ngách, cánh cửa tâm hồn mở rồi đóng, không mong, không đợi chờ,... Ngôn từ thơ ở đây rõ giàu thi-tính, sung mãn và đầy bất ngờ. Thơ tình Phạm Hiền Mây có vẻ muốn bỏ hết những ràng buộc vần, điệu, luật,.. nhưng thực sự không phải vậy, bởi những bài có thể thuyết phục người đọc thường vẫn có một cú pháp, một thi-pháp của thi ca, của lục-bát, của văn-chương - ở đây là của Phạm Hiền Mây! Bất cần hậu-hiện-đại hay nữ-quyền, nhà thơ dấn thân trong từng con chữ tài tình gợi nhục cảm (không nhất thiết), nâng cao, công khai những con chữ, để tự giải phóng, như một tiếng nói nữ. Phạm Hiền Mây đã nỗ lực canh tân làm mới thơ dù không diễn văn, lý thuyết,...

Mới xuất hiện trên thi-đàn, Phạm Hiền Mây với *Bất Tương Phùng, Không Tin,* thi phẩm thứ ba, đã đến với người thưởng thức thơ như một tiếng hót của loài chim không tên từ rừng hoang lạ tìm đến đồng bằng nhân sinh nơi có những tâm hồn khắc khoải đang yêu, tìm yêu và được yêu,... Mỗi tâm hồn nhà thơ là một "không-gian" tàng chứa những ẩn số nhiệm mầu, bất ngờ, nơi đó có thể tìm thấy những ám ảnh cũng như những gì xa lạ, huyền bí nhất. Tất cả như một thế-giới mặt chìm nhưng dĩ nhiên có thể bền bĩ hoạt động mà ý thức không kiểm soát được. Một tình yêu chớm nở như một tiếng sét, một chạnh lòng chợt đến chợt đi, một tiếc nuối phải chi, v.v. Đưa đến sáng-tạo, đưa huyễn mơ thành thực hữu!

Phạm Hiền Mây trong *Bất Tương Phùng, Không Tin* chủ trì ở tình yêu – một *tâm trạng* đã thăng hoa thành *tâm thức*, không chỉ giới hạn ở con chữ mà đã là nguồn sống vừa là nguồn cảm hứng thi-ca bất tận, đa dạng như "sóng mãi trăm năm", tựa một thi-tập trước. Phạm Hiền Mây đã bày tỏ những kinh nghiệm vừa tư duy vừa tâm linh mà cũng là một kinh nghiệm nhân sinh và nữ phận. Nhà thơ lên tiếng về những âu lo, tâm tình, nói thẳng ra những lo âu thực tế, sờ mó được, cảm được, không cần nhiều ngõ quanh, đi vòng, những tâm sinh lý, tự nhiên, phải có, không thiên kiến và mặc cảm. Thi ca như một nhất trí không thể tách bạch, phân tích; thiển nghĩ nên lắng mình để đón nhận và cảm thơ và nên mở rộng mọi giác quan để tiếp nhận thơ! Thơ Phạm Hiền Mây là thơ hôm nay, một thứ thơ đang hình thành - thơ luôn ở tiếng nói của con người sử-dụng nó trong thời gian và không gian! Thơ là thơ hay, thành công, độc đáo, khi tự thi-bản thơ là một vũ trụ, một khối tự lập hình thành từ nhiều cấu trúc, yếu tố, và một khi đã thành, trở nên một ngôn ngữ riêng biệt! Như thơ Phạm Hiền Mây! [Tựa]

Lục Bát Tản Thần
(**Nguyễn Hàn Chung** – NXB Bản Sắc Việt, 2018)

Nguyễn Hàn Chung sử-dụng lục-bát cho cả tập *Lục Bát Tản Thần*. Đây là nỗi lòng của người sống ở xứ người vẫn vọng về quê hương, lục-bát do đó đã là thể-loại thích hợp và dễ dàng. 200 bài, đủ dài ngắn, ngắt câu, xuống hàng, cung cách nghiêm nghị pha nghịch ngợm con chữ, ý tình. Ngoài lũy tre, người thân, cõi sau, ... còn là những hình ảnh, dồn nén, tưởng tượng của chốn tình, chốn dục.

Nguyễn Hàn Chung thể hiện cách tân qua cung cách, qua cắt / ghép số chữ 6-8, qua lên hàng và xuống hàng; nhiều bài khá thành công, chứng tỏ tác-giả chúng có trăn trở, kiếm tìm. Xin trích thêm bài Lục Bát Tình Nhân với "tân hình-thức" hóa điệu lục-bát:

> *"Đời tôi khổ nhất là đàn bà mà trước hết là nàng*
> *chánh thê gì gì thì cũng bị chê trách khi hồn*
> *phách thuộc về chiêm bao.*
> *Đời tôi khổ nhất là đào hoa từ ngày xửa nở vào*
> *cuối đông thiếu tay chưa dám gầy sòng vẫn còn*
> *ham hố đèo bòng váy xiêm.*
> *Nước ròng cho chí nước lên đớn đau kia cũng teo*
> *tim dật dờ hờn tình nhân ráng viết thơ phần chia*
> *rối rắm cúi chờ tha nhân"* (tr. 217)

200 bài, một số khá đặc sắc, một số nên đọc lớn tiếng vào buổi bình minh, một số khác chỉ nên đọc khi ở một mình!

Khi Nhớ Về Bà-Gi
(**Trần Hoài Thư** – NXB Thư Ấn Quán, 2018)

Trần Hoài Thư có thể xem là tiêu biểu cho một thế hệ nhà văn đã nhập cuộc chiến-tranh trước năm 1975 và sau đó chịu nhiều bi lụy của người dân Việt (học tập, vượt biển, tị nạn, hội nhập,...) cũng như hạnh-phúc sáng-tác và làm xuất-bản ở hải-ngoại. Ở họ Trần, ký-ức, kỷ-niệm hiện diện trong hầu hết các sáng-tác cũng như bút ký, bài báo. Sau nhiều tuyển tập truyện ngắn, bút ký, nhận định văn-học và thơ, họ Trần hình như dành cho thi ca một địa vị "hôm nay" rõ nét, tiêu biểu với *Khi Nhớ Về Bà-Gi* Thư Ấn-quán xuất-bản năm 2018 – in theo dạng book-on-demand với hình-thức mỹ thuật bìa cứng nhiều màu và giấy đặc-biệt "dành tặng thân hữu"!

27 bài thơ xuất phát từ cuộc sống hiện tại của họ Trần, một

"hôm nay" của riêng anh. Về hưu, bản thân sức khoẻ hao mòn vì thống-phong (goutte), phải tập nấu ăn và ra vào viện Dưỡng lão chăm sóc chị Y. bệnh nặng; các văn hữu, bạn bè còn sống hoặc đã ra đi (như Đinh Cường), chuyện làm xuất-bản và những hồi tưởng về những địa danh, những chiến trường ngày trước,... là đề tài và nội-dung của tập thơ. Đặc-biệt là 13 bài thơ về đồi Ba-Gi với hồi tưởng của những năm 1967-1970.

Chốn cũ ở Trần Hoài Thư đậm nét tâm thức, đã chìm sâu trong não ký-ức vì anh không hề trở lại chốn cũ để tìm lại những cảm xúc chất chứa trong tâm hồn người sống xa xứ và xa quá-khứ; do đó trong sáng-tác của anh, những day dứt, nhung nhớ đó không hề vơi bớt, cũng không cần **được soi qua lăng kính phân tích và chú-giải**. Ngôn-ngữ thi-ca như cứu-cánh tự tại, thiển nghĩ đã giúp nhà thơ sống thật cái "hôm nay", ngoài đời thường cũng như trong sáng-tác! Thể-loại lục-bát và Tự do đã sử-dụng trong tập này, nghĩ cho cùng, khá thích đáng cho tâm thức và hiện thực của nhà thơ Trần Hoài Thư.

Thơ Tự-do là thể loại ngày càng được người làm thơ yêu chuộng, phát triển đa dạng với một số nỗ lực canh tân làm mới thơ, nhưng để được đón nhận và thành công, những con chữ tự do ấy phải đầy tính thuyết phục nghĩa là vừa mới và vừa văn-chương!

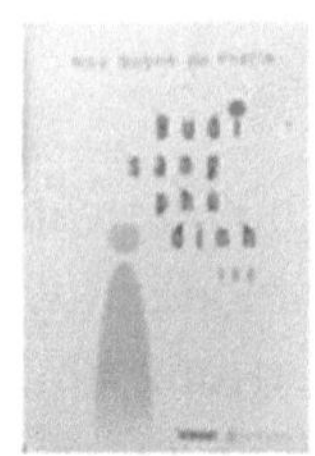

Buổi Sáng Phủ Định
(Domino Books; NXB Đà Nẵng, 2018)

Như Quỳnh De Prelle, một nhà thơ trẻ hiện sinh sống ở Bruxelles, thủ đô nước Bỉ, gần đây đã xuất hiện trên nhiều thi-đàn, *Buổi Sáng Phủ Định* là một tác-phẩm vừa được xuất-bản năm 2018, gồm những thi-bản Tự do và Tân hình-thức. Đây như là chân dung đa dạng của một người thơ lãng-mạn, trữ tình, nổi loạn nữ quyền,... trong một thế giới đa tính, phức tạp cũng như đơn sơ đời thường.

Trích đoạn bài Nước:

"Người đàn bà làm tình với nước trong bồn tắm
nước làm vơi đi sự nóng nực ngột ngạt trong cơ thể của nàng
bầu vú tròn
vòng eo thon gọn
và chiếc mông gọn gàng không chút mỡ thừa

(...) Yêu nước như những nỗi nhớ kéo dài, hoài thương thương nhớ, những đớn đau im bặt, không thể sẻ chia. Như tiếc thương một bông hoa dại mất mùa, như trái cây tươi được tẩm thuốc, như ngoài khơi xa những con tàu biến mất vô danh, như kẻ bành trướng đem súng ra khơi chĩa vào đất mẹ... Đớn đau trong im lặng, trong những bất lực. Nội lực của nước ở đâu, ở đâu? Ai cũng có câu trả lời cho riêng mình" (tr. 75, 79-80).

Như Quỳnh De Prelle đang đi trên con đường cách tân thi-ca Việt và ước muốn đến gần và hội nhập với thế-giới. Chúc nhà thơ thành công!

*

Một nhà thơ khác, **Đoàn Văn Khánh**, thì lại đi vào lãnh vực văn xuôi với tập *Ám Ảnh Đơn Thân*: Truyện & Ký (NHX Hội Nhà Văn, 2019): truyện ngắn Ám Ảnh Đơn Thân được dùng làm tựa cũng như các truyện ngắn và bút-ký khác đã... ám ảnh người đọc là chúng tôi.

Đơn thân thường được dùng để nói đến những người mẹ vì hoàn cảnh hoặc do lựa chọn riêng, đã một mình sinh con, nuôi con mà không cần đến một người cha và những thủ tục dân sự, xã-hội. Đơn thân cũng được dùng để nói đến những người nam cũng như nữ sống "độc thân", "độc mã" cũng như những kẻ đã mất người phối-ngẫu. Trong *Ám Ảnh Đơn Thân*, nhân-vật Loan vì tự tin nên yêu sự cô độc, nhưng có những lúc – nhất là khi đã đạt được cuộc-sống mong muốn, Loan hãi sợ một mình trong cuộc-sống hiện tồn và cả trong tình-cảm, tình dục,... Xuất thân nhà giáo, lấy chồng cùng nghề, Loan mơ ước một đời-sống vật chất đầy đủ vì nghĩ rằng sẽ được xã-hội kiêng nể và xem là thành đạt. Loan vô tình là khuôn mẫu của người phụ nữ sống và hành xử theo "nữ quyền" rồi có những lúc bị hụt hẫng và cuối cùng mới thấy cái gì cũng có mặt trái của nó: bình đẳng toán học, vật lý không hẳn tự động chuyên chở quân bình tâm sinh lý và con người còn có tâm thức khiến không thể có bình đẳng hay khuôn mẫu tuyệt đối. "Nữ quyền" xuất phát từ Tây phương và có vẻ thích hợp cho xã-hội "mở" và luật-quyền của họ nhưng cũng khiến cho đời-sống nhân sinh bớt quyến rũ, lãng-mạn, "tròn đầy" kinh Dịch!

Từ chuyện đơn thân của nhân-vật Loan nghĩ xa cũng là thể trạng tâm sinh lý của bất cứ ai, và nỗi ám ảnh đơn thân càng nặng nề hơn khi tuổi đời trĩu nặng hai vai – đề tài được chuyển tải trong các truyện ngắn và bút ký khác. Đoàn Văn Khánh cũng kể lại "đơn thân" của những con người thật - là bạn hữu và thi văn hữu của anh và nhóm *Quán Văn* (Nguyên Minh, Nguyễn Phú Yên, Hoàng Kim Oanh, Trương Văn Dân, ...) cũng như các nhà văn thơ của miền Nam: Hoài Khanh, Sao Trên Rừng Nguyễn Đức Sơn, Trần Thiện Hiệp, Khuất Đẩu, Chu Trầm Nguyên Minh,... Ban biên tập *Quán Văn* đã về hưu đời từ lâu nhưng sinh hoạt văn-chương vẫn năng động và khá bền vững - bền vững một cách "đơn thân" và sắc sảo cũng "đơn thân" không kém như một dòng riêng!

Tác-giả tập truyện và ký đã khiến người đọc không khỏi nghĩ đến thân phận làm người Việt luôn phải "đơn thân" vì phải sống bên lề, vì cảm nhận không được người thân, bạn bè và người đương thời thông hiểu, thông cảm. Đó là nỗi ám ảnh cô đơn ngay trên đất nước mình, giữa đồng loại và có thể giữa đám bạn hữu, cũng như ám ảnh "đơn thân" trên trường văn-nghệ! Và Đoàn Văn Khánh đã khá thành công thuyết phục người đọc với văn tài ở địa hạt *truyện* và *ký* tức ngoài thi-ca sở trường của anh! [Tựa]

Câu Hỏi Kiếp Người
(**Võ Kỳ Điền**; NXB Nhân Ảnh, 2018)

Tuyển tập gồm 30 truyện ngắn, bút ký và tạp văn. Ở họ Võ là văn phong miền Nam nhưng không hoàn toàn Nam-kỳ lục-tỉnh hay miệt vườn – có thể nói là của một người từng sống ở nơi thị-tứ, nhà trường, nay trở về sống hòa đồng giữa lòng "miệt vườn", vì ông vốn là nhà giáo xuất thân từ Đại học Sư phạm Sài-Gòn, và là một người thích quan sát cuộc-đời, con người cũng như các trào lưu tư tưởng, văn-hóa, xã-hội, của nước Việt nói chung cũng như của cộng-đồng ở hải-ngoại. Trong các tạp văn, du ký, ông đã đưa kiến thức, hiểu biết về văn-học, văn-hóa và lịch-sử Á-đông vào, khiến người đọc ngẩn ngơ thích thú như được cùng ngắm hoa, dược thảo hoặc được dẫn đường đi du lịch với hành lý sách vở thánh hiền, văn thi nhân ngày xưa.

Câu Hỏi Kiếp Người là một truyện ngắn về kiếp người đầy bất ngờ, dang dở kiểu định mệnh của Hoàng nhân tái ngộ nơi xứ người người tình đầu đời khi đôi bên đã yên bề gia thất, câu hỏi "anh có hạnh phúc không?" trở thành cái nợ đời mà anh "tưởng sẽ không bao giờ trả được và mãi mãi"! Truyện Bếp Lạnh (còn có tựa Bếp Hồng) kể chuyện một Bếp Hồng tức không phải là *Bếp Lửa* như đối với Thanh Tâm Tuyền thời tuổi đôi mươi; mà ở đây, nơi xứ người, cái làm ấm cuộc đời vẫn là những tình thâm dù hệ lụy. Ngọn lửa không những cần cho những món lương-thực trần-gian, mà còn là cái không thể thiếu cho con người, cái làm sống và đem hương vị đến cho đời! Rêu Phong Mấy Lớp kể chuyện ông bà Năm, một cặp vợ chồng già định cư ở Montréal (!) mà lúc nào cũng cứ ngỡ còn trong tầm mắt thấy "nhà mình" nơi quê-hương xa xôi. Khi gặp lại người quen mới qua định cư hỏi thăm mới biết cơn gió bụi đã đến với cả "nhà mình": những cây nhãn, cây mận và cả cây mai già giữa sân đã bị con người chế độ mới đốn ngã để làm hợp tác xã. Ngoài các truyện ngắn vừa kể – của một thời thịnh trị của văn-chương lưu vong hải-ngoại, là những bút ký ghi lại cuộc-sống ở xứ người và những chuyến đi xa đi gần của tác-giả, bên cạnh những tâm tình, cảm đề của một số bạn văn của ông.

Phóng Sinh Chữ Nghĩa
(Phan Trang Hy – NXB Hội Nhà Văn, 2018).

Phóng Sinh Chữ Nghĩa, truyện ngắn được dùng làm tựa chung, kể chuyện nuôi con cá la hán mang trên mình 4 chữ tùy người nhìn tưởng tượng có thể là "phúc lộc thọ toàn" hay "tấn tài tấn lộc", "anh hùng, liệt sĩ", "vì nước, vì dân", "Hoàng Sa, Trường Sa", v.v. theo tâm trạng và hy vọng riêng tư. Một anh công chức nuôi con cá tình cờ được vận hên được thăng quan. Mới đầu là thú vui, dần dà người nuôi con vật tự biến thành nô lệ cho cái tưởng là thú vui và dòng chữ tưởng tượng trên người con cá lại như bị ám. Cuối cùng anh ta đã phóng sinh con cá, dù nó có trị giá hàng trăm triệu, "phóng sinh để cầu an" vì "sợ liên lụy chữ nghĩa". Chữ nghĩa lừa bịp hay con người tự đày đọa mình trong nhà tù chữ nghĩa?

Blogger Sợ Chữ kể chuyện một tay viết báo vì muốn sống thực, nói thực vì muốn cứu giúp những người bị bệnh "thiếu óc, thiếu tim". Ông "không tô hồng, cũng không bôi đen cuộc đời. Tôi chỉ viết sự thực. Thế nhưng, sự thực ấy lại mất lòng biết bao người. Và cũng chính những bài ấy khiến tôi phải lao đao trong cuộc sống. Không những tôi lao đao mà ông Tổng biên tập tờ báo "Không dối trá lại phải khốn đốn, điêu đứng, bị chụp mũ là tiếp tay cho thế lực thù địch. Từ đó, nghe đến tên tôi, ai cũng dè chừng... Những bài tôi viết, hầu hết các báo, tạp chí không thể đăng". Thôi thì viết cho người sau "biết có một thời sự thực bị cấm đoán"!

Làng Cuồng Mê kể chuyện một ông chủ làng nô lệ người trong làng với "những câu thơ sấm làm chấn động dân làng. Nào là hắn sinh ra là do thiên cơ, nào là hắn chính là chân mệnh đế vương. Dẫu bản thân dòng họ nhà hắn không tin vào quỷ thần, không tin vào tâm linh, không tin Trời Phật, nhưng cái quyền uy của chủ thuyết vô thần lại đẻ ra bao huyền thoại nhằm mê hoặc dân chúng, lại tung hê hắn trở thành kẻ kế vị lỗi lạc anh minh", "cả dòng giống nhà hắn là dòng giống có truyền thống kiên định lập trường với chủ thuyết vĩ đại của cái chủ nghĩa thần thánh bách chiến bách thắng. Và vì cái chủ thuyết thần thánh ấy nên từ ông nội hắn đến hắn phải tuân thủ cái luật định là không thèm giao du, không thèm làm ăn với dân làng khác. Đặc biệt là cấm trai gái trong làng lấy trai gái làng khác nhằm duy trì cơ chế sẵn có từ thời tu huýt tu đế, từ cái thời của tổ tiên nhà hắn là vượn người". Dân làng rơi vào cuồng mê phản khoa học sẽ đưa đến tận diệt, tự diệt...

Đó là những truyện ngắn tiêu biểu của tuyển tập, tiêu biểu ở nội-dung và ý hướng tìm kiếm Chân lý và cái Đẹp cho thời nay ở một vùng đất nước.

Nguyễn Vy Khanh

Hộp Thư Tòa Soạn

1. Ngôn Ngữ vui vẻ tạ ơn những bàn tay góp bài khá đông. Đa số các bạn đã gởi đến truyện cùng với thơ. Thơ không chỉ một bài, do đó số thơ có phần thặng dư. Tuy tạp chí dự trù 250 trang cho mỗi kỳ. Nhưng với số ra mắt, hình như chúng ta đều có sự háo hức chung, chúng tôi không dám làm cụt hứng của các bạn, nên cố gắng đi mỗi bạn một bài, sau khi đọc và cân nhắc. Giá trị nội dung bài viết tùy thuộc ở tác giả, nhưng chúng tôi có trách nhiệm phải giữ tiêu chuẩn cần thiết cho tờ báo, nên đã không thể phổ biến một số bài.

2. Trong kỳ báo đầu này, có khá nhiều bạn chuyển bài thẳng vào mục message trên Facebook, điều này thật sự không được tiện cho chúng tôi, bởi khi lấy xuống cần phải chỉnh lại từng dòng một, (về thơ) khá tốn thời gian. Chữ trong tin nhắn thường khá nhỏ, đọc hơi mỏi mắt. Với các truyện ngắn còn vấp phải khuyết điểm, khó phân biệt những đoạn xuống dòng cần thiết theo ý tác giả. Và vì sơ ý, chúng tôi đã bỏ sót vài bài gởi qua mục tin nhắn này, khi phát hiện báo đã đầy trang, thật đáng tiếc. Mong rằng số tới, các bạn chuyển bài qua một trong hai điện thư:

lebao_hoang@yahoo.com (luân hoán) hoặc
tatrungson@hotmail.com (song thao).

tình thân.
Ngôn Ngữ

CAO NGUYÊN

thơ mưa

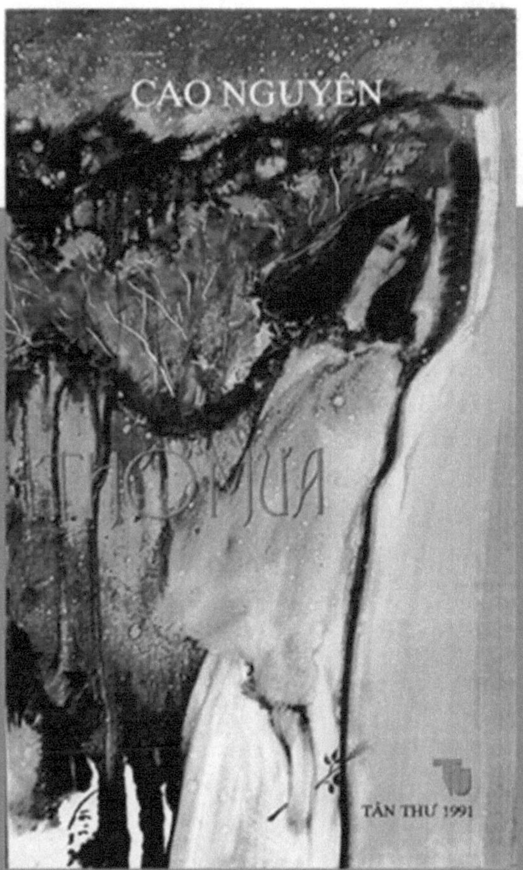

TÂN THƯ 1991

Nhà xuất bản NHÂN ẢNH
đã in và phát hành toàn bộ
22 cuốn Phiếm
và những tác phẩm khác của
SONG THAO
một trong những cây bút có sức
sáng tác sung mãn nhất hải ngoại

Liên lạc với tác giả:
7805 Claire Fauteux # 1
Montreal, Qc., H1K 5B6
CANADA
E-mail: tatrungson@hotmail.com
Phone: 514-354-5338
Website: www.songthao.com

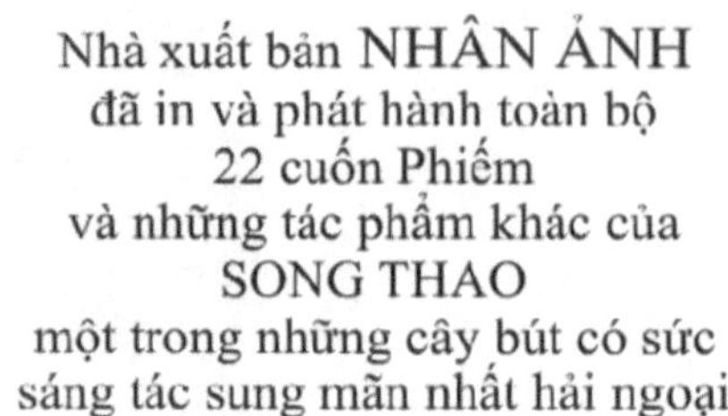

Liên lạc Nhà xuất bản
Nhân Ảnh
han.le3359@gmail.com
408-722-5626

9 781927 781715